ஏவி.எம்.

ஒரு செல்லுலாய்ட் சரித்திரம்

ஏவி.எம். குமரன்

DISCOVERY BOOK PALACE PVT.LTD.
K.K.Nagar West, Chennai - 600 078.
(Near Pondicherry Guest House)
Ph: 044-6515 7525 Mobile: +91 9940446650

ஏவி.எம் ஒரு செல்லுலாய்ட் சரித்திரம் | எம்.குமரன்© | முதல் பதிப்பு : செப்டம்பர் 2014 | வெளியீடு: டிஸ்கவரி புக் பேலஸ், கே.கே.நகர், சென்னை. | புத்தக அளவு : டெமி1/8 | பக்கங்கள் : 248 | விலை : 200.00 |

AV.M oru celluloid sarithiram | m.kumaran© | first edition : september 2014 | printed by : discovery boook palace, k.k.nagar, chennai. | book size : demy1/8 | pages : 248 | Price : 200.00 | .

ISBN No : 978-93-84301-00-2

நூலழகு : பாலகணேஷ் / 90030 36166

வெளியீடு :
DISCOVERY BOOK PALACE PVT.LTD.
K.K.Nagar West, Chennai - 600 078.
(Near Pondicherry Guest House)
Mail: discoverybookpalace@gmail.com
Online: www.discoverybookpalace.com
Ph: 044-6515 7525 Mobile: +91 9940446650

சமர்ப்பணம்

என் தாய், தந்தையருக்கு...

பதிப்பாளர் உரை

நாம் இன்று மிக எளிதாக நெருங்கிவிடும் இந்தத் திரைப்படத் துறையின் வளர்ச்சியை நாம் பின்னோக்கிப் பார்த்தால் ஒவ்வொரு காலகட்டத்தின் வளர்ச்சியும், அது சார்ந்த பிரச்சினைகளும் பெரும் வியப்பாக இருக்கிறது.

கிட்டத்தட்ட தமிழ் சினிமாவின் வயதையே தன் வயதாகக் கொண்டுள்ள ஏவி.எம். நிறுவனம் பல்வேறு மொழிகளில் தயாரித்த திரைப்படங்களின் அனுபவங்கள் இன்று திரைப்படத் துறையை நோக்கி வருபவர்களுக்கு மிகப் பயனுள்ளதொரு பாடமாகும்.

தன் தந்தையாரின் துணையோடு பயணித்து, திரைப்படத் தொழிலைக் கற்று, பல படங்களை தனித்தும் தயாரித்துள்ள திரு.ஏவி.எம்.குமரன் ஐயா அவர்கள் இந்தப் புத்தகத்தை எழுதி யுள்ளதுதான் இன்னும் கூடுதல் சிறப்பு.

உலக சினிமாவின் போக்கையும் அதன் வளர்ச்சியையும் கவனித்து அதைத் தமிழ் சினிமாவுக்கு அறிமுகம் செய்து, தமிழ் சினிமாவின் வளர்ச்சிக்கு ஏவி.எம். அளித்துள்ள பங்களிப்பு வியப்புக்குரியது.

பலர் சினிமாவுக்கு வந்து வளர்ந்துள்ளனர். ஆனால் சினிமாவை வளர்ப்பதற்கே வந்தவர் திரு.ஏவி.மெய்யப்பச் செட்டியார் என்றால் மிகையல்ல. அப்படிப்பட்ட ஏவி.எம். என்ற தமிழ் சினிமாவின் அடையாளத்தோடு டிஸ்கவரி புக் பேலஸ் சேர்ந்து பயணிப்பது எனக்கு மட்டற்ற மகிழ்ச்சி.

இதை சாத்தியப்படுத்திய ஒளிப்பதிவாளர் திரு.சி.ஜெ.ராஜ்குமார் அவர்களுக்கு இந்த நேரத்தில் நன்றியைத் தெரிவித்துக் கொள்கிறேன்.

சென்னை,
செப்டம்பர் 2014.

மு.வேடியப்பன்

என்னுரை

சில வருடங்களுக்கு முன்னர் இயக்குநரும் தயாரிப்பாளருமான திரு. இராம நாராயணன் அவர்களுடன் உரையாடிக்கொண்டிருந்தேன். திரைப்படத் தயாரிப்பு சார்ந்த என்னுடைய அனுபவங்களை ஆச்சர்யத்துடன் கேட்டுக்கொண்டிருந்த அவர், நான் பகிர்ந்து கொண்ட பல தகவல்கள் தான் அறியாதவை என்றும், இவற்றைத் தொகுத்து ஒரு புத்தகமாக எழுதினால் அது பலருக்கும் பயனளிக்கும் என்றும் கேட்டுக்கொண்டார்.

ஆனால், எனக்கு ஏனோ ஒரு சிறு தயக்கம் இருந்து கொண்டே இருந்தது. எங்கள் தந்தையார் திரு. ஏவி.எம். அவர்களுடனான என் திரையுலக அனுபவம், அவரிடமிருந்து நான் கற்றுக்கொண்ட பண்புகள், தொழில்நுட்ப அறிவு, திரைப்படத்துறை மீது அவர் கொண்டிருந்த மகத்தான நம்பிக்கை... இவற்றையெல்லாம் எழுத்துக்களாக்க பல பகுதிகள் கொண்ட புத்தகங்கள் தேவைப்படும். அதற்கு என்னுடைய இந்த ஒரு வாழ்நாள் மட்டும் போதாது.

திரைப்படத்துறை இன்று பல மாறுதல்களைத் தாங்கிக் கொண்டே ஒவ்வொரு நாளும் புத்தம்புதிய சிந்தனைகளோடு வளர்ந்து கொண்டிருக்கிறது. இருப்பினும், இன்றைய இளைஞர்கள் திரைப்படத்துறை சார்ந்த பழைய வரலாற்றை அறிந்துகொள்ள ஆர்வமுள்ளவர்கள் என்பதையும் நானறிவேன். இந்தியாவிலேயே எல்லா மொழிகளிலும் சேர்த்து அதிகப் படங்களைத் தயாரித்த நிறுவனம் ஏவி.எம்.

அதனால், எங்கள் தந்தையாருக்கு மிக அருகில் இருந்து நான் கற்றுக்கொண்ட பல அரிய பாடங்களை தொடர்புடைய அந்தந்த

திரைப்படங்களோடும், நானே நேரடியாக பணியாற்றிய சில படங்களில் எனக்கு ஏற்பட்ட அனுபவங்களையும் பற்றி மட்டுமே இப்புத்தகத்தில் தொகுத்திருக்கிறேன். என் வாழ்நாளில் இப்புத்தகம் எழுதியதை என் தந்தையாருக்கு நான் செய்த முக்கியமான கடமைகளுள் ஒன்றாகவே கருதுகிறேன்.

இப்புத்தகத்தை எழுதிக் கொண்டிருந்தபோது, பல சந்தர்ப்பங்களில் இந்த எழுத்தனுபவம் என்னை மீண்டும் ஒரு முறை பலவருடங்கள் பின்னோக்கி அழைத்துச்சென்று அன்றைய காலத்தின் ஏக்கம் தோய்ந்த பழைய நினைவுகளினூடாக சில நாட்கள் வாழவைத்தது.

இந்தியாவின் எல்லா மொழிகளிலும் பல ஆளுமைகளை எங்கள் தந்தையார் உருவாக்கினார். ஏ.வி.எம். நிறுவனம் செழிப்பான வரலாறு கொண்டது. எங்கள் தந்தையார் அறிமுகப்படுத்திய பல நடிக / நடிகைகளும், தொழில்நுட்பக் கலைஞர்களும் இன்றும் திரைத்துறையில் மிகப்பெரிய ஜாம்பவான்களாக விளங்குகின்றனர்.

அவருடைய எளிமை, அடக்கம், அர்ப்பணிப்பு, பிறருக்கு உதவும் நல்மனம், நேர்மை இவற்றையே அவர் எங்களுக்கு விட்டுச்சென்ற விலைமதிப்பில்லாத செல்வமாகக் கருதுகிறேன். ஒரு புதிய தொழிலை முன்னெடுத்து நடத்தி அதன் வெற்றி தோல்விகளை சமமாக பாவித்து பலருடைய வாழ்வில் ஒளி ஏற்படுத்தியவரின் குணாதிசயங்கள் இளைஞர்களுக்கான பாடம்.

இப்புத்தகம் வாயிலாக எங்கள் தந்தையாரின் விடாமுயற்சி, தோல்வி கண்டு துவண்டுவிடாத மனஉறுதி, அனுபவத்தால் கற்ற பாடத்தை மறக்காமல் எச்சரிக்கையோடு செயலாற்றும் பக்குவம், எப்போதும் விழிப்புணர்வோடு இருந்து சமயோசிதமாக செயல்படும் நுண்

ணறிவு, சிறந்ததில் சிறந்தது எது என்று தேடித்தேடி செயல் முடிக்கும் நேர்த்தி, சொன்னதை சொன்னபடி செய்து முடிக்கும் நேர்மை, ஒருவரிடம் ஒப்படைக்கப்பட்ட பணி சரியாக நடைபெறுகிறதா என்று கண்காணிக்கும் மேலாண்மை, எதையும் திருப்தி ஏற்படும் வகையில் நிறைவாகச் செய்து முடிக்கும் மாண்பு, நுணுக்கமாக ஆராய்ந்து முடிவெடுக்கும் தீர்க்கதரிசனம் ஆகிய பண்புகள் வாசகர்களுக்குப் புலப்படும்.

நாங்கள் பெருமைப்படும் அளவுக்கு எங்களை வளர்த்து ஆளாக்கிய எங்கள் தகப்பனாருடன் இருந்து நாங்கள் பணியாற்றிய அனுபவங்களை எழுதுவதன் மூலம் வாசக அன்பர்களுக்கு ஒன்றை தெரிவித்துக் கொள்ள விழைகிறேன். இந்தப் புத்தகத்தைப் படிப்பவர்கள் திரைப்படத் துறையில் உள்ளவர்களாக இருந்தாலும், வேறு தொழிலில் ஈடுபட்டிருப்பவர்களாக இருந்தாலும் எங்கள் தந்தையார் கொண்டிருந்த நற்குணங்களை ஒருவர் தனதாக்கிக் கொண்டு செயல்பட்டால் அவருக்கு வெற்றி நிச்சயம்.

அன்புடன்,

ஏவி.எம்.குமரன்.

திரைப்பட இயக்குநர் / தயாரிப்பாளர்
ஸ்டுடியோ உரிமையாளர்.

சென்னை,
செப்டம்பர் 2014.

நன்றியுரை

என்னுடைய அனுபவத்தை இவ்வளவு சிறப்பாக நூல் வடிவில் அமைத்துக் கொடுத்த டிஸ்கவரி பதிப்பகத்திற்கு என்னுடைய நன்றி கலந்த வாழ்த்துகளைத் தெரிவித்துக் கொள்கிறேன்.

இந்த என்னுடைய சினிமா வாழ்க்கையின் சிறிய தொடர்பை ஒரு புத்தக வடிவில் கொண்டுவர வேண்டும் என்று என்னை எழுதத் தூண்டியவர் என் நண்பர் மறைந்த திரு.இராமநாராயணன் அவர்கள்.

இந்த நூல் இவ்வளவு சிறப்பாக அமைய உதவியவர் திரு.அரசு அவர்கள். சில முக்கியமான போட்டோக்களைக் கொடுத்து உதவியவர் பிலிம்நியூஸ் திரு.ஆனந்தன் அவர்கள்.

நான் ஒரு சமயத்தில் இந்த நூலைக் கொண்டுவரத் தயங்கிய போது 'தயங்க வேண்டாம்' என்று என்னை எழுதவைத்த என் மனைவி பத்மாவதி குமரனுக்கும், என் மகன் திரு.ஷண்முகம் அவர்களுக்கும் நன்றி சொல்லக் கடமைப் பட்டிருக்கிறேன்.

நான் இதில் ஏவி.எம். எடுத்த ஒருசில படங்களை மட்டுமே அதன் தயாரிப்பு, அதில் ஏற்பட்ட பிரச்சனைகளையும் அதை என் தந்தையார் எப்படிச் சமாளித்து வெற்றிகரமாக வெளியிட்டார் என்பதையும் குறிப்பிட்டுள்ளேன். அவர் சுமாராக 150 படங்களுக்கு மேல் இந்திய மொழிகள் அனைத்திலும் எடுத்திருக்கிறார். அதில் ஏற்பட்ட அவருடைய அனுபவங்களையும், ஏற்பட்ட பிரச்சனைகளையும், அவர் எப்படிச் சமாளித்தார் என்பதையும் விரைவிலேயே எழுத இருக்கிறேன்.

அன்புடன்,

ஏவி.எம்.குமரன்.

பொருளடக்கம்

ஏ.வி.எம். எனும் சகாப்தம்		10
1.	அந்த நாள் (1954)	25
2.	பெண் (மூன்று மொழிப் படம் 1954)	29
3.	பேடர கண்ணப்பா (கன்னடம் 1954)	33
4.	செல்லப்பிள்ளை (1955)	37
5.	ஹம் பஞ்ச் ஏக் தால்கே (ஹிந்தி 1957)	40
6.	பாபி (குலதெய்வம்) (ஹிந்தி 1957)	44
7.	திலகம் (1958)	49
8.	களத்தூர் கண்ணம்மா (1960)	54
9.	மாவூரி அம்மாயி (தெலுங்கு 1962)	64
10.	வீரத்திருமகன் (1962)	68
11.	பார்த்தால் பசி தீரும் (1962)	78
12.	மேய்ன் சுப்ரஹுங்கி (ஹிந்தி 1962)	82
13.	அன்னை (1962)	84
14.	நானும் ஒரு பெண் (1963)	92
15.	சர்வர் சுந்தரம் (1964)	104
16.	குழந்தையும் தெய்வமும் (1965)	113
17.	ராமு (1966)	132
18.	அன்பே வா (1966)	138
19.	மேஜர் சந்திரகாந்த் (1966)	148
20.	பக்த பிரகலாதா (1967)	152
21.	அதே கண்கள் (1967)	161
22.	உயர்ந்த மனிதன் (1968)	170
23.	நோமு (தெலுங்கு 1974)	185
24.	புன்னமிநாகு (தெலுங்கு 1980)	191
25.	முரட்டுக்காளை (1980)	195
26.	சகலகலா வல்லவன் (1982)	201
27.	தமிழ்த் திரையிசையில் ஒரு மௌனப்புரட்சி	209
28.	என் டைரக்ஷன் அனுபவங்கள்	225
29.	உதிரும் நேரத்திலும் உதவிய உள்ளம்	238

ஏ.வி.எம். எனும் சகாப்தம்

இந்தியத் திரையுலக வரலாற்றில் என்றும் ஒரு சகாப்தமாக விளங்கும் எங்கள் தந்தையார் திரு. ஏ.வி.மெய்யப்பன் அவர்கள் காரைக்குடியில் ஆவிச்சி செட்டியார், லட்சுமி ஆச்சி தம்பதியரின் மகனாக 1907 ஆம் ஆண்டு ஜூலை 28 ஆம் தேதி பிறந்தார்.

தன் தகப்பனாருக்கு கண்பார்வை பாதிக்கப்பட்டதால் அவருக்கு உதவியாக தொழிலில் ஈடுபடுவதற்காக எட்டாம் வகுப்புடன் தன் பள்ளிப்படிப்பைத் தியாகம் செய்தார்.

ஆங்கில மொழி தெரியாத எங்கள் தந்தையார், அகராதியின் துணையுடன் ஹிண்டு நாளிதழை தினமும் படிக்கும் வழக்கத்தை கைக்கொண்டார். அதில் வரும் தலையங்கத்தைப் படித்தே தன் ஆங்கிலப் புலமையை வளர்த்துக் கொண்டார்.

.ஏவி. மெய்யப்பன் அவர்கள் முதன்முறையாக 'ஏ.வி. அண்ட் சன்ஸ்' என்ற கடையில் தன் வாழ்க்கையைத் தொடங்கினார். அங்கு கார் மற்றும் சைக்கிளின் உதிரி பாகங்கள் விற்கப்பட்டன. அவை மட்டுமல்லாமல், அன்று கிராமப்புறங்களில் மிகவும் அரிதாகக் கிடைக்கும் பொருட்களான ஹார்லிக்ஸ், புகைப்பட ஃபிலிம் ரோல்கள், கிராமஃபோன் ரிக்கார்டுகள், சாக்லெட்டுகள், மருந்துகள் ஆகியவற்றையும் விற்பனை செய்தார். காரைக்குடியில் முதன்முறையாக ட்யூப் லைட்டை அறிமுகப்படுத்தியவரும் அவரே. மேற்கண்ட அனைத்துப் பொருட்களையும் விற்பனைக்காக சென்னையிலிருந்து கொள்முதல் செய்தார்.

தொழிலை விரிவுபடுத்துவது தொடர்பாக அந்நாளிலிலேயே அவர் மெட்ராஸ், கல்கத்தா, பம்பாய் போன்ற பெரு நகரங்களுக்கு அடிக்கடி பயணம் மேற்கொண்டார். அப்படிச் செல்லும்போது அங்கே கண்ணில்படும் அல்லது புதிதாக அறிமுகமாகும் எந்த ஒரு பொருளையும் தமிழக மக்களுக்கும் உடனே கிடைக்குமாறு கொண்டு வந்து சேர்ப்பதில் அதீத ஆர்வம் கொண்டவராக இருந்தார்.

அப்படி விற்பனை செய்வதற்காகத் தொடங்கி, பிறகு கிராம ஃபோன் ரிக்கார்டுகளின் தென்னிந்திய விற்பனை உரிமையையும் பெற்றார். அதன் பின்னர் சென்னை மௌண்ட் ரோடில் 'சரஸ்வதி ஸ்டோர்'ஸை நிறுவி கிராம ஃபோன்களின் உற்பத்தி மற்றும் விற்பனையையும் செய்யத் தொடங்கினார்.

'அல்லி அர்ஜுனா' (1935)

திரைப்படமெடுக்கும் தொழிலில் ஈடுபட வேண்டும் என்று விரும்பிய எங்களின் தகப்பனார் ஏ.வி.எம். அவர்கள் தமிழ் நாட்டிலிருந்து கல்கத்தா சென்றார். அங்கு 'நியூ தியேட்டர்ஸ் ஸ்டுடியோஸ்' என்ற ஒரு இடம் இருந்தது. அதில் படப்பிடிப்புத் தளம் ஒன்றை வாடகைக்கு எடுத்து 'செட்' போட்டு 'அல்லி அர்ஜுனா' என்னும் பெயரால் தனது இயக்கத்திலேயே படம் தயாரிக்க ஆரம்பித்தார்.

படப்பிடிப்பு நடந்தது. படமாக்கப்பட்ட காட்சிகளை எடிட்டிங் செய்வதற்காக ஒளிப்பதிவான ஃபிலிமையும், நடிகர்கள் பேசிய வசனங்கள் ஒலிப்பதிவான சவுண்ட் ஃபிலி

திரு.எம்.குமரன், தன் தாயாருடன் கலைஞரைச் சந்தித்தபோது எடுத்த படம்.

மையும் எடிட்டிங் டேபிளில் வைத்து 'பேரலல்' (சமன்) செய்த போது, அவை ஒன்றுக்கொன்று பொருந்தி வரவில்லை. அவருக்கு எடிட்டிங் தெரிந்திருந்ததால் 'மூவியாலா' கருவியில் இரண்டு ஃபிலிம்களையும் மாட்டி நடிகர்களின் வாயசைவுக்குத் தகுந்தபடி பொருத்தம் செய்தார். இப்படி சிரமப்பட்டு படத்தை நல்ல விதமாக எடுத்து முடித்து தமிழ்நாட்டில் ரிலீஸ் செய்தார்.

ஆனால் படம் நன்றாக ஓடவில்லை. தரமான கேமரா, பிளே பேக் கருவிகள் இல்லாமல், பட்ட சிரமத்திற்கு ஏற்ற பலன் இல்லாமல் படம் சரியாக ஓடாததினால் அங்கிருந்து படம் எடுக்க விருப்பம் இல்லாமல் கல்கத்தாவிலிருந்து தமிழ்நாட்டிற்கே திரும்பி விட்டார்.

மெட்ராஸ் வந்ததும் "பிரகதி ஸ்டுடியோஸ்" என்கிற பேனரில் 'பிரகதி பிக்சர்ஸ்' என்ற நிறுவனத்தை ஆரம்பித்தார். அதில் அவரது நண்பர்கள் இருவரைப் பங்குதாரர்களாக சேர்த்துக் கொண்டு படம் எடுக்க ஆரம்பித்தார். அவர்கள் பங்குதாரர்களாக இருந்தாலும் வேறுவேறு தொழில்களிலும் ஈடுபட்டிருந்ததனால், அப்பா மட்டுமே படத்தயாரிப்பின் முழுப் பொறுப்பையும் ஏற்றிருந்தார்.

இந்த நிறுவனத்தின் சார்பாக முதன் முதலில் எடுத்த படம் "சபாபதி". இதன் கதை வசனத்தை பம்மல் கே. சம்பந்த முதலியார் எழுத, ஆர். சுதர்சனம் இசையமைத்தார். இந்தப் படத்தில் டி.ஆர். ராமச்சந்திரன் கதாநாயகன் மற்றும் காளி. என். ரத்தினம், கே. சாரங்கபாணி, சி.டி. ராஜகாந்தம், ஆர். பத்மா ஆகியோர் நடித்தார்கள். அப்பாவே டைரக்ஷன் செய்தார். நல்ல படம் என்று பெயரெடுத்ததுடன் ஓரளவு நன்றாகவும் ஓடியது.

'சபாபதி' (1941)

அடுத்ததாக 'என்

'ஸ்ரீவள்ளி' (1945)

மனைவி' என்ற படத்தை தயாரித்தார். ஆர்.சுதர்சனம் இசையமைக்க, சுந்தர் ராவ் நட்கர்னி டைரக்ஷன் செய்தார். அப்போது பிரபலமாக இருந்த நாகர்கோயில் மகாதேவன் ஹீரோவாகவும், ஆர். பத்மா ஹீரோயினாகவும் மற்றும் கே. சாரங்கபாணி, கே.ஆர். செல்வம் ஆகியோர் நடித்தார்கள். படம் சுமாராக ஓடியது.

அடுத்த படம் 'ஸ்ரீவள்ளி'. இந்தப் படத்தை அப்பா தனது டைரக்ஷனிலேயே தயாரிக்க ஆரம்பித்தார்.

'ஸ்ரீவள்ளி'யில் கிழவர் வேடத்தில் டி.ஆர்.மகாலிங்கம்!

டி.ஆர். மகாலிங்கம் முருகனாகவும், குமாரி ருக்மணி (நடிகை லட்சுமியின் தாயார்) வள்ளியாகவும் மற்றும் கலைவாணர் என்.எஸ். கிருஷ்ணன், டி.ஆர். ராமச்சந்திரன் ஆகியோரும் நடித்தார்கள். ஆர். சுதர்சனமே இசையமைத்தார்.

டி.ஆர். மகாலிங்கம் சொந்தக் குரலில் பாடுவார். தானும் அப்படியே பாடுவேன் என்று ருக்மணி வற்புறுத்தினார். அதனால் அவரையே பாட வைத்து பாடல்கள் பதிவாயின.

படப்பிடிப்பெல்லாம் முடிவடைந்து முதல் பிரதி தயாரானது. அப்பா படம்

ஸ்ரீ வள்ளி (1945)

முழுவதையும் பார்த்திருக்கிறார். நன்றாக வந்திருக்கிறது என்றாலும் படத்தில் ருக்மணியின் பாடல்கள் எடுப்பாக இல்லை. டி.ஆர். மகாலிங்கத்தின் குரல் வளத்திற்கு ருக்மணியின் குரல் ஈடுகொடுக்க முடியாது என்பது அப்பாவுக்கு தெரிந்திருந்தாலும், படப்பிடிப்பில் ருக்மணி சரியாக ஒத்துழைக்க வேண்டுமே என்பதால் அவரைப் பாடவைத்தே படத்தை நல்ல விதமாக எடுத்து முடித்திருந்தார்.

படம் முடிவடைந்த நிலையில் மறுபாடல் பதிவிற்கு ஏற்பாடு செய்தார். டூயட் பாடல்கள் மற்றும் ருக்மணி தனித்துப் பாடிய பாடல்கள் எல்லாம் மீண்டும் ஒலிப்பதிவு செய்யப்பட்டன. பிரபல பாடகி பி.ஏ. பெரியநாயகியுடன் டி.ஆர். மகாலிங்கமும் இணைந்து பாடினார். படம் ரிலீஸாக இன்னும் இரண்டே நாட்கள் இருந்த நிலையில், அனைத்து பாடல்களையும் ரிக்கார்டிங் செய்து முடித்துத் திருப்தியானார் அப்பா. செலவை விட படம் தரமாக எடுக்கப்பட வேண்டும் என்ற அவரது குறிக்கோளுக்கு நல்ல பலன் கிடைத்தது. தமிழகம் எங்கும் திரைப்படம் பிரமாண்ட வெற்றி கண்டது.

இந்த நிலையில், அப்போது நடந்து கொண்டிருந்த இரண்டாம் உலகப்போரின் கடுமை இந்தியாவையும் வெகுவாகப் பாதித்தது. பிரிட்டிஷ் அரசாங்கம் பல கட்டுப்பாடுகளை விதித்தது. குறிப்பாக, மின்சாரத்திற்கு கடுமையான தட்டுப்பாடு ஏற்பட்டது. வீடுகளுக்கு மட்டுமே ஓரளவு மின்சாரம் வழங்கப்பட்டது. ஆறு மணிக்கு மேல் எங்குமே மின்சாரம் இல்லை என்ற நிலைமையாயிற்று. இதனால் சினிமா தயாரிப்பது முதற்கொண்டு எல்லா தொழில்களும் பாதிப்புக்குள்ளானது.

இந்த நிலையில் 'பிரகதி பிக்சர்ஸில்' பங்குதாரர்களாக இருந்த அப்பாவின் நண்பர்கள் அவரிடம் கருத்து வேறுபாடு கொண்டார்கள். இதனால் படக் கம்பெனியின் லாபக் கணக்கு என்ன என்பதைத் தங்களுக்கு தெரிவித்து அதைப் பிரித்துக் கொடுக்க வேண்டும் என்று அப்பாவை நெருக்கினார்கள். அந்த நெருக்கடியால் பங்குதாரர்களின் பங்கை அவர்களிடம் ஒப்படைத்து விட்டு, காரைக்குடிக்குப் பயணமானார்.

காரைக்குடிக்கும், தேவகோட்டைக்கும் இடையில் உள்ள ஒரு சிறிய கிராமம் தேவகோட்டை ரஸ்தா. ஜமீன்தார் சோமனாதன் செட்டியார், அங்கு தகரத்தால் கூரை வேய்ந்த ஒரு நாடகக் கொட்டகையை போட்டிருந்தார். இதில் 'ஸ்டுடியோ' அமைத்து திரைப்படம் எடுக்கலாம் என்று முடிவு செய்த அப்பா, அதை மூவாயிரம் ரூபாய்க்கு வாடகைக்கு எடுத்துக் கொண்டார்.

"ஏ.வி.எம். ஸ்டுடியோஸ்" என்கிற நிறுவனத்தை அப்பா அந்த இடத்தில்தான் ஆரம்பித்தார். அங்கேயே 'நாம் இருவர்' என்ற படத்தை எடுக்க ஆரம்பித்தார்.

'நாம் இருவர்' (1947)

இந்தப் படத்தில் டி.ஆர். மகாலிங்கம் கதாநாயகனாக நடித்தார். டி.எ. ஜெயலட்சுமி கதாநாயகியாக அறிமுகமானார். வி.கே. ராமசாமி என்னும் இளைஞர் அப்பா கதா பாத்திரத்தில் அறிமுகமான முதல் படமும் இதுவே.

அப்பாவே டைரக்ட் செய்தார். அந்த ஸ்டுடியோ விலேயே அரங்கங்கள் அமைத்து படப்பிடிப்பு நடத்தினார்.

படம் முடிந்து ரிலீஸாகும் நேரத்தில் இந்தியா சுதந்திரம் அடைந்தது.

அந்த மகிழ்ச்சியை 'நாம் இருவர்' படத்தில் வெளிப்படுத்தி மக்களை மகிழ்ச்சி கொள்ளச் செய்ய வேண்டும் என்ற ஆர்வத்தில் சமயோசிதமாகச் செயல்பட்டார் அப்பா.

சுதந்திரம் கிடைத்த பின் மக்கள் எப்படியெல்லாம் அதைக் கொண்டாடுவார்கள் என்று கற்பனையாகப் பாடிய மகாகவி பாரதியின்,

"ஆடுவோமே...! பள்ளு பாடுவோமே..!
ஆனந்த சுதந்திரம் அடைந்து விட்டோம் என்று.."

என்ற பாடலை டி.கே. பட்டம்மாள் பாடி பதிவு செய்யப்பட்டு குமாரி கமலா ஆடிப்பாடுவது போல் படம் பிடிக்கப்பட்டது.

"வெற்றி எட்டுத் திக்கும் என்று
கொட்டு முரசே...!"

என்ற பாரதியாரின் பாடலையும் டி.கே. பட்டம்மாள் பாட, ரெக்கார்டிங் செய்து... முரசுகளின் மேலே நின்று கொண்டு இரண்டு பெண்கள் (குமாரி கமலாவே இரு தோற்றத்தில்) ஒரே நேரத்தில் கம்பீரமாகப் பாடுவது போல் அரங்கம் அமைத்து படம் பிடித்தார்.

அந்த நாளில், ஒரு நடிகை ஒரே நேரத்தில் இரண்டு நபர்களாகத் தோன்றி ஆடுவது புதுமையாகப் பேசப்பட்டது. அப்படி ஒரு புதுமையை இந்தப் பாடலில் புகுத்தி படம் எடுத்தார்.

அதனை அடுத்து அண்ணல் மகாத்மா காந்தியின் புகழைப் பாடும் விதமாக...

"காந்தி மஹான்....!"

என்ற பாடலை எம்.எஸ்.ராஜேஸ்வரி பாடி, குமாரி கமலாவே நடனமாட படம் எடுக்கப்பட்டது. எல்லா பாடல்களுக்கும் ஆர். சுதர்சனமே இசையமைத்தார்.

இந்த மூன்று பாடல்களையும் "நாம் இருவர்" படத்தில் இணைத்து ரிலீஸ் செய்தார். சுதந்திரம் அடைந்த மகிழ்ச்சியில் இருந்த மக்களின் மன நிலையை எதிரொலிப்பதாகவே இந்தப் பாடல்கள் அமைந்திருந்ததால், படம் பிரம்மாண்ட வெற்றி பெற்றது.

வேதாள உலகம் (1948)

அதன் பிறகு 'வேதாள உலகம்' என்ற படத்தை தேவகோட்டை ரஸ்தா ஸ்டுடியோவிலேயே படம் எடுத்து வெளியிட்டார். இந்தப் படமும் நன்றாக ஓடியது.

அப்போது "ராம்ராஜ்யா" என்ற பக்திப் படம் இந்தியில் பிரம்மாண்டமாக எடுக்கப்பட்டு வட இந்தியாவில் மாபெரும் வெற்றி கண்டு பிரமாதமாக ஓடிக் கொண்டிருந்தது. புகழ் பெற்ற நடிக / நடிகையர் நடித்திருந்தனர். விஜய்பட் என்பவர் தயாரித்து டைரக்ட் செய்திருந்தார். அண்ணல் மகாத்மா காந்தி இந்தப் படத்தைப் பார்த்துவிட்டு வெகுவாகப் பாராட்டியிருந்தார். அந்தப் பாராட்டு "ராம்ராஜ்யா" படத்தின் வெற்றிக்குப் பெரிய அளவில் உதவியது. அதனால் அந்தப் படத்தின் உரிமையைப் பெற்று தேவ கோட்டை ரஸ்தா ஸ்டுடியோவிலேயே தமிழில் 'டப்பிங்' செய்தார் அப்பா. தேவநாராயணன் தமிழ் வசனங்களை எழுதினார்.

வேறு மொழியில் உருவான திரைப்படத்தை தமிழ் மொழியில் 'டப்பிங்' செய்தது அதுவே முதல் முறை. அப்படி ஒரு புதிய முயற்சியில் ஈடுபட்டு படத்தை ரிலீஸ் செய்தார். படம் தமிழ்நாட்டிலும் பிரமாதமாக ஓடி வெற்றி கண்டது.

இப்படி வெற்றிப் பாதையில் அப்பா பயணித்துக்

கொண்டிருக்கும் வேளையில் சுதந்திர இந்தியாவில் முன்போல் கெடுபிடிகள் இல்லாமல் எங்கும் சகஜநிலை நிலவியது. அதனால் சென்னைக்குத் திரும்பி வந்து ஏ.வி.எம். ஸ்டுடியோவை நிறுவி படம் எடுக்கலாம் என்று அப்பா முடிவு செய்தார்.

தற்போது கோடம்பாக்கம் பகுதியில் ரயில்வே பாதையின் மேல் உள்ள மேம்பாலம் அப்போது இல்லை. அங்கே ஒரு 'ரயில்வே கேட்' அமைக்கப்பட்டிருக்கும். அந்த கேட்டைத் தாண்டினால் ஒரே காடாகத்தான் இருக்கும். அந்தக் காட்டின் நடுவே ஒரு வண்டிப் பாதை இருக்கும். அவ்வளவுதான். அந்த ரயில்வே கிராஸிங் தாண்டி வந்தால், அங்கிருந்தே கோடம்பாக்கம் என்றுதான் சொல்வார்கள். சாலிகிராமம், விருகம்பாக்கம் என்றெல்லாம் அப்போது இல்லை.

அந்த கோடம்பாக்கம் பகுதியில் 'வடபழனி' என்றழைக்கப்படும் பகுதியில் குதிரை லாயம் வைத்திருந்த ஒருவரிடம் இடம் வாங்கி, காடாகக் கிடந்த நிலப்பகுதியை சீரமைத்து ஏ.வி.எம். ஸ்டுடியோவை தொடங்கினார். தேவகோட்டை ரஸ்தாவிலிருந்து

ரத்னதீபம் (1953)

வாழ்க்கை (1949)

ஸ்டுடியோவை சென்னைக்கு மாற்றம் செய்தார்.

இங்கிருந்துதான் "வாழ்க்கை" என்ற திரைப்படத்தை தனது டைரக்‌ஷனிலேயே தயாரித்தார். இந்தப் படம் நல்ல வெற்றி பெற்றது. அதனைத் தொடர்ந்து பெண்.... இப்படி தொடர்ச்சியாக படங்களை எடுக்க ஆரம்பித்தார்.

தமிழில் மட்டுமல்லாது தெலுங்கு, ஹிந்தி மொழிகளிலும் அடுத்தடுத்து படங்களைத் தயாரித்து அகில இந்திய அளவில் 'ஏ.வி.எம்.ஸ்டுடியோஸ்' என்ற நிறுவனம் பிரபலமாக வழிவகுத்தார். கன்னடம், வங்காளம், சிங்கள மொழிகளிலும் படம் எடுத்தார். வங்கமொழியில் "ஆகாஷ் பாதாள்" என்று ஒரு படம் தயாரித்தார். வங்காளத்தைச் சேர்ந்தவரே டைரக்‌ஷன் செய்தார். வங்க மொழியில் பிரபலமாயிருந்த நடிக / நடிகைகளே சென்னைக்கு வந்து தங்கியிருந்து ஏ.வி.எம். ஸ்டுடியோவில் நடித்து விட்டுச் செல்வார்கள். அதுபோலவே சிங்கள மொழியில் "டாக்டர்" என்ற படம் எடுத்தார். எங்கள் ஸ்டுடியோவில் நிரந்தரமாகப் பணியாற்றிய கே. சங்கர் தான் இந்தப் படத்தை இயக்கினார். எல்லாப் படங்களுக்கும் ஆர். சுதர்சனமே இசையமைத்தார்.

அந்தந்த மொழிப் பாடகர்கள், நடிகர்கள் என சம்பந்தப் பட்டவர்கள் எல்லோருமே ஏ.வி.எம். ஸ்டுடியோவிற்கு வந்துதான்

பணியாற்றிச் சென்றார்கள். பல மொழிகளில் படம் எடுத்தாலும் எல்லா மொழி நடிகர்களையும் தொழில்நுட்பக் கலைஞர்களையும் சென்னைக்கு வரவழைத்து தமிழ்நாட்டின் தலைநகருக்கு பெருமை சேர்த்தவர் அப்பா.

அகில இந்திய அளவில் சிறந்த படம் எடுத்ததற்காக ஆறேழு முறை ஜனாதிபதி விருதையும் பெற்றிருக்கிறார். குழந்தைகளுக்கான சிறந்த படம் எடுத்ததற்காக 'ஆசிய ஜோதி' என்று பெருமை பெற்ற அன்றைய பாரதப் பிரதமர் ஜவஹர்லால் நேரு அவர்களின் கரங்களால் தங்கப் பதக்கம் பெற்றிருக்கிறார்.

ஒரு திரைப்படம் நன்றாக அமைய எந்த எல்லைக்கும் சென்று அதனை மிகவும் சிறப்பாகச் செய்து முடிப்பார். உதாரணத்திற்கு, அது போன்ற இரு நிகழ்வுகளை இங்கே பகிர்ந்து கொள்கிறேன்.

பொதுவாக, சினிமாவில் சண்டைக் காட்சிகளில் நடிக்கும் நடிகர்களுக்கு காயம் பட்டது போல் அமைக்கப்படும் காட்சியில் அந்த நடிகரின் உடல் காயத்தின் மேல் ரத்த நிறக்கலவையை பயன்படுத்துவார்கள். அப்போது, சென்னையில் படப்பிடிப்புகளில் பயன்படுத்தப் பட்ட நிறக்கலவை, கருப்பு வெள்ளையில் படமாக்கும்போது ரத்த நிறத்தன்மையை படத்தில் அடைய முடியவில்லை.

ரத்த நிறம் தத்ரூபமாகத் திரையில் தோன்ற வேண்டும் என்பதற்காக ஹாலிவுட்டிலிருந்து பல ரத்த நிறக்கலவை சாம்பிள்களை வரவழைத்தார். அவற்றை குளிரூட்டப்பட்ட அறையில் பாதுகாப்பாக வைத்திருந்து உபயோகப்படுத்த வேண்டும்.

மக்களைச் சென்றடையும் சினிமாவின் சக்தி மகத்தானது என்பதை எப்போதும் உணர்ந்திருந்த எங்கள் தந்தையார், அதற்காக அதன் ஒவ்வொரு துறையிலும் தன் உழைப்பை ஆர்வத்துடன் அர்ப்பணித்தார்.

மேலும், அக்காலத்தில் நேரடி ஒலி அமைப்புடனேயே திரைப்படங்கள் (live sound) உருவாக்கப்பட்டதால் நடிகர்கள் அவரவர்களுடைய வசனங்களை தடைபடாமல் பேச இன்று பின்பற்றப்படுவது போல ப்ராம்ப்டிங் (prompting) செய்ய முடியாது.

அதனால் காட்சியில் பங்குபெறும் நடிக / நடிகைகளுக்கு அக் காட்சியின் வசனங்கள் மறந்துவிட்டாலும் மத்தியில் படப்பிடிப்பு தடைபடாமலிருக்க ஒரு சிறப்பு யுக்தியைக் கையாண்டார்.

நடிப்பவர்கள் பேசவேண்டிய வசனத்தை, அவர்கள் பார்க்கும் வண்ணம் அவரவர் மொழியில் காமிராவின் பின்னால் ஒரு பெரிய கரும்பலகையில் எழுதி வைக்கப்பட்டது.

இதுபோல, திரைப்படத் தொழில் மேம்பட தன்னாலான பல முயற்சிகளைத் தன் வாழ்நாள் முழுவதும் செய்து கொண்டே யிருந்தார்.

அது மட்டுமா?

அன்று ஒளிப்பதிவாளர்களுக்கு மிகப்பெரிய சவாலாக இருந்த விஷயம், ஒரு காட்சியைப் படமாக்கும்போது அவர்கள் பயன்படுத்தும் லைட்டுகள் மற்றும் ஒளிப்பதிவுக் கருவிகள் படத்தில் நடிக்கும் நடிக / நடிகைகளின் கண் கண்ணாடியில் பிரதிபலித்தன. அன்றைய காலகட்டத்தில் ஒளிப்பதிவு செய்ய நாலா பக்கங்களிலிருந்தும் ஒளியைப் பாய்ச்சிப் படம் பிடிக்க வேண்டியிருந்தது. அதனால் காமிரா ஆங்கிள்களை எப்படி மாற்றி அமைத்தாலும் அவர்களது கண்ணாடியில் பிரதிபலிப்பு இருந்தது.

இந்தப் பிரச்னையைப் போக்க தனது தொழில்நுட்ப அறிவால் ஒரு எளிமையான தீர்வைக் கண்டார் என் தந்தை. அதாவது,

மாடர்ன் தியேட்டர்ஸ் திரு.டி.ஆர்.சுந்தரம், குமாரி ராதா, திரு.Shirokido, குமாரி கமலா, திரு.ஏவி.எம்.

நந்தகுமார் (1938)

நடிகர்கள் கண் கண்ணாடி உபயோகிக்க வேண்டிய காட்சிகளில் அவர்களை கண்ணாடி இல்லாத வெறும் ஃப்ரேம் மட்டுமே அணியச் செய்வார். இவ்வளவு எளிதான இந்த யோசனை அன்று ஒளிப்பதிவாளர்களுக்கு மிகுந்த பலனை அளித்தது.

தென்னிந்திய மொழிகளில் அப்போ தெல்லாம் வண்ணப்படம் எடுப்பது என்பது குதிரைக் கொம்பாக இருந்தது. அந்த நிலையை மாற்றியவர் அப்பா.

இரண்டாம் உலகப் போருக்குப் பின்னால் ஜெர்மனி என்ற மிகப்பெரிய நாடு இரண்டாகப் பிரிக்கப்பட்டது. அதில் மேற்கு ஜெர்மனி ஜனநாயகத்தைப் பின்பற்றும் அரசியலமைப்பைக் கொண்டிருந்தது. கிழக்கு ஜெர்மனி கம்யூனிசக் கொள்கையின் அடிப்படையில் ஆட்சியமைத்தது. இந்த கிழக்கு ஜெர்மனி "ஆர் வோ" என்னும் கலர் ஃபிலிம் தயாரித்தது.

"ஒரிஜினல் வுல்ஃபென்", (ORIGINAL WOOLFEN) என்பதன் சுருக்கமே... "ORWO" ஆர்.வோ.' எனப்படும். இதை உற்பத்தி செய்வது கம்யூனிச நாடென்பதால் அதிக அளவில் படம் எடுக்கும் ஜன நாயக நாடுகள் அதனுடன் வியாபாரம் செய்ய முன் வரவில்லை.

ஈஸ்ட்மென் கலர் ஃபிலிம் வாங்க வேண்டுமென்றால், அதற்குப் பல கடுமையாக விதிமுறைகள் இருந்தன. அமெரிக்க 'டாலர்' கொடுத்துத்தான் அதை வாங்க முடியும். அந்திய செலாவணி செய்ய முடிந்தவர்கள்தான் அமெரிக்க டாலர் கொடுத்து வாங்க முடியும்.

தென்னிந்திய திரைப்பட நிறுவனங்கள் பலவும் கலரில் படம் எடுக்கும் ஆவலில் இருந்தும், அவற்றால் எடுக்க முடியாத நிலை இருந்தது.

இந்தக் காரணங் களையெல்லாம் சர்வே செய்த 'ஆர்.வோ ஃபிலிம் கம்பெனி' தென்னிந்தியாவில் புகழ்பெற்று விளங்கிய ஏ.வி.எம் நிறுவனத்தின் அதிபரான எங்கள் அப்பாவுடன் தொடர்பு கொண்டு பேசினர்.

"உங்கள் கம்பெனிக்கு ஃபிலிம் பெறும்போது டாலர் கொடுத்து வாங்க வேண்டியதில்லை. உங்கள் நாட்டு ரூபாய் கொடுத்தே பெற்றுக் கொள்ளலாம். மேலும் சில சலுகைகளையும் அளிக்கிறோம். தமிழ்நாடு, ஆந்திரா, கேரளா, கர்நாடகம், வங்காளம் ஆகிய பகுதிகளின் ஏஜெண்டாகவும் நீங்கள் இருந்து எங்கள் நிறுவனத்துடன் வியாபாரம் செய்யுங்கள். "ஆர்.வோ." ஃபிலிம் வியாபாரத்திற்கு உதவுங்கள்" என்று கேட்டுக் கொள்ள, அதற்கு அப்பா சம்மதித்தார்.

அதனால் கிழக்கிந்தியப் பகுதியின் மார்க்கெட் உரிமையை கிழக்கு ஜெர்மனியின் ஃபிலிம் கம்பெனி அப்பாவிடம் தந்தது. இந்திய அரசின் அனுமதியையும் பெற்றுத் தந்தது. "ஆர்.வோ". ஃபிலிம் விற்பனை ஏஜெண்டாக அப்பா பொறுப்பேற்றதும் தென்னிந்தியாவில் கலர் படங்கள் எடுக்க படத்தயாரிப்பு நிறுவனங்கள் அதிக அளவில் முன் வந்தன.

உலகப் புகழ் பெற்ற மலையாளத் திரைப்படமான 'செம்மீன்' முதல் முதலாக ஆர்.வோ. ஃபிலிமில் தான் எடுக்கப்பட்டது. தமிழில் பாரதிராஜா முதல் முதலாக டைரக்‌ஷன் செய்த "16 வயதினிலே" படமும் ஆர்.வோ. கலரில் தான் எடுக்கப்பட்டது.

தொடர்ந்து நிவாஸ், பாலு மகேந்திரா, மகேந்திரன், ஜாக்பாட் சீனிவாசன் என்று ஒளிப்பதிவாளர்கள், இயக்குனர்கள், தயாரிப்பாளர்கள் ஆர்.வோ. கலரிலேயே படம் எடுக்க ஆரம்பித்தார்கள். பல வெற்றிப் படங்கள் "ஆர்.வோ." கலரிலேயே எடுக்கப் பட்டதால், கருப்பு வெள்ளையிலேயே படம் எடுத்து வந்த தென்னிந்திய திரை உலகம் 1965 -லிருந்து 1980 ஆம் ஆண்டுக் குள் முழுக்க முழுக்க கலர்ப்படங்களுக்கு மாறியது. இப்படி ஒரு வண்ணமயமான மாற்றத்திற்குக் காரணமாக இருந்தார் அப்பா.

அவர் திரை உலகில் தொடர்ந்து நிகழ்த்திக் காட்டிய எண்ணற்ற சாதனைகளைப் பற்றியெல்லாம் சொல்ல வேண்டுமென்றால் இந்த ஒரு புத்தகம் போதாது. வாழ்நாள் சாதனையாளராகத் திகழ்ந்த எங்கள் அப்பா தேசப்பற்றும், தெய்வபக்தியும் கொண்டவர். காந்தீயக் கொள்கைகளில் மிகுந்த நம்பிக்கை வைத்தவர்.

கைராட்டையில் நூற்கப்பட்ட நூலில் நெய்த கதராடையைத்தான் கடைசி வரை உடுத்தி எளிமையாக வாழ்ந்தார்.

அவர் ஒரு காந்தியவாதி. ஆகையால் சைவ உணவுதான் உட்கொண்டார். எங்களையும் சைவ உணவிற்கே பழக்கினார். இன்றுவரை சகோதரர்கள் நாங்கள் சைவ உணவினராகத்தான் இருந்து வருகின்றோம்.

> "எந்தையும் தாயும் மகிழ்ந்து குலாவி
> இருந்ததும் இந்நாடே: அவர்
> சிந்தையில் ஆயிரம் எண்ணங்கள் தோன்றி
> சிறந்ததும் இந்நாடே!"

என்று மகாகவி பாரதி பெருமைப்பட்டுக் கொள்வது போல் எங்களின் இதய தெய்வமாக இருந்துவரும் அப்பாவையும் எங்களை இத்திரைத்துறையில் ஈடுபட வைக்க அப்பாவிடம் பரிந்துரை செய்த எங்கள் தாயார் திருமதி. ராஜேஸ்வரி மெய்யப்பன் அவர்களையும் எண்ணி எண்ணி பெருமகிழ்ச்சி கொள்கிறோம்; பெருமை அடைகிறோம்.

அந்த நாள்

(1954)

முதல் முறையாக சென்னையில் உலகத் திரைப்படவிழா 1952 ஆம் ஆண்டு நடைபெற்றது. எல்லா திரைப்பட அரங்குகளிலும் அன்றைய நாளில் தினமும் நான்கு காட்சிகள் என பல நாட்டிலிருந்தும் பல மொழிப் படங்கள் திரையிடப்பட்டன.

சென்னையில் முதல் முறையாக உலகத் திரைப்பட விழா நடைபெற்றதால் திரை உலகத்தினர் எல்லா தியேட்டர்களிலும் அலை மோதினர்.

அந்த விழாவில் மிகவும் பேசப்பட்ட படங்கள் "Bicycle Thieves" (இது இத்தாலி மொழி படம்). "Rashomon" மற்றும் "Youkiwarisoo. (இவை இரண்டும் ஜப்பானியப் படங்கள்)."Rashomon" படத்தை டைரக்ட் செய்தவர் உலக அளவில் பேசப்பட்ட 'அகிரா குரஸோவா' அவர்கள். இந்தப் படத்தை இந்தியத் திரை உலகமே வியந்து பாராட்டியது.

'ரஷோமான்' தயாரிப்பாளர் Shirokido ஏவிஎம் ஸ்டுடியோ வந்தபோது அவருடன் திரு.எம்.குமரன்...

"Rashomon" படத்தை என் தந்தை முன்பே ஜப்பானில் பார்த்திருக்கிறார். டைரக்டர் எஸ். பாலசந்தர் என் தந்தையைப் பார்க்க ஒரு நாள் வந்திருந்தார். அவர் ஒரு நடிகர், பாடகர், டைரக்டர் மட்டுமல்ல, சிறந்த கதாசிரியரும் ஆவார்.

அவர் டைரக்ட் செய்த 'பொம்மை', 'கைதி', போன்ற வெற்றிப் படங்களை எல்லோரும் அந்த நாளில் பாராட்டியிருக்கிறார்கள். அவர் என் தந்தையிடம் "நான் ஒரு கதையை 'Rashomon' பாணியிலேயே எழுதியிருக்கிறேன். நீங்கள் விரும்பினால் அதை உங்கள் ஏ.வி.எம். பேனரில் எடுக்கலாம்" என்றார். என் தந்தையும் கதையைக் கேட்டு அது பிடித்துப் போகவே சம்மதம் தெரிவித்தார்.

படப்பிடிப்புக்காக நாள் குறிக்கப்பட்டது. ஒரு சில நாட்களில் சில ஆயிரம் அடிகள் வரை எஸ். பாலசந்தர் எடுத்திருந்தார். என் தந்தை எப்பொழுதுமே காட்சிகளை எடுத்தவரை போட்டுப் பார்த்து அதில் ஏதாவது குறையிருந்தால், அதை சரிசெய்வதை வழக்கமாக கொண்டிருந்தார்.

அந்தக் காலத்தில் எல்லா பிரபல தயாரிப்பு நிறுவனங்களும் அவ்வாறு செய்து அவர்கள் செய்யும் தொழிலை வணங்குவது வழக்கம். திரு. வாசன் (ஜெமினி ஸ்டுடியோ) திரு. சுந்தரம் (மாடர்ன் தியேட்டர்ஸ்) போன்றவர்களின் நிறுவனங்கள் புகழ் பெற்றதற்கான காரணமும் அதுவே.

எஸ். பாலசந்தர் தான் எடுத்தவரை போட்டுக் காட்டினார். காட்சிகளைப் பார்த்து அப்பா மகிழ்ச்சி அடைவார் என்று நினைத்திருந்த டைரக்டர் எஸ். பாலசந்தரின் எண்ணத்திற்கு மாறாக "நீங்கள் எடுத்த காட்சிகள் முழுவதையும் மீண்டும் படம் பிடிக்க வேண்டும். ஏனென்றால், நீங்கள் என்னிடம்

அந்த நாள் (1954)

கூறிய கதையில் இருந்த விறுவிறுப்பு இப்போது பார்த்த காட்சிகளில் இல்லை.

மேலும், நீங்கள் மிகவும் நம்பிய நடிகர் கல்கத்தா விஸ்வநாதனின் நடிப்பும் அவ்வளவு சிறப்பாக அமையவில்லை" என்று கூறினார். அதற்கு எஸ். பாலசந்தர் "அவர் ஒரு சிறந்த வங்காள நடிகர். மேடையிலும், திரையிலும் அவருக்கு நல்ல வரவேற்பு உண்டு" என்று வாதிட்டார்.

என் தந்தை யோசித்துச் சொல்வதாகக் கூறி விட்டார். இரண்டு நாட்கள் கழித்து அவரிடம், "சிவாஜி கணேசனை நாயகனாகப்போட்டு எடுங்கள். அவ்வாறு செய்தால், படம் நீங்கள் சொன்ன கதைபோல நன்றாக அமையும்" என்று முடிவாக கூறிவிட்டார். மேலும், ஜாவர் சீதாராமனை வைத்து கதையில் சிறிய மாற்றத்தையும் செய்யச் சொன்னார்.

அவ்வாறே செய்யச் சம்மதித்த எஸ். பாலசந்தர், வேண்டிய மாற்றங்களை உடனே செய்து படமாக்கினார். முதலில் அந்தப் படத்துக்கு "ஒரு நாள்" என்று பெயர் சூட்டப்பட்டிருந்தது.

பிறகு ஜாவர் சீதாராமன் திரைக்கதை எழுத, சிவாஜிகணேசன் நடித்தபோது 'அந்த நாள்' என்று பெயர் சூட்டப்பட்டது.

அன்றைய சினிமாவில் பாடல்கள் இல்லாமல் ஒரு திரைப்படம் எடுப்பது மிகவும் அரிது. பாடல்களே இல்லாமல் உருவான "அந்த நாள்" ஒளி அமைப்பிலும் காமிரா நகர்வுகளிலும் புதிய பாதையை வகுத்தது.

இந்தப் படம் வசூலில் பெரிய வெற்றிப்படமாக அமையா விட்டாலும் பத்திரிகைகள் பெரிதும் பாராட்டின. என் தந்தை எதையும் சரியாகச் செய்ய வேண்டும் என்று நினைப்பவர். செலவு செய்து எடுத்து விட்டோமே என்று தமக்குப் பிடிக்காததைச் செய்யமாட்டார். He is a perfectionist!

'அந்த நாள்' பட டைரக்டர் வீணை எஸ்.பசலசந்தருடன் திரு.ஏ.வி.எம்.

பெண்
(1954)
(மூன்று மொழிப்படம்)

தமிழ், தெலுங்கு, இந்தி ஆகிய மூன்று மொழிகளிலும் 'வாழ்க்கை' திரைப்படத்தை எடுத்து வெற்றி கண்ட என் தந்தையார், 'பெண்' திரைப்படத்தையும் மூன்று மொழிகளிலும் ஒரே சமயத்தில் எடுக்கத் தீர்மானித்தார்.

மூன்று மொழிகளிலும் பிரபலமாக இருந்த நடிகைகளான வைஜெயந்தி மாலாவும், அஞ்சலிதேவியும் இந்தப் படத்தில் நடிக்க ஒப்பந்தமானார்கள்.

அதுவரை ஒரே கதையை மூன்று மொழிகளிலும் திரைப்படம் எடுக்கும்போது, முதலில் தமிழ், பிறகு தெலுங்கு அதன் பிறகு இந்தி என்று தனித் தனியாகத்தான் எடுத்து வந்தார் என் தந்தை.

இப்படி எடுக்கும்போது நாட்கள், கால்ஷீட்டுகள் மற்றும் செலவும் அதிகமானது. இதனைத் தவிர்க்க என்ன செய்யலாம் என்று யோசித்தார். இதனால் 'பெண்' திரைப்படத்தை தமிழ், தெலுங்கு, இந்தி மொழிகளில் ஒரே சமயத்தில் எடுக்க முடிவு செய்தார்.

தெலுங்கில் இதன் பெயர் "சங்கம்"; இந்தியில்..."லடுக்கி"!

இந்திமொழி நன்கு தெரிந்தவரும், அப்போது தமிழில் பிரபலமானவருமான எம்.வி. ராமன் தான் டைரக்டர்.

வைஜெயந்திமாலா, அஞ்சலிதேவி இருவரும் கதாநாயகிகள். மற்ற முக்கியக் கதாபாத்திரங்களுக்கு அந்தந்த மொழிகளில்

'பெண்' படத்தில் இருவேறு தோற்றங்களில் வைஜயந்திமாலா

பிரபலமாகியிருந்தவர்களும், சாதாரணக் கதாபாத்திரங்களுக்கு பொதுவான நடிகர்கள் என்று ஒப்பந்தமானார்கள்.

மிகவும் குறுகிய கால்ஷீட்டில் இந்தப் படத்தை விரைந்து முடித்துவிடலாம் என்ற நம்பிக்கையோடு படப்பிடிப்பைத் தொடங்கினார்கள். தமிழில் ஒரு காட்சி படமாக்கப் படுகிறதென்றால் ஜெமினிகணேசன், வைஜெயந்திமாலா, அஞ்சலிதேவி இவர்கள் கூட்டணியில் எடுக்கப்படுகிற ஷாட் ஓ.கே. ஆனதும், அதே ஷாட்டில் தெலுங்கில் கதாநாயகனும் வைஜெயந்திமாலாவும், அஞ்சலிதேவியும் நடிப்பார்கள். அந்த ஷாட் ஓ.கே. ஆனதும் அதே ஷாட்டில் இந்தியில் கதாநாயகன் மட்டும் மாற்றமாகி வைஜெயந்திமாலா, அஞ்சலிதேவி நடிப்பார்கள். இப்படியாக படப்பிடிப்பு நடந்து கொண்டிருந்தது.

ஆரம்பத்தில் இந்தப் படப்பிடிப்பு முறை பார்ப்பதற்கு ஆர்வமாகவும் வித்தியாசமாகவும் இருந்தது. செலவும் மிச்சமாவதைப் போலவே தோன்றியது. இது நல்ல யோசனையாக இருக்கிறதே என்று எல்லோரும் பாராட்டி மகிழ்ந்தனர். ஆனால் இந்த முறையில் திரைப்படம் எடுப்பதனால் உண்டாகும் சிரமங்கள் போகப்போகத்தான் தெரிய ஆரம்பித்தன.

ஒரு காட்சியைப் படம் பிடிக்கும் போது அந்தக் காட்சியில் சம்பந்தப் பட்ட மூன்று மொழி நடிக/நடிகைகளும் ஒரே

நேரத்தில் "செட்டில்" இருக்க வேண்டும். தமிழ், தெலுங்கு நடிக ,நடிகையர் ஆஜராகி இருக்கும்போது ஹிந்தி நடிக/நடிகைகளுக்கு தவிர்க்க முடியாத காரணங்களால் குறித்த நேரத்தில் வர முடியாமல் போனால் அந்தக் காட்சியை படமாக்க வந்து காத்திருக்கும் தமிழ், தெலுங்கு நடிகர்களின் கால்ஷீட் பயன்படாமலும் அந்தக் காட்சியை எடுக்க முடியாமலும் போய்விடும். அன்றைய படப்பிடிப்புக்கென்று ஏற்பாடு செய்யப்பட்ட அனைத்து வேலைகளும் வீணாகி செலவுகள் மட்டும் அதிகமாகிக் கொண்டே போகும். இப்படியாக 'பெண்' படப்பிடிப்பில் பிரச்சனைகள் தோன்ற ஆரம்பித்தன.

'பெண்' (1954) ஜெமினிகணேசன், அஞ்சலி தேவி

இதனால் டைரக்டர், நடிகர், நடிகைகளிடம் வாங்கியிருந்த கால்ஷீட் அதிகமாக தேவைப்பட்டது. வைஜெயந்திமாலா, அஞ்சலிதேவி தவிர மற்ற நடிகர்கள் இந்தப் படத்தை முடித்துக் கொடுத்துவிட்டு அடுத்த படம் நடிக்கப் போகலாம் என்று நினைத்து எல்லோரும் எங்களை நெருக்க ஆரம்பித்தார்கள்.

டைரக்டர் எம்.வி.ராமனும் "என்னுடைய டேட்ஸ் முடிந்து விட்டது. ஒப்பந்த நாட்களுக்குமேல் படப்பிடிப்பு நடத்த வேண்டுமானால், எனக்கு அதிகப்படியான சம்பளம் கொடுக்க வேண்டும்" என்று கேட்க ஆரம்பித்துவிட்டார்.

வேறு வழி இல்லாமல், படத்தை முடித்தாக வேண்டுமே என்பதனால் டைரக்டர், நடிக, நடிகையர் மூலமாக வந்த பிரச்னைகள் அத்தனையையும் எதிர்கொண்டு படத்தை முடித்து வெளியிட்டார் என் தந்தை.

ஆனால் படம் எதிர்பார்த்த வெற்றியைப் பெறவில்லை. மூன்று மொழிகளிலும் ஒரே நேரத்தில் படப்பிடிப்பை நடத்தியதுதான் காரணம். ஒரே நேரத்தில் படம் எடுத்ததால்

'பெண்' பட ஷூட்டிங்கைப் பார்க்க வந்த ஹாலிவுட் டைரக்டருடன் திரு.ஏவி.எம்., எம்.குமரன்.

தமிழில் என்ன குறை இருந்ததோ அதே குறை தெலுங்குப் படத்திலும், அது அப்படியே இந்தித் திரைப்படத்திலும் இருந்தது.

அதோடு, ஒரு மொழியில் மட்டும் படம் எடுக்கும்போது எத்தனை நாள் கால்ஷீட் தேவைப்படுமோ அதைவிட அதிகமான கால்ஷீட் மூன்று மொழிகளிலும் ஒரே நேரத்தில் படம் பிடித்ததனால் தேவைப்பட்டது. அதனால் ஒவ்வொரு மொழிப் படத்தையும் முடிப்பதற்கு என்ன பட்ஜெட் ஆக வேண்டுமோ, அப்படி ஆகாமல், அந்தந்த மொழி படத்தின் பட்ஜெட்டும் அளவுக்கு மீறிப் போனது.

கால்ஷீட் பிரச்சனைகளாலும் படம் வெற்றி பெறாததினாலும் ஏற்பட்ட மனத்தாங்கலை என் தந்தையால் தாங்கிக் கொள்ள முடியவில்லை.

'வாழ்க்கை' படம் மூன்று மொழிகளிலும் பெரிய வெற்றி பெற்றது. 'பெண்' திரைப்படம் மூன்று மொழிகளிலும் தோல்வி கண்டது. இப்படி ஒரு வெற்றியும், ஒரு தோல்வியும் கண்ட என் தகப்பனார் மனம் தளராமல் அடுத்த முயற்சியில் தன்னை ஈடுபடுத்திக் கொண்டார்.

'வாழ்க்கை'

பேடர கண்ணப்பா

(1954)

(கன்னடம்)

கர்நாடகாவில் குப்பி வீரண்ணா என்பவர் தன் பெயரில் ஒரு நாடகக் கம்பெனி ஆரம்பித்து 'பேடர கண்ணப்பா' என்ற நாடகத்தை நடத்தி வந்தார். இந்த நாடகம் 100 நாட்களுக்கு மேல் கர்நாடகாவில் வெற்றிகரமாக நடைபெற்று வந்தது. குப்பி வீரண்ணா அந்த நாளில் மைசூர் மஹாராஜாவின் சபையில் ஆஸ்தான நடிகராகவும் இருந்து வந்தார்.

ஒரு சமயம் நாங்கள் அப்பாவுடன் பெங்களூர் சென்றிருந்தோம். அங்கு திரைப்பட விநியோகஸ்தராக இருந்த அப்பாவின் நண்பர் பசவராஜ் என்பவரைச் சந்தித்து, அவரிடம் மைசூர் அரண்மனையைப் பார்க்க வேண்டும் என்ற எங்களது விருப்பத்தை சொன்னோம். அவர் மைசூரில் இருந்த குப்பி வீரண்ணாவைப் பற்றிச் சொல்லி, "அவர் மூலமாக அரண்மனையைப் பார்க்க ஏற்பாடு செய்கிறேன்" என்று எங்களை மைசூருக்கு அனுப்பி வைத்தார்.

மைசூர் சென்ற எங்களை குப்பி வீரண்ணா அன்போடு வரவேற்று, "இன்று அரண்மனையில் மஹாராஜாவின் தர்பார் நடக்கிறது. நீங்கள் வந்த நேரம் நல்ல நேரம்தான்" என்று அழைத்துச் சென்று பார்வையாளர் பகுதியில் எங்களை அமர வைத்தார்.

அந்த தர்பாரில் ராஜ உடையில் மைசூர் மஹாராஜாவும் அரண்மனைப் பணியில் இருப்பவர்கள் ராஜா காலத்து

கன்னடப்பட சூப்பர் ஸ்டார் திரு.ராஜ்குமாருடன் எம்.குமரன்.

சிப்பாய்கள் உடையிலும் இருந்ததைக் கண்ட எங்களுக்கு மகிழ்ச்சியாகவும் புது அனுபவமாகவும் இருந்தது. அன்றைய தர்பார் நிகழ்ச்சி முடிந்ததும் "இன்று மாலை உங்களுக்கு நேரமிருந்தால் நான் நடத்திக் கொண்டிருக்கும் "பேடர கண்ணப்பா" நாடகத்தைப் பார்க்கிறீர்களா?" என்று கேட்டார் குப்பி வீரண்ணா. தந்தையாரும் "பார்க்கலாம்" என்று சொல்ல, அதன்படி நாங்கள் சென்று நாடகத்தைப் பார்த்தோம்.

நாடகத்தின் கதையும் வேடன் கண்ணப்பனாக நடித்தவரின் நடிப்பும் அப்பாவுக்கு மிகவும் பிடித்திருந்தது. இதனை குப்பி வீரண்ணாவிடம் தெரிவித்து மிகவும் பாராட்டினார். அப்போது குப்பி வீரண்ணா "இந்த நாடகத்தை திரைப்படமாக எடுக்கலாம் என்று ஆசை. தாங்கள் தான் உதவி செய்ய வேண்டும்" என்றார்.

"நீங்கள் சென்னைக்கு வாருங்கள். எல்லா உதவிகளையும் செய்கிறேன்" என்று அப்பா உறுதி அளித்தார்.

"கண்ணப்பனாக யாரை நடிக்க வைக்கலாம்?" என்று கேட்டார் குப்பி வீரண்ணா. "நாடகத்தில் நடித்தவரையே நடிக்க வைக்கலாம். அவர் நன்றாகத் தானே நடிக்கிறார்" என்று அப்பா சொல்ல, அவரும் சம்மதித்தார்.

பிறகு குப்பி வீரண்ணா, பசவராஜ் இருவரும் சேர்ந்து 'ஜி.கே. புரொடக்ஷன்ஸ்' என்ற தயாரிப்பு நிறுவனத்தை ஆரம்பித்தார்கள். அந்த நிறுவனமும், ஏ.வி.எம். நிறுவனமும் சேர்ந்து கூட்டுத் தயாரிப்பாக "பேடர கண்ணப்பா" படத்தை உருவாக்க ஆரம்பித்தது.

படப்பிடிப்பு சென்னையில் ஏ.வி.எம் ஸ்டுடியோவில் நடந்தது. ஆர்ட் டைரக்டர், கேமராமேன் உட்பட தொழில்நுட்பக் கலைஞர்களை சென்னையிலேயே ஏற்பாடு செய்தார் அப்பா. டைரக்ஷன் மட்டும் கர்நாடகாவைச் சேர்ந்த ஹெச்.எல்.என். சிம்ஹா செய்தார்.

படப்பிடிப்பு நல்ல முறையில் நடந்து முடிந்து கர்நாடக மாநிலம் முழுவதும் படம் ரிலீஸாகி மாபெரும் வெற்றி பெற்றது. எல்லா இடங்களிலும் 100 நாட்களுக்கு மேல் படம் ஓடியது.

கண்ணப்பாவாக நடித்தவர் மக்களிடையே மிகப்பெரிய அளவில் பிரபலமானார். இப்படி ஒரு மகோன்னத வெற்றி பெற்ற இந்த "பேடர கண்ணப்பா" படத்தின் மூலமாக புகழடைந்தவர் யார் தெரியுமா?

அவர்தான், கர்நாடகாவில் சூப்பர் ஸ்டாராக வலம்வந்த நடிகர் ராஜ்குமார் அவர்கள்! நடிகர் ராஜ்குமாரைத் திரை உலகுக்கு அறிமுகப்படுத்தியவர் எங்களின் தந்தையார் என்பதில் எங்களுக்கு பெருமையே.

பிற்காலத்தில், தமிழ்நாடு, கர்நாடகா, கேரளா, ஆந்திரா ஆகிய நான்கு மாநில காவல்துறைக்கும் சவாலாக இருந்த சந்தனக் கடத்தல் வீரப்பன் அவரைக் கடத்திச் சென்ற சம்பவம் நாடறிந்தது.

பிறகு, இந்தக் கதையை தெலுங்கில் "காளஹஸ்தி மஹாத்மியம்" என்ற பெயரில் எடுத்தோம். கன்னட சூப்பர் ஸ்டார் ராஜ்குமார் தான் இதிலும் நடித்தார். அதே ஹெச்.எல்.என். சிம்ஹாவே டைரக்ஷன் செய்தார். தெலுங்கிலும் ஆந்திரா முழுவதும் படம் ரிலீஸாகி அதேபோல மாபெரும் வெற்றியைப் பெற்றது. நடிகர் ராஜ்குமாருக்கு தெலுங்கிலும் இதுவே முதல்படம் என்பது குறிப்பிடத்தக்கது. இப்படி கன்னடம், தெலுங்கு இரண்டு மொழிகளிலும் மாபெரும் வெற்றி கண்ட இப்படத்தை 'வேடன் கண்ணப்பா' என்ற பெயரில் தமிழில் டப்பிங் செய்து வெளியிட்டோம். தமிழிலும் வெற்றி பெற்றது.

அதன்பிறகு இதே கதையை 'சிவ பக்தா' என்ற பெயரில் இந்தியில் திரைப்படமாக்கினோம். 'ஷாகூ மோடக்' என்ற நடிகர் நடித்தார். ஆனால் இந்தியில் இப்படம் தோல்வி கண்டது.

அதற்குக் காரணம், கதை பக்தி விஷயமாக இருந்தாலும் இது நடந்ததாக சொல்லப்படுவது தென்னிந்தியாவில். இந்தக் கதை வட இந்திய மக்களுக்குத் தெரியாதது. அதோடு கல்வி அறிவில்லாமல் காட்டில் வாழும் ஒரு வேடன், சிவபெருமான் மீது பக்தி கொண்டு பூஜை செய்து வருகிறான். அவனது பக்தியைச் சோதிக்க விரும்பிய சிவன், அவன் பூஜை செய்து வரும் லிங்கத் திருமேனியில் உள்ள கண்களில் ஒன்றில் இரத்தம் வடியச் செய்கிறார்.

அதைக் கண்டு பதறிப்போன வேடன் எத்தனையோ மூலிகைகளைப் பறித்து வந்து சாறு பிழிகிறான். இருந்தும் இரத்தம் வடிவது நிற்கவில்லை. அதனால் தன்னுடைய ஒரு கண்ணை அம்பினால் குத்திப் பெயர்த்து அந்தத் திருமேனியின் கண்ணில் வைக்கிறான். இரத்தம் வடிவது நின்று விடுகிறது.

பக்தன் மகிழ்ச்சி அடைகிறான். சிறிது நேரத்தில் திருமேனியின் அடுத்த கண்ணிலும் இரத்தம் கொட்ட ஆரம்பிக்கிறது. அதனால் வேடன் தன் மறுகண்ணையும் பறிக்கத் தயாராகிறான். கண்ணைப் பறித்தபின் தனக்கு பார்வை இருக்காது என்பதால் சிவனுடைய கண்ணில் தன் கண்ணை சரியாகப் பொருத்துவதற்காக தனது காலைத் தூக்கி சிவனின் திருமேனியில் கண்ணுக்கருகில் வைக்கிறான். இந்த முரட்டுத்தனமான பக்தியை வட இந்திய மக்கள் ஏற்றுக் கொள்ளவில்லை. "சிவனது திருமேனியைக் காலால் மிதிப்பதா?" என்று வெறுத்து ஒதுக்கி விட்டார்கள்.

எந்த முரட்டுப் பக்தி தென்னகத்தில் கொண்டாடப்பட்டு ஏற்றுக் கொள்ளப்பட்டதோ, அதுவே மூட பக்தி என்று வட இந்தியாவில் புறக்கணிக்கப்பட்டது. இந்தக் கலாச்சார பின்னணியில் சிவ பக்தன் கண்ணப்பா இந்தியில் தோல்வி கண்டான்.

செல்லப்பிள்ளை
(1955)

வாழ்க்கை, நாம் இருவர் போன்ற வெற்றிப்படங்களுக்கு கதை வசனம் எழுதிய ப. நீலகண்டன் திரைக்கதை வசனம் எழுதி முதல் முறையாக டைரக்‌ஷன் பொறுப்பையும் ஏற்ற படம் "செல்லப்பிள்ளை".

கே.ஆர். ராமசாமி, டி.எஸ். பாலையா, சாவித்திரி போன்ற பெரிய நடிகர்கள் நடித்த இந்தப்படத்தின் இசையமைப்பாளர் ஆர். சுதர்சனம். படப்பிடிப்பு நன்றாகவே நடைபெற்று ஓரளவு முடிவு பெறும் சமயம் நீலகண்டனுக்கு ஒரு அதிர்ச்சி ஏற்பட்டது. என் தந்தை ஏ.வி.எம். அவர்கள் படத்தை போட்டுப் பார்த்தார்.

எடுத்தவரை படம் சுமார் 2 மணி நேரம் ஓடியது. படம் முடிந்தவுடன் நேராக தன்னுடைய அறைக்குப் போய் தயாரிப்பு நிர்வாகி ரங்கசாமியிடம், "நீலகண்டனை வரச் சொல்" என்று ஃபோனில் கூறினார்.

சிறிது நேரத்தில் நீலகண்டன் அறைக்கு வந்தார். "ஐயா! நீங்கள் என்னிடம் என்ன கதையைச் சொன்னீர்கள்? இப்பொழுது நீங்கள் என்ன எடுத்து இருக்கிறீர்கள்? இது வரை எடுத்ததற்கான செலவைப் பாருங்கள்" என்று கணக்கைக் காட்டினார்.

மேலும், "இதில் ஒன்றுகூட தேறாது. இதை நான் உங்களிடம் துளிகூட எதிர்பார்க்கவில்லை. உங்களைப் போல ஒரு அனுபவமிக்கவர் இப்படித் தான் சொன்ன கதையை மாற்றி

செல்லப்பிள்ளை (1955) சாவித்திரி - கே.ஆர்.ராமசாமி

எடுப்பார் என்று நான் நினைக்கவே இல்லை" என்று தன்னுடைய அதிருப்தியை வெளியிட்டு மனம்திறந்து பேசினார் அப்பா.

இவ்வளவையும் கேட்டுக் கொண்டிருந்த ப. நீலகண்டன் பதிலேதும் சொல்லாமல் தன் அறைக்குச் சென்று விட்டார்.

மறுநாள் அந்தப் படத்திலிருந்து விலகிக் கொண்டார். அவருக்குப் பதிலாக எம்.வி. ராமன் டைரக்ஷன் பொறுப்பை ஏற்றுக் கொண்டார். திரைக்கதையை மாற்றி அமைக்கும் பணியை ஜாவர் சீதாராமன் ஏற்றுக் கொண்டார். மீண்டும் படப்பிடிப்பு தொடங்கப்பட்டது. நடிகர்கள் எல்லாம் ஏற்கனவே நடித்தவர்கள்தான். மாறுதல் இல்லை. கடைசிக் காட்சி அதுவரை இந்திய சினிமாவில் வராத அளவில் படமாக்கப்பட்டது.

கே.ஆர். ராமசாமி ஒரு முதலையுடன் சண்டை போடுவது போல உச்சகட்ட காட்சி அமைக்கப்பட்டது. இந்தக் காட்சியைப் படமாக்க ஒரு பெரிய நீச்சல் தொட்டி அமைக்கப்பட்டு அதில் ஒரு முதலை கொண்டு வந்து விடப்பட்டது. தினமும் அதற்கு உணவாக மாமிசம் போட்டு வளர்க்கப்பட்டது. அதற்கு பயிற்சி அளிக்க தனியாக ஒருவர் நியமிக்கப்பட்டார். அவருடைய

பெயர் கரையான். அவர் சொன்ன மாதிரியே சிலவற்றை அந்த முதலை செய்யும். நடிகர் கே.ஆர். ராமசாமி தைரியமாக தொட்டியில் இறங்கி அதனுடன் சண்டைக் காட்சியில் நடித்தார். அதை கேமிராவில் படம் பிடிக்கத் தொட்டியைச் சுற்றி நான்கு பக்கமும் கண்ணாடிகள் அமைத்து மூன்று கேமிராக்களில்

சாவித்திரி - கே.ஆர்.ராமசாமி

படமாக்கப்பட்டது. கதாநாயகனுக்கு ஆபத்து ஏற்படாத வண்ணம் பாதுகாப்புக்கு ஆட்கள் தயாராக இருக்குமாறும் ஏற்பாடு செய்யப்பட்டது. உச்சகட்டக் காட்சி பிரமாண்டமாக அமைந்தது.

இவ்வளவு சிரமப்பட்டு கதையை மாற்றி டைரக்டரை மாற்றி இரண்டுமுறை படம் எடுக்கப்பட்டது. படம் சுமாராகவே ஓடினாலும் ஏ.வி.எம். நிறுவனத்துக்கு கெட்ட பெயர் ஏற்படவில்லை. முதலில் எடுக்கப்பட்ட படம் அப்படியே திரைக்கு வந்திருந்தால் கெட்ட பெயரே வந்திருக்கும்.

ஹம் பஞ்ச் ஏக் தால்கே (1957)
(ஹிந்தி)

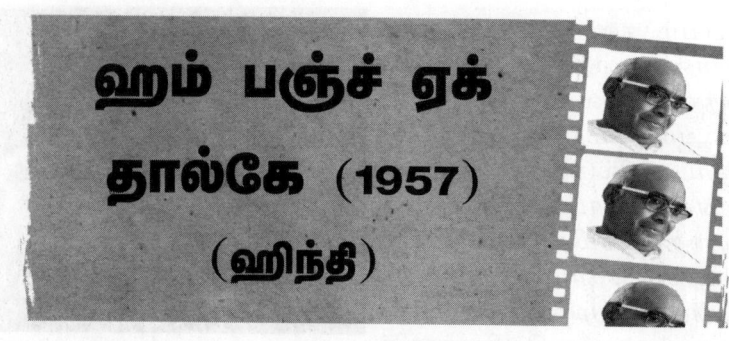

"*நா*ம் எல்லோரும் ஒரு மரத்துப் பறவைகள்" என்பது இதன் பொருள்.

1957 ஆம் ஆண்டு பாரதப் பிரதமர் ஜவஹர்லால் நேரு அவர்கள், குழந்தைகளுக்கான படம் ஒன்றை முழுக்க முழுக்க குழந்தைகளையே வைத்து யார் சிறப்பாகப் படம் எடுக்கிறார்களோ அந்தப் படத்தை அகில இந்திய அளவில் தேர்வு செய்து 'தங்கப் பதக்கம்' வழங்கப்படும் என்று அறிவித்திருந்தார். பிரதமர் நேரு அவர்களின் மேல் மிகுந்த மதிப்பும் மரியாதையும் கொண்டிருந்த என் தந்தையார் 'ஒரு படம் எடுத்து அந்தப் பரிசை நாம் பெற வேண்டும். அதன் பெருமை நமது ஏ.வி.எம். நிறுவனத்துக்குக் கிடைக்க வேண்டும்' என்று ஆவல் கொண்டார்.

அந்தக் கால கட்டத்தில் இந்தியில் காதல் கதைப் படங்களை எடுத்து வெற்றி கண்ட பி.எல். சந்தோஷி என்கிற டைரக்டரின் அறிமுகம் என் தந்தையாருக்கு கிடைத்தது. அவரது படங்களில் பாடல்கள் சிறப்பாக இருக்கும். அந்தப் பாடல்களுக்காகவே அவரது படங்கள் ஓடும் என்று பெயரெடுத்திருந்தார் பி.எல். சந்தோஷி. அவரை சந்தித்த தந்தையார் "குழந்தைகளை வைத்தே சிறந்த படமொன்றை தயாரிக்க வேண்டும்" என்ற தன் விருப்பத்தை வெளியிட்டார்.

அவரும், "இது வரை அப்படி ஒரு படம் நான் டைரக்‌ஷன் செய்ததில்லை. இருந்தாலும் நீங்கள் விருப்பப்படுவதால் முயற்சி

செய்கிறேன்” என்று ஒப்புக்கொண்டார். “ஹம் பஞ்ச் ஏக் தால்கே” என்ற, கே.என். நாராயணன் எழுதிய கதையை இரண்டு மாதத்தில் தயார் செய்து கொண்டு வந்து என் தந்தையாரிடம் சொன்னார் டைரக்டர்.

அவருக்கு கதை பிடித்திருந்தாலும், டைரக்டரிடம், “இந்தக் கதையைப் படமாக எடுத்தால் அவார்டு கிடைக்குமா?” என்று கேட்டார்.

“அது என் கையில் இல்லை. முயற்சி செய்கிறோம். பார்க்கலாம்” என்றார் டைரக்டர்.

குழந்தை நட்சத்திரங்கள் பேபி டெய்சி இரானி, மாஸ்டர் ஜெகதீபுடன் வேறு சில குழந்தைகளும் படத்தில் நடிக்க தேர்வு செய்யப்பட்டார்கள். படப்பிடிப்பு தொடங்கி விறுவிறுப்பாக நடந்து கொண்டிருந்தது. அதே நேரத்தில் தமிழில் சாவித்திரி நடிப்பில் வெளிவந்து வெற்றி கண்ட ‘மிஸ்ஸியம்மா’ படத்தை இந்தியில் “மிஸ்மேரி” என்ற பெயரில் எடுத்துக் கொண்டிருந்தோம். சாவித்திரி நடித்த வேடத்தில் மீனாகுமாரி நடிக்க எல்.வி. பிரசாத் டைரக்ஷன் செய்தார்.

குழந்தைகள் படத்திற்கும், மிஸ்மேரி படத்திற்கும் ஒரே நேரத்தில் படப்பிடிப்பு நடைபெறும். அப்போது பி.எல். சந்தோஷி, “மிஸ்மேரி நான் டைரக்ஷன் செய்ய வேண்டிய படம். காதல் காட்சிகளையும், பாடல் காட்சிகளையும் சிறப்பாக எடுத்துப் பெயர் வாங்கிய என்னை குழந்தைகள் படத்தை டைரக்ஷன் செய்யச் சொல்லி விட்டார் உங்கள் அப்பா. இந்தக்

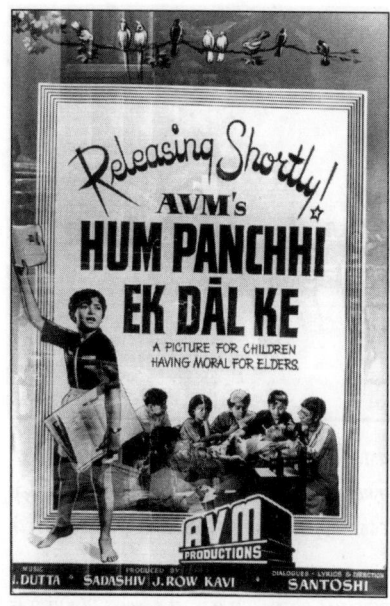

குழந்தைகளை வைத்து டைரக்ஷன் பண்ண வேண்டிய எல்.வி. பிரசாத்தை காதல் படத்தை டைரக்ஷன் பண்ணச் சொல்லி விட்டாரே" என்று என்னிடம் வருத்தப்பட்டுக் கொள்வார்.

குழந்தைகள் படம் நல்ல முறையில் எடுக்கப்பட்டு வட இந்தியாவில் ரிலீஸ் ஆனது. 'ஓகோ' என்று படம் ஓடவில்லை என்றாலும் சுமாரான வெற்றிப் படமாக அது அமைந்தது.

பிரதமர் நேரு அறிவித்தபடி சிறந்த குழந்தைப் படங்களுக்கு அவார்டு கொடுப்பதற்காக படங்களைத் தேர்வு செய்யும் கமிட்டிக்கு ஏ.வி.எம். படம் 'ஹம் பஞ்ச் ஏக் தால்கே' சென்றது. இந்தியா முழுவதிலுமிருந்து வந்த படங்களைப் பார்த்த தேர்வுக்குழு உறுப்பினர்களுக்கு நாங்கள் தயாரித்த படம் பிடித்து விட்டது. அதனால் எங்கள் படம் தேர்வு செய்யப்பட்டு 'அவார்டு' வழங்க பரிந்துரை செய்யப்பட்டது.

அப்பரிந்துரையைக் கண்ணுற்ற பிரதமர் நேரு அவர்கள் படத்தைப் பார்க்க ஆசைப்பட்டார். உடனே 'ஹம் பஞ்ச் ஏக் தால்கே' படத்தை அவர் பார்க்க ஏற்பாடு செய்து அவருக்கு திரையிட்டுக் காட்டினார்கள். படத்தைப் பார்த்த பிரதமருக்கும் படம் பிடித்துவிட்டது. அவார்டு கொடுக்க முடிவு செய்தார்.

1957 ல் வந்த சிறந்த படங்களில் குழந்தைகளுக்காக எடுக்கப் பட்ட "ஹம் பஞ்ச் ஏக் தால் கே" படத்திற்காக பண்டித நேரு அவர்களின் முன்னிலையில் ஜனாதிபதி அவர்களின் கரங்களால் தங்கப் பதக்கமும் விருதும் பெற்றார் என் தந்தையார்.

இந்தப் படத்தின் தயாரிப்பாளருக்கும் அதில் நடித்த குழந்தை களுக்கும் விருந்து கொடுக்க விரும்பினார் நேரு. அதனால் மறுநாள் காலை சிற்றுண்டி விருந்துக்கு ஏற்பாடானது. பாரதப் பிரதமர் நேரு அவர்களுடன் எங்கள் தந்தையார் அமர்ந்திருக்க,

'ஹம் பஞ்சி ஏக் டால்கே' படத்துக்காக ஜனாதிபதி விருதினை திரு.ராஜேந்திர பிரசாத்திடமிருந்து ஏவிஎம் பெறுகிறார். (15.4.1958)

எல்லாக் குழந்தைகளும் ஒன்றாக அமர்ந்து மகிழ்ச்சியாக விருந்துண்டனர்.

அப்போது நேரு அவர்கள், "உங்கள் படம் மிகவும் நன்றாக இருந்தது. குழந்தைகளுக்கு நல்ல பாடமாக அமையும்படி அவர்களை வைத்தே படம் செய்யவேண்டும் என்று நான் விடுத்த வேண்டுகோளுக்கு மதிப்பளித்து நீங்கள் செய்த முயற்சிக்கு நன்றி. இதைப் போன்று இன்னும் பல நல்ல படங்களை நீங்கள் செய்ய வேண்டும் என்று வாழ்த்துகிறேன்" என்று சொல்ல, என் தந்தையார் அளவற்ற மகிழ்ச்சியடைந்தார்.

இப்படி அகில இந்திய அளவில் பரிசு பெற்று ஏ.வி.எம். நிறுவனத்துக்கு பெருமை சேர்த்த எங்கள் தந்தையாரால் நாங்களும் மகிழ்ச்சி பெற்றோம்.

அப்போது, குழந்தைகள் படத்தை டைரக்ஷன் செய்த பி.எல். சந்தோஷி எங்களிடம் கூறினார். "குழந்தைகள் படத்தை டைரக்ஷன் செய்ய வைத்துவிட்டாரே உங்கள் அப்பா என்று அப்போது வருத்தப்பட்டுக் கொண்டேன். ஆனால் இன்று நான் டைரக்ஷன் செய்த படம் 'அகில இந்திய அளவில் சிறந்த படம்' என்று விருது பெற்றிருப்பது எனக்கு பெருமையாக இருக்கிறது. அதற்குக் காரணம் உங்கள் அப்பாதான்" என்று மகிழ்ச்சி பொங்க சொன்னார்.

பாபி (குலதெய்வம்)
(1957)
(ஹிந்தி)

டைரக்டர் எம்.வி. ராமன் எங்கள் நிறுவனத்திலிருந்து விலகிப் போனார். வைஜெயந்திமாலா வேறு படத்தில் நடிக்கப் போய் விட்டார். அடுத்து இந்திப் படத் தயாரிப்பில் ஈடுபடவே முடியாதா..? என்ற அதிர்ச்சியில் இருந்த என் தந்தை சற்றும் மனம் தளராமல் இந்த எதிர்பாராத சவாலைச் சமாளிப்பது எப்படி என்ற சிந்தனையில் ஆழ்ந்தார்.

அப்போது மின்னல் கீற்றுபோல் 'பளிச்' சென்று ஒரு எண்ணம் அவர் நெஞ்சில் உதித்தது. அந்த நேரத்தில் எங்கள் நிறுவனமும் திருநெல்வேலியைச் சேர்ந்த எஸ். கல்யாணசுந்தரம் பிள்ளை என்பவரின் 'எஸ்.கே. பிக்சர்ஸ்' என்கிற கம்பெனியும் இணைந்து கூட்டாக தயாரித்து வெற்றிகரமாக ஓடிக் கொண்டிருந்த 'குலதெய்வம்' தமிழ்ப்படத்தை இந்தியில் எடுத்தாலென்ன என்று என் தந்தைக்குத் தோன்றியது.

குலதெய்வம் படத்தில் எஸ்.எஸ். ராஜேந்திரன், விஜயகுமாரி, பண்டரிபாய், எஸ்.வி. சகஸ்வரநாமம், ராஜகோபால் (இந்தப் படத்தில் அறிமுகமாகி சிறப்பாக நடித்து பெயர் பெற்றதால் தன் பெயருக்கு முன்னால் படத்தின் பெயரைச் சேர்த்து 'குலதெய்வம் ராஜகோபால்' என்று புகழ் பெற்றவர்.) ஆகியோர் நடித்திருந்தனர்.

வங்காள மொழியில் வெளிவந்த இதன் மூலக்கதையை தமிழுக்கு ஏற்றார்போல் மாற்றி அமைத்து கதை, வசனம் எழுதியவர் முரசொலிமாறன். இசையமைப்பாளர் ஆர்.

குலதெய்வம் (1956)

சுதர்சனம். டைரக்‌ஷன் கிருஷ்ணன்பஞ்சு. படம் தமிழ்நாடு முழுவதும் ஏகோபித்த வரவேற்பைப் பெற்று பிரம்மாண்ட வெற்றியைக் கண்டது.

இப்படத்தை இந்தியில் எடுக்கலாம் என்கிற தமது எண்ணத்தை டைரக்டர்கள் கிருஷ்ணன்பஞ்சு ஆகியோரிடம் தந்தையார் தெரிவித்து, இந்தியிலும் அவர்கள் தான் டைரக்‌ஷன் என்றதும், "குலதெய்வம் படத்தை நீங்கள் தாராளமாக இந்தியில் எடுங்கள். ஆனால் எங்களை விட்டு விடுங்கள். எங்களுக்கு இந்தி தெரியாது" என்றனர் கிருஷ்ணன்பஞ்சு.

ஆனால் தந்தையார் விடவில்லை. "தமிழில் டைரக்‌ஷன் செய்த உங்களுக்கு வேறு ஒரு மொழியில் டைரக்‌ஷன் செய்வது ஒன்றும் பெரிய காரியமில்லை. ஆங்கிலமும், இந்தியும் நன்றாக அறிந்த ஒரு உதவியாளரை உங்களுக்குத் தருகிறோம். அவரைக் கொண்டு நீங்கள் சுலபமாக இந்தப் படத்தை டைரக்‌ஷன் செய்து முடிப்பீர்கள் என்ற நம்பிக்கை எனக்கிருக்கிறது. என்ன சொல்கிறீர்கள்?" என்று கேட்டதும், கிருஷ்ணன்பஞ்சு ஒப்புக் கொண்டார்கள்.

அடுத்து நடிகர்கள் எஸ்.வி. சஹஸ்ரநாமம் நடித்த வேடத்திற்கு பால்ராஜ் சஹானி என்கிற சிறந்த குணசித்திர நடிகரை ஒப்பந்தம் செய்தனர். முக்கிய பாத்திரமாக பண்டரிபாய் நடித்த வேடத்திற்கு யாரை நடிக்க வைக்கலாம் என்று யோசனை செய்தபோது அவரையே நடிக்க வைத்தால் என்ன? என்று தந்தை சொல்ல, டைரக்டர்கள் தயங்கினார்கள்.

"இந்தியில் பிரபலமான நடிகை நடித்தால்தானே நன்றாக இருக்கும். தமிழ் நடிகையான பண்டரிபாயை இந்தியில் எப்படி ஏற்றுக் கொள்வார்கள்? படத்தை எப்படி வியாபாரம் செய்வீர்கள்?" என்று கேட்டார்கள்.

"வியாபாரத்தைப் பற்றி நீங்கள் கவலைப்படாதீர்கள். எங்கள் சொந்த டிஸ்ட்ரிப்யூஷன் கம்பெனி இருக்கிறது. அதை நான் பார்த்துக் கொள்கிறேன்.

பண்டரிபாய் சிறந்த நடிகை. தமிழில் நடித்ததை இந்தியில் மனப்பாடம் செய்து பாத்திரத்தின் தன்மை குறையாமல் நடிக்கப் போகிறார். அவர் நன்றாக நடிப்பார் என்ற நம்பிக்கை எனக்கிருக்கிறது. உங்களுக்கு ஏதாவது சந்தேகம் இருக்கிறதா? என்று என் தந்தை கேட்டார்.

"அப்படியெல்லாம் இல்லை" என்ற டைரக்டர்கள், பண்டரி பாய் நடிக்கட்டும் என்று ஒப்புக் கொண்டார்கள்.

குலதெய்வம் ராஜகோபால் நடித்த பாத்திரத்திற்கு ஜகதீப் என்ற நடிகரைத் தேர்வு செய்தார் என் தந்தை. அவர் "ஹம் பஞ்ச் ஏக் தால் கே" (நாம் எல்லோரும் ஒரு மரத்துப் பறவைகள்) என்கிற எங்களின் தயாரிப்பான இந்திப் படத்தில் குழந்தை நட்சத்திரமாக நடித்தவர்தான். அதில் சிறப்பாக நடித்திருந்த மாஸ்டர் ஜகதீப் இப்போது வளர்ந்து வாலிபனாகியிருந்தார். ஆனால் மெலிந்த தேகம், இளைய வயது. அதனால் தமிழில் இருந்த கதாபாத்திரத்திற்கு ஏற்றார்போல் அவரை மாற்றுவதற்கு கோட்சூட் தைக்கும் போது அதன் உள்ளே மெத்தென்று பஞ்சினால் பட்டைகளை சேர்த்து வைத்து தைத்து அவருக்கு அணிவித்துப் பார்த்தார்கள். மிடுக்கான வாலிப தோற்றத்தில் அவர் சிறப்பாக இருந்தார்.

எங்களது முந்தைய இந்தித் திரைப்படங்களுக்கு வசனம் எழுதிய ராஜேந்திர கிருஷ்ன் தான் இந்தப் படத்திற்கும் வசனகர்த்தா என்று முடிவாகியது. படத்தின் பெயர் "பாபி" (அண்ணி). அதே நேரத்தில் எங்கள் நிறுவனத்தை விட்டு விலகிப்

ஏவி.எம்.அவர்களும் ராஜேஸ்வரி அம்மாளும் 'சரஸ்வதி ஸ்டோர்ஸ்'ல்.

போன எம்.வி. ராமன் மும்பையில் "ராமன் ஸ்டுடியோஸ்" ஆரம்பித்து வைஜெயந்திமாலா நடிக்க "ஆஷா" என்கிற இந்திப் படத்தை பிரம்மாண்டமாக எடுத்துக் கொண்டிருந்தார். ஆஷா படத்துக்கும் ராஜேந்திர கிருஷ்ன் தான் வசனம். அதன் படப் பிடிப்பில் இருந்த எம்.வி. ராமனிடம் ராஜேந்திர கிருஷ்ன், "ஏ.வி.எம். அவர்கள் சாதாரண நடிக / நடிகைகளை வைத்து சிறிய பட்ஜெட்டில் தயாரிக்கும் 'பாபி' படம் பற்றி பேசி அதற்கு தான் வசனம் எழுதும் விபரங்களையும் சொல்லியிருக்கிறார். அதற்கு எம்.வி. ராமன் "ஏ.வி.எம். துணிச்சல்காரர் தான். ஆனால் அந்தத் துணிச்சலை இப்படியா வெளிக்காட்டுவது? பண்டரிபாய் இந்தி தெரியாத சாதாரண தமிழ் நடிகை. அவரைப் போய் இந்தியில் அறிமுகப்படுத்தலாமா? டைரக்டர்களுக்கும் இந்தி தெரியாது. என்ன துணிச்சலில் இப்படி இந்தி படம் எடுக்கிறார். விஷப் பரீட்சை பண்ணுகிறார்" என்று கேலியாகப் பேசியிருக்கிறார்.

இப்படி அவர் கேலி செய்து பேசிய ஏ.வி.எம்.மின் சாதாரண படம் பாபி (அண்ணி) படப்பிடிப்பு முடிவடைந்து வெளிவந்தது. டில்லி, மும்பை, கொல்கத்தா என்று ரிலீஸ் செய்யப்பட்ட எல்லா நகரங்களிலும் பத்திரிகையாளர்களின் பாராட்டுதல்களோடும் பொது மக்களின் வரவேற்போடும் பிரம்மாண்ட வெற்றி கண்டது.

ஆனால் வைஜெயந்திமாலா நடித்து ராமன் ஸ்டுடியோஸ் பிரம்மாண்டமாய் தயாரித்த 'ஆஷா' படம் எதிர்பார்த்த வெற்றி அடையவில்லை.

பாபி டில்லியிலும் மும்பையிலும் 25 வாரங்கள் ஓடியது. கொல்கத்தாவில் 'பாபி' படத்தின் கதையை முதன் முதலில் வங்காள மொழியில் எடுத்து திரையிட்ட போது ராக்ஸி தியேட்டரில் 100 நாட்கள் ஓடியது. அதே ராக்ஸி தியேட்டரில் ஏ.வி.எம்.மின் "பாபி" 50 வாரங்கள் ஓடி சாதனை படைத்தது.

அது மட்டுமல்ல. அந்த 50 வாரங்களும் (350 நாட்கள்) ஒரே 'ஃபிலிம் பிரிண்ட்தான்', தியேட்டரில் ஓடியது. அவ்வளவு பாதுகாப்பாக படச்சுருளைக் கிழியாமல் பத்திரமாகக் கையாண்டார் அந்த தியேட்டரின் ஆப்பரேட்டர். அவரது அந்த திறமையைப் பாராட்டும் விதமாகவும் இப்படி ஒரு வெற்றிப்படத்தை எடுத்தற்காகவும் ஏ.வி.எம். நிறுவனத்தைப் பாராட்டி இங்கிலாந்தில் உள்ள "கொடாக் ஃபிலிம் கம்பெனி" சான்றிதழ் வழங்கி கௌரவித்தது.

என்னைப் பொறுத்த வரையில் இந்த கௌரவமானது "இனி இந்திப் படமே தன்னால் எடுக்க முடியாதோ என்று அதிர்ச்சி அடைந்த என் தந்தையார் அயர்ந்து போகாமல், "முயற்சி திருவினையாக்கும்" என்கிற தனது கொள்கையில் நம்பிக்கை வைத்துச் செயல்பட்ட துணிச்சலுக்குக் கிடைத்த வெற்றி என்றே கருதி பெருமைப்படுகிறேன்.

திலகம்
(1958)

அந்த நாளில் புகழ் பெற்றிருந்த நடிகை எம்.எஸ். திரௌபதி தன் பெயரிலேயே 'எம்.எஸ். திரௌபதி நாடக சபா' என்கிற கம்பெனியை நடத்தி வந்தார்.

ஜோலார்ப்பேட்டைக்கு அருகில் திருப்பத்தூர் என்ற ஊரில் அவரது நாடகம் நடந்து கொண்டிருந்தது. அதைப் பார்த்த சிலர் "திலகம்" என்ற நாடகம் திருப்பத்தூரில் நடக்கிறது, அதை சினிமாவாக எடுத்தால் நன்றாக இருக்கும்" என்று அப்பாவிடம் சொல்லியிருக்கிறார்கள். உடனே அப்பா என்னையும் என் சகோதரர் சரவணனையும் அழைத்து, "அந்த நாடகத்தைப் பார்த்துவிட்டு வாருங்கள்" என்று அனுப்பினார். எங்களுடன் ஏ.வி.எம்மில் உதவி இயக்குனர்களாக வேலை பார்த்த லட்சுமி நாராயணனும், எஸ்.வி. வெங்கட்ராமனும் வந்தார்கள். நாங்கள் நால்வரும் காரில் புறப்பட்டு இரவு 8 மணிக்கு திருப்பத்தூர் சென்றடைந்தோம். அங்குள்ளவர்களிடம் நாடகம் எங்கு நடக்கிறது என்பதைக் கேட்டறிந்து அங்கு போனோம். ஒரு மைதானத்தில் நாடகக் கொட்டகை போடப்பட்டிருந்தது. அதன் அருகில் சென்று பார்த்தோம். கொட்டகையின் முன்னால், எம்.எஸ். திரௌபதி நடிக்கும் 'திலகம்' நாடகம் இரவு 10 மணிக்கு ஆரம்பிக்கப்படும்" என்று எழுதியிருந்தது.

அதனால் சாப்பிட்டுவிட்டுத் திரும்பி வந்தோம். டிக்கெட் கொடுத்துக் கொண்டிருந்தார்கள். டிக்கெட் வாங்கச் சென்ற

திலகம் (1960)

எங்களிடம், நாங்கள் ஏ.வி. எம்மிலிருந்து வந்திருப்பதை அறிந்து ஓடி வந்து "அதெல்லாம் வேண்டாம். நீங்கள் வந்து நாடகத்தைப் பாருங்கள்" என்று அன் போடு வரவேற்று உள்ளே அழைத்துச் சென்று உட்கார வைத்தார்கள்.

சரியாக இரவு பத்து மணிக்கு நாடகம் ஆரம்பமானது. எம்.எஸ். திரௌ பதியோடு மற்ற நடிகர்களும் நடித்தார்கள். நாடகத்தின் கதை வசனத்தை நாராயண சாமி என்பவர் எழுதி யிருந்தார். பிற்காலத்தில் தன் பெயருக்கு முன்னால் நாடகத்தின் பெயரைச் சேர்த்து வைத்துக் கொண்டு 'திலகம் நாராயணசாமி' ஆனார்.

நாடகம் இரவு 2 மணிக்கு முடிந்தது. அதற்குப் பிறகு சரி யில்லாத ரோட்டில் அந்த நேரத்தில் காரில் பயணம் செய்வது பாதுகாப்பு இல்லை என்று கருதியதால் திருப்பத்தூரிலேயே தங்கிவிட்டு மறுநாள் காலை புறப்படலாம் என்று முடிவு செய்தோம். அந்த ஊரில் அந்தக் கால கட்டத்தில் நல்ல வசதியான ஹோட்டல்கள் இல்லை. 'ஒரு லாட்ஜ் இருக்கிறது, சுமாராகத்தான் இருக்கும்' என்றார்கள். இரண்டு ரூம்கள் எடுத்து

இயக்குனர் பி.புல்லையா அவர்கள் ஏவி.ம். படப்பிடிப்புத் தளத்தைப் பார்வையிட வந்தபோது எடுத்த படம்.

ஒரு ரூமில் லட்சுமி நாராயணனும், எஸ்.வி. வெங்கட்ராமனும் தங்க அடுத்த ரூமில் நானும் என் சகோதரரும் தங்கினோம்.

பாதி இரவில், நாங்கள் தங்கியிருந்த அறைக்கதவு தட்டப்படும் சப்தம் கேட்டு "இந்த நேரத்தில் யார் கதவைத் தட்டுவது? என்று எழுந்து சென்று கதவைத் திறந்து பார்த்தால் இரண்டு பெண்கள் கையில் சொம்புடன் நின்றிருந்தார்கள். எங்களுக்கு தூக்கி வாரிப் போட்டது. உடனே வெளியில் ஓடிவந்து உதவி இயக்குனர்கள் தங்கியிருந்த அறையின் கதவைத் தட்டினோம். வெளியில் வந்த அவர்களிடம் "ரெண்டு பொண்ணுங்க வந்து எங்க ரூமுக்கு முன்னால நிக்கிறாங்க, எங்களுக்கு பயமா இருக்கு வந்து என்ன ஏதுன்னு கேளுங்கண்ணே! என்றோம்.

உடனே அவர்கள் வந்து, "யாரம்மா நீங்க? எதுக்கு இந்த நேரத்துல வந்து கதவத் தட்டுறீங்க?" என்று கேட்டார்கள்.

"இங்க யாரோ தண்ணீர் வேண்டும்னு சொன்னாங்க... அதான்..." என்று இழுத்தார்கள்.

"அதெல்லாம் யாரும் கேக்கல. நீங்க போங்க. இனிமே இங்க வந்து தொந்தரவு செய்தீங்கன்னா நாங்க போலீஸைக் கூப்பிடுவோம்" என்றதும் அவர்கள் ஓடிவிட்டார்கள். அவர்கள் போனதும் உதவி இயக்குனர்கள் எங்களிடம் "இது சரியான இடமில்லை. கொஞ்சம் பொறுங்க, விடியக் காலம் புறப்பட்டு டலாம்" என்றார்கள். அது போல் அதிகாலையிலேயே புறப்பட்டு விட்டோம்.

அடுத்த நாள் அப்பாவிடம் வந்த நாங்கள் "நாடகம் ரொம்ப நல்லா இருக்கு. சினிமா எடுக்கத் தகுதியான கதை தான்" என்று

பிரபல நடன நடிகர், ஹிந்தி நடிகர் கோபிகிருஷ்ணா, எல்.ஆர்.நாராயணன் இவர்களுடன் எம்.குமரன், முருகன் அமெரிக்கா சென்றபோது எடுத்த படம்.

தெரிவித்தோம். உடனே அப்பா அந்த நாடகத்தின் கதை உரிமையை வாங்கி படம் எடுப்பதற்குரிய ஏற்பாடுகளைச் செய்தார்.

படத்தின் பெயரும் 'திலகம்'. கதை வசனம் அதேதிலகம்நாராயணசாமி எழுத, இசையமைத்தவர் ஆர். சுதர்சனம். நடிக / நடிகைகளாக எம்.என். ராஜம், தாம்பரம் லலிதா, பிரேம் நசீர், குலதெய்வம் ராஜகோபால், வி.கே. ராமசாமி ஆகியோர் ஒப்பந்தம் ஆனார்கள்.

யாரை டைரக்ஷன் செய்ய வைக்கலாம் என்று யோசித்தபோது "நமது உதவி இயக்குனர்கள் லட்சுமி நாராயணன், எஸ்.வி. வெங்கட்ராமன் இருவரையுமே டைரக்டராக அறிமுகப்படுத்துவோமே. சேர்ந்து டைரக்ஷன் செய்யட்டும்" என்றார் அப்பா. அதன்படி அவர்களின் டைரக்ஷனில் படப்பிடிப்பு ஆரம்பமானது. ஏழாயிரம் அடிகள் படமெடுத்தார்கள். எடுத்தவரை பார்த்துவிடலாம் என்று படத்தைப் பார்த்தோம்.

அப்பா நொந்து விட்டார். டைரக்டர்களிடம், "என்னப்பா இப்படி பண்ணியிருக்கீங்க" என்று கேட்டுவிட்டு, வசனகர்த்தா திலகம் நாராயணசாமியிடம், எடுக்கப்பட்ட காட்சிகளின் வசனங்களை எடுத்து வரச் சொன்னார்.

அவர் எடுத்து வந்ததும் டைரக்டர்களின் முன்னிலையில் அந்தந்தக் காட்சிகளின் வசனங்களைப் படித்துக் காட்டச் சொன்னார்.நாராயணசாமி பாவனையோடு உணர்வுப்பூர்வமாகப் படித்துக் காட்டினார். டைரக்டர்களிடம் "அவர் வசனத்தைப் படிக்கும்போது எப்படி இருந்தது?" என்று கேட்டார் அப்பா.

"நன்றாக இருந்தது" என்றார்கள் இயக்குனர்கள். "நீங்கள் எடுத்த காட்சியைப் பார்க்கும்போது அந்த உணர்வும், உருக்கமும் இருக்கிறதா?" என்று கேட்டார்.

அவர்கள் மௌனமானார்கள். "அவர் படிச்சது ஒரு மாதிரி இருக்கு. நீங்க எடுத்ததப் பார்த்தா வேற மாதிரி இருக்கேப்பா. நாராயணசாமி எழுதியதில் இருக்கிற அழுத்தம் (Impact) படத்துல இல்லையேப்பா" என்றார் அப்பா.

பிறகு லட்சுமி நாராயணனும், எஸ்.வி. வெங்கட்ராமனும் "ஐயா...!எங்களுக்குத் தெரிந்தவரை எடுத்தோம். உதவி இயக்குனர்களாக வேலை செய்த எங்களை பெரிய பெரிய நடிகர்களை வெச்சு திடீர்னு டைரக்ஷன் செய்யச் சொல்லி தனியா விட்டதுல குழம்பிப் போய்ட்டோம். எங்களை மன்னிச்சிருங்க. நாங்க விலகிக்கிறோம். எங்களை விட்ருங்க. வேற யாரையாவது டைரக்டரா வச்சு படத்தை எடுங்க" என்று ஒரே அடியாக சரணடைந்து விட்டார்கள். பிறகு கிருஷ்ணன்பஞ்சு இயக்கத்தில் படத்தை திரும்ப எடுத்து முடித்து ரிலீஸ் செய்தோம்.

ஆனால் படம் தோல்வி அடைந்தது. என்னதான் சிறந்த நடிகர்கள், நல்ல டைரக்டரை வைத்துப் படம் எடுத்தாலும் சில கதைகள் நாடகத்திற்குத்தான் நன்றாக இருக்கும். சினிமாவுக்கு எடுபடாது என்பதை 'திலகம்' படத்தின் மூலமாக அறிந்தோம்.

களத்தூர் கண்ணம்மா (1960)

ஜாவர் சீதாராமன் எழுதிக் கொண்டு வந்த "களத்தூர் கண்ணம்மா" என்கிற கதையைக் கேட்ட என் தந்தைக்கு ரொம்பவும் பிடித்துப் போகவே, அதனைப் படமாக எடுக்கும் முயற்சியில் இறங்கினார்.

தமிழ், தெலுங்கு, இந்தி மொழிகளில் டைரக்ஷன் செய்து பிரபலமாகியிருந்த டி. பிரகாஷ் ராவ் தான் டைரக்டர். தமிழில் 'எல்லோரும் இந்நாட்டு மன்னர்', 'அமர தீபம்', 'உத்தம புத்திரன்' படங்கள் மட்டுமல்லாமல் ஜெமினி கணேசன், சாவித்திரி நடிக்க பல வெற்றிப் படங்களை டைரக்ஷன் செய்தவர் இவர். காதல் காட்சிகளை நன்றாக எடுப்பவர் என்று பெயர் பெற்றவர்.

நடிக / நடிகைகள் ஜெமினி கணேசன், சாவித்திரி, டி.எஸ். பாலையா, எஸ்.வி. சுப்பையா என முடிவாகியது.

"ஆடாத மனமும் ஆடுதே
ஆனந்த கீதம் பாடுதே"

என்ற பாடல் முதலில் ரிக்கார்டிங் செய்யப்பட்டு படப்பிடிப்பு ஆரம்பமானது.

ஜெமினி, சாவித்திரி சம்பந்தப்பட்ட காதல் காட்சிகளை தனக்கே உரிய பாணியில் லயமாக எடுத்துக் கொண்டிருந்தார் டைரக்டர் டி. பிரகாஷ் ராவ்.

இந்த நேரத்தில் கதையில் முக்கியப் பங்கு வகிக்கும் குழந்தை கதாபாத்திரத்தில் யாரை நடிக்க வைப்பது என்கிற விவாதமும்

தேர்வும் ஒரு பக்கம் நடந்து கொண்டிருந்தது. தயாரிப்பு நிர்வாகிகள் பல குழந்தைகளைக் கொண்டு வந்து காண்பித்தார்கள். மார்டன் தியேட்டர்ஸாரின் 'யார் பையன்' படத்தில் நடித்த டெய்ஸிராணி என்ற குழந்தையின் ஃபோட்டோ வையும் கொண்டு வந்து காட்டினார்கள்.

'களத்தூர் கண்ணம்மா'வில் சாவித்திரி - எஸ்.ஆர்.ஜானகி - எஸ்.வி.சுப்பையா

என் தந்தையாருக்கு யாரையும் பிடிக்கவில்லை. கதையில் வரும் பாத்திர அமைப்பின்படி அந்தக் குழந்தை தன்னுடைய சொந்தப் பாட்டனார் நடத்தும் சிறுவர்கள் விடுதியில் அனாதையாக வளரும் பிள்ளை. கதாநாயகனையும், கதாநாயகியையும் சேர்த்து வைக்கப் போகும் பிள்ளை. அதனால் குழந்தை பார்ப்பதற்கு மனதைக் கவருகின்ற வசீகர முக அமைப்பு உடையதாக இருக்க வேண்டும் என்று எதிர்பார்த்தார் என் தந்தை.

கதை விவாதம் நடைபெறும்போது என்னுடைய தாயாரும் உடன் இருப்பார். கதையின் அமைப்பை அவரும் நன்றாக உணர்ந்திருந்தார். அதனால் அக்கம் பக்கத்தில் அவருக்குத் தெரிந்த குடும்ப நண்பர்களிடம், நடிக்க ஆர்வம் உள்ள பையன்கள் இருந்தால் சொல்லுங்கள் என்று கூறியிருந்தார்.

இந்தச் சூழ்நிலையில் இராமநாதபுரம் மாவட்டம், பரமக்குடியிலிருந்து மகப்பேறு மருத்துவத்தில் சிறந்தவர் என்று பெயரெடுத்திருந்த லேடி டாக்டர் சாரா ராமச்சந்திரன் என்பவர் எங்கள் வீட்டிற்கு வந்தார். அவர் எங்கள் குடும்ப நண்பர். அவரிடமும் என்னுடைய தாயார் நாங்கள் படம் எடுத்துக் கொண்டிருக்கும் விவரத்தைச் சொல்லி "உங்களுக்குத் தெரிந்த அழகான பையன் இருந்தால் சொல்லுங்கள்" என்று கூறியிருக்கிறார்.

பரமக்குடி சென்ற டாக்டர் சாரா ராமச்சந்திரன், பிரபலமான வழக்கறிஞர் டாக்டர் சீனிவாசன் என்பவரின் வீட்டில் 4 அல்லது 5 வயதில் ஒரு அழகான சிறுவனைப் பார்த்து விட்டார்.

டாக்டர் சாரா ராமச்சந்திரன்

அந்தச் சிறுவனின் தாயாரிடம் "உங்கள் பையன் சினிமாவில் நடிப்பானா?" என்று கேட்க, "அவனுக்கும் ரொம்ப ஆசைதான். அவன் சினிமாவில் நடிப்பதில் எங்களுக்கு எதுவும் ஆட்சேபணையில்லை" என்று அந்த அம்மா சொல்லியிருக்கிறார்.

சென்னை வந்த டாக்டர் என் தாயாரிடம் தான் பார்த்த குழந்தையைப் பற்றிச் சொல்லி, "அந்த பையனோடு அவன் குடும்பத்தினர் இப்போது சென்னைக்குத்தான் வந்திருக்காங்க. பாக்கணும்னா சொல்லுங்க, இங்க வரவழைக்கலாம்" என்று தெரிவித்தார்.

என் தாயாரும், "அந்தப் பையனை உடனே வரச் சொல்லுங்க" என்று சொல்ல, பையனை அழைத்துக் கொண்டு சிறுவனின் தாயார் எங்கள் வீட்டிற்கே வந்து விட்டார்.

என் தந்தையார் மாடியில் அவருடைய அறையில் இருந்தார். என் தாயார் பையனை அழைத்துக் கொண்டு அங்கே வந்தார். என்னுடைய சகோதரர்களுடன் நானும் அங்கு இருந்தேன்.

பையனைப் பார்த்தோம். அழகான முகம், வசீகரமான கண்கள். என் தந்தை அந்தச் சிறுவனிடம் "சினிமாவில் நடிக்க உனக்கு விருப்பமா?" என்று கேட்க "ஆமாம்" என்று பளிச்சென்று சொன்னான் அந்தச் சிறுவன். "நல்லா நடிப்பியா...?" என்ற கேள்விக்கு "ம்... நடிப்பேன்" என்றான். "உனக்கு தெரிஞ்சத நடிச்சி காட்டு" என்று சொல்லி டேபிள் லைட்டை அவன் முகத்தில் படும்படி திருப்பி விட்டார் என் தந்தை. உடனே சிறுவன்

"வரி.. திரை.. வட்டி.. கிஸ்தி..
யாரைக் கேட்கிறாய் வரி...
எதற்காகக் கேட்கிறாய் கிஸ்தி!
எங்களோடு வயலுக்கு வந்தாயா?
நாற்று நட்டாயா?
களை பறித்தாயா? இல்லை

"அங்கு எங்களோடு கொஞ்சி விளையாடும்
எம் குலப் பெண்களுக்கு
மஞ்சள் அரைத்துக் கொடுத்தாயா?
மானங்கெட்டவனே!"

என்ற 'வீரபாண்டிய கட்டபொம்மன்' படத்தின் வசனத்தைக் கூச்சமின்றி சிவாஜியைப் போல் நடித்துக் காட்டினான்.

மிகவும் திருப்தி அடைந்த என் தந்தை, டைரக்டர் டி. பிரகாஷ் ராவிடம் "பையன் கிடைத்து விட்டான். இவன்தான் நம்ம படத்தின் குழந்தை நட்சத்திரம்" என்று அறிமுகப்படுத்தினார். டைரக்டருக்கும் ரொம்ப பிடித்துவிட்டது. "பேர் என்ன?" என்று கேட்டார் என் தந்தை. 'கமலஹாசன்' என்றான் சிறுவன். "அது என்ன ஹாசன்?" என்று கேட்டார் தந்தை. "அது எங்க குடும்பத்துல எல்லாப் பிள்ளைகளுக்கும் ஹாசன் என்று முடிகிறமாதிரிதான் பேருவச்சிருக்கோம்" என்றார்கள்.

இப்படி, அன்று ஏ.வி.எம்மின் 'களத்தூர் கண்ணம்மா' படத்தில் அறிமுகமான சிறுவன் கமலஹாசன்தான் இன்று மாபெரும் நடிகனாக வளர்ந்திருக்கும் உலகநாயகன், சகலகலா வல்லவன்... கமல்ஹாசன்!

சிறுவன் கமலஹாசன் சம்மந்தப்பட்ட காட்சிகளைப் படமாக்கத் துவங்கினார்கள். நல்ல முறையில் படப்பிடிப்பு நடந்து கொண்டிருந்தது. ஒரு காட்சியில் அனாதை ஆசிரமத்தில் சிறுவர்கள் வரிசையாக வந்து தட்டில் நிர்வாகி போடும் ஒரு கரண்டி சோறு வாங்கிப் போவார்கள். சிறுவன் கமலஹாசன் "எனக்கு போதாது இன்னும் ஒரு கரண்டி போடு" என்பான். கோபமான நிர்வாகி கமலஹாசனை வெளியே தள்ளிவிடும் காட்சியைப் படமாக்கிக்கொண்டிருந்தார்கள். அப்போது நிர்வாகி தள்ளிவிட்ட ஷாட் எடுத்ததும் சிறுவன் தனியே வந்து விழுவதை எடுக்க ஆரம்பித்தார்கள். கமலஹாசன் பயந்து கொண்டு நழுவ முயல, டைரக்டர் "நானே தூக்கிப் போடுகிறேன்" என்று விழுவது சரியாக இருக்க வேண்டும் என்பதற்காக குழந்தை என்றும் பாராமல் ஒரு ஜடப் பொருளைத் தூக்கிப் போடுவது போல வேகமாகத் தூக்கிப் போட்டு விட்டார்.

ஷாட் ஓ.கே. ஆனது, ஆனால் விழுந்ததனால் அடிபட்ட வலி தாங்காமல் அழ ஆரம்பித்த கமல் "நான் நடிக்கமாட்டேன். இந்த டைரக்டரை எனக்குப் பிடிக்கல... என்னை வீட்டுக்கு

'களத்தூர் கண்ணம்மா' (1960) சாவித்திரி - கமல்

கூட்டிட்டுப் போங்க. எனக்கு நடிப்பு வேண்டாம்" என்று கத்தி அழ ஆரம்பித்து விட்டான். அப்போது சிறுவனுடன் வந்து அவனைக் கவனித்துக் கொள்ளும் அவருடைய சகோதரர் சந்திரஹாசனும், மானேஜர் கணேசனும் எவ்வளவோ சமாதானம் சொல்லிப் பார்த்தும் கமல் கேட்கவில்லை. "மானேஜர்! இப்போ என்னை வீட்டுக்கு கூட்டிட்டுப் போறியா இல்லையா..? நான் நடிக்கமாட்டேன்... நடிக்கமாட்டேன்" என்று பிடிவாதம் பிடித்து அழ ஆரம்பித்துவிட்டான். வேறு வழி இல்லாமல் அன்று ஷூட்டிங்கை கேன்ஸல் செய்ய வேண்டியதாகி விட்டது.

பிறகு சிறுவன் கமலஹாசனை படாதபாடுபட்டு தாஜா பண்ணி மறுநாள் படப்பிடிப்பிற்கு அழைத்துவந்து நடிக்க வைத்தோம். நாங்கள் அன்று செய்த சமாதானத்தை சிறுவன் கமலஹாசன் ஏற்காமல் போயிருந்தால், 'நான் நடிக்க மாட்டேன்' என்று அடம்பிடித்ததில் உறுதியாக இருந்திருந்தால், இன்று நாம் உலக நாயகனாக அவரைக் காண முடியாமல் போயிருக்கும்.

அனாதை ஆசிரமத்தில் சிறுவன் கமல் மற்ற சிறுவர்களுடன் சேர்ந்து பாடுவது போல ஒரு காட்சி அமைப்பு. அதற்காக,

"அம்மாவும் நீயே.. அப்பாவும் நீயே...!
அன்புடனே ஆதரிக்கும் தெய்வமும் நீயே!"....

என்கிற கடவுள் வாழ்த்துப் பாடல் ஒன்று என்னுடைய மேற் பார்வையில் டி.கே. சுந்தரம் வாத்தியார் எழுதி எம்.எஸ். ராஜேஸ்வரி பாடி, நாலு நிமிஷங்களுக்கு ரிக்கார்டிங் செய்யப் பட்டது. டைரக்டருக்கு அது பிடிக்கவில்லை "பெரிய நடிக / நடிகைகள் நடிக்கும் இப்படத்தில் இதுவரை சினிமாவுக்கு அறிமுகமாகாத ஒரு சிறுவன் நாலு நிமிஷம் பாடினால் தியேட்டரில் ரசிகர்கள் எப்படி உட்கார்ந்து பார்ப்பார்கள், போர் அடிக்காதா? இந்தப் பாடல் படத்தில் ஒரு நிமிஷம் இருந்தாலே பெரிய விஷயம். நான் ஒரு நிமிஷத்துக்கே இந்தப் பாடலை படத்தில் வைக்கப் போகிறேன்" என்று நாலு நிமிடங்களுக்கு ரிக்கார்டிங் ஆன பாடலை ஒரு நிமிடத்துக்கு எடிட் செய்தார்.

எனக்கு அதில் உடன்பாடு இல்லை. அதனால் டைரக்டரிடம் "ஸார்... பாடல் நன்றாக இருக்கிறது. இந்தப் பாடலை அந்தப் பையன் பாடினால் அழகான அவனுடைய முகமும் நடிப்பும் நிச்சயமாக மக்கள் மனதில் இடம் பிடிக்கும். போரடிக்காது" என்று எடுத்துச் சொல்லி மன்றாடிப் பார்த்தேன். அவர் கேட்கவில்லை. அவரது விருப்பப்படியே படம் பிடிக்க ஆரம்பித்துவிட்டார்.

அந்தப் பாடல் காட்சி எடுக்கப்பட்டதும் என்னுடைய தந்தையாருக்கு போட்டுக் காட்டினார். பாடல் ஒரு நிமிஷத்துக்கு குறைக்கப்பட்டிருந்ததைப் பார்த்து அதிர்ச்சி அடைந்த என் தந்தையார், டைரக்டரிடம் "என்ன ஸார் இப்படி செஞ் சுட்டீங்க? அந்தப் பையன் நன்றாகத் தானே நடித்திருக்கிறான். பாடல் காட்சியை நாலு நிமிஷத்துக்கே படம் பிடியுங்கள்" என்றார்.

டைரக்டர் என்னிடம் கூறிய அதே காரணங்களை என் தந்தையிடமும் சொல்லி பிடிவாதம் பிடித்தார். ஆனால் என் தந்தை, "இல்லை... இல்லை... நீங்கள் நான் சொன்னபடியே பாடல் காட்சியை எடுத்து முடிங்க" என்று கண்டிப்புடன் கூறிவிட்டார்.

இந்தக் கருத்து வேறுபாட்டால் என் தந்தைக்கும் டைரக்ட ருக்கும் மனஸ்தாபம் ஏற்பட்டது. என் தந்தையை அணுகிய

டைரக்டர் "ஸார்..! நீங்கள் ஒரு பெரிய தயாரிப்பாளர். நானும் பிரபலமான பெரிய டைரக்டர். என் விருப்பப்படிதான் நான் படம் எடுப்பேன். அவ்வப்போது நீங்கள் என்னிடம் வந்து சில மாற்றங்களைச் சொல்லி, அதன்படி என்னை டைரக்ஷன் செய்யச் சொல்கிறீர்கள். அது எனக்கு வருத்தமாக இருக்கிறது. என் விருப்பப்படிதான் நான் டைரக்ஷன் செய்வேன். அது உங்களுக்குப் பிடிக்கவில்லை என்றால் இப்போதே நான் இப்படத்தின் டைரக்ஷன் பொறுப்பிலிருந்து விலகிக் கொள்கிறேன். இந்தக் கருத்து வேறுபாடுகளால் ஏற்படும் மனஸ்தாபங்கள் பெரிய அளவில் போய் சரி செய்ய முடியாத அளவுக்கு ஆன பின்பு என்னை நீங்கள் விலக்கினால், எனக்கு அது பெரிய பாதிப்பை உண்டாக்கிவிடும். ஏனென்றால், இப்போது நான் ஒரு புதிய வீடு கட்டிக் கொண்டிருக்கிறேன். இந்தப் படம் முடியும் தருவாயில் கிரஹப்பிரவேசம் நடத்தலாம் என்று நினைக்கிறேன். அப்போது என்னை நீங்கள் விலக்கும்படி நேர்ந்து விட்டால், அது அபசகுனமாகத் தெரியும். புதிய வீடு குடிவந்த நேரம் சரியில்லை, ராசி இல்லாத வீடு இது என்று நான் கட்டிய வீட்டின் மீதே எனக்கு தவறான எண்ணம் வந்துவிடும். அப்படி ஒரு சூழ்நிலை வருவதற்கு முன்பே நான் விலகிக் கொள்கிறேன்" என்றார்.

இப்படி டைரக்டர் சொன்னதைக் கேட்டதும் தந்தைக்கு எதுவும் பேச முடியவில்லை. இருந்தாலும் "படம் முடிவடையாத நிலையில் ஒரு டைரக்டரை எப்படி பாதியில் விலக்க முடியும்? படத்தை எப்படி முடிப்பது? நீங்கள் எடுத்த முடிவு சரியா? யோசித்துப் பாருங்கள்" என்றார்.

"வேண்டுமென்றால் நீங்கள் வேறு ஒரு டைரக்டரை வைத்து படத்தை முடித்துக் கொள்ளுங்கள். எனக்கு அதுபற்றி ஆட்சேபணை இல்லை" என்று கூறி 'களத்தூர் கண்ணம்மா' படத்தின் டைரக்ஷன் பொறுப்பிலிருந்து விலகிக் கொண்டார்.

படத்தை முடிக்க என்ன செய்யலாம் என்று யோசித்த என் தந்தைக்கு அப்போது டைரக்டர் பீம்சிங்கின் நினைவு வந்தது.

டைரக்டர் பீம்சிங் 'படிக்காத மேதை' படம் எடுத்துக் கொண்டிருந்தபோது பண உதவி வேண்டி என் தந்தைக்கு படத்தைப் போட்டுக் காட்டினார். படம் பிடித்துப் போகவே, அவருக்கு பண உதவி செய்து அப்படத்தை முடிக்க உறுதுணை யாய் இருந்தார். அப்போதிலிருந்து என் தந்தையாருக்கும்,

டைரக்டர் பீம்சிங்குக்கும் நல்ல நட்பு இருந்துவந்தது. அந்த நட்பின் அடிப்படையில் பீம்சிங்கை அணுகிய என் தந்தையார் "களத்தூர் கண்ணம்மா படத்தை நீங்கள் தான் டைரக்‌ஷன் பண்ண வேண்டும்" என்று கேட்டார்.

"ஒருவர் டைரக்‌ஷன் செய்த படத்தை நான் எப்படி ஏற்றுக்கொள்வது? டைரக்டர் டி. பிரகாஷ்ராவ் என்னைப் பற்றி என்ன நினைப்பார்? எங்களுக்குள் மனஸ்தாபம் ஏற்பட்டு விடுமே" என்று தயங்கினார் பீம்சிங்.

திரு.குமரன் 'களத்தூர் கண்ணம்மா'வுக்காக ஜனாதிபதியிடம் தேசிய விருது பெறுகிறார்.

"அந்தக் கவலையே உங்களுக்கு வேண்டாம். டைரக்டர் டி. பிரகாஷ்ராவ் "இந்தப் படத்தை யாரை வைத்து வேண்டுமானாலும் டைரக்‌ஷன் பண்ணிக் கொள்ளலாம் என்று சொல்லி விலகிக் கொண்டார். அவரால் உங்களுக்கு எந்த சங்கடமும் வராமல் நான் பார்த்துக் கொள்கிறேன்" என்று கூறி பீம்சிங்கை களத்தூர் கண்ணம்மா படத்தை டைரக்‌ஷன் செய்வதற்கு சம்மதிக்க வைத்தார் அப்பா.

டைரக்டர் பீம்சிங் அதுவரை நாங்கள் எடுத்திருந்த ஆறாயிரம் அடி படத்தைப் பார்த்தார். கதையைக் கேட்டார், "அம்மாவும் நீயே! அப்பாவும் நீயே" பாட்டையும் கேட்டார். எல்லாமே அவருக்குப் பிடித்திருந்தது. "பாட்டு ரொம்ப பிரமாதமா இருக்கே! இதை ஏன் குறைக்க வேண்டும்?" என்று திரும்ப நாலு நிமிடங்களுக்கே பாடலைச் சேர்த்து படம் பிடிக்க ஆரம்பித்தார்.

நான் நினைத்தபடி பாடலை முழுவதுமாக படம் பிடிக்க ஆரம்பித்ததில் எனக்கு ரொம்ப சந்தோஷம். நடிக/நடிகைகளிடம் மென்மையாக வேலைவாங்குவதில் கெட்டிக்காரரான

பீம்சிங்குடன் பையன் கமல் நன்றாக ஒட்டிக் கொண்டான். (இன்று கமல் கலைத்துறையில் பெரிய ஜாம்பவானாக இருந்தாலும் என்றுமே அவர் எங்களுக்கு குழந்தைதான்).

களத்தூர் கண்ணம்மா படப்பிடிப்பு நல்ல முறையில் நடந்து கொண்டிருந்தது. அப்போது ஒரு நாள் படத்தின் கதாசிரியர் ஜாவர் சீதாராமன் என் தந்தையாருக்கு ஃபோன் செய்து "ஒரு முக்கிய விஷயமாக உங்களை நான் சந்திக்க வேண்டும்" என்று கேட்டிருக்கிறார். "என்ன விஷயமாக இருக்கும்?" என்று யோசித்தவர் எங்களிடம் அது பற்றித் தெரிவித்து, "ஜாவர் சீதாராமனை நான் இத்தனை மணிக்கு வரச் சொல்லயிருக்கிறேன். நீங்களும் வந்து விடுங்கள்" என்று சொன்னார்.

என் தந்தையார் சொன்ன நேரத்துக்கு ஜாவர் சீதாராமன் வந்தார். "ஐயா...! களத்தூர் கண்ணம்மா" கதையை நான் உங்களிடம் சொன்ன போது ஒரு விஷயத்தைத் தங்களிடம் சொல்லாமல் விட்டுவிட்டேன். "நோ படீஸ் சைல்ட்" (Nobody's Child) என்ற ஆங்கிலப் படத்தைத் தழுவித்தான் நான் இந்தக் கதையை எழுதினேன். அந்த ஆங்கிலப் படத்தை பார்த்த நான் நம்முடைய கலாச்சாரத்துக்குத் தகுந்தபடி மாற்றம் செய்து உங்களிடம் சொன்னேன்.

இப்போது நான் சின்ன அண்ணாமலை தயாரித்து வருகின்ற 'கடவுளின் குழந்தை' படத்தில் சின்ன வேடம் ஒன்றில் நடித்துக் கொண்டிருக்கிறேன். அந்தப் படத்தின் கதையைக் கேட்டபோது அந்தக் கதையும் நம் கதையும் ஒரே மாதிரியாக இருப்பதை உணர்கிறேன். உங்களிடம் கதையைச் சொல்லி விட்டு, இதே கதை அம்சத்தில் உருவாகும் வேறு ஒரு படத்தில் நடிப்பதற்கு எனக்கு இஷ்டமில்லை.

ஒருவேளை நான் விலகினாலும், அந்தக் கேரக்டருக்கு வேறு ஒருவரை வைத்து அவர்கள் படத்தை முடிக்கத்தான் செய்வார்கள். ஆக, ஒரே நேரத்தில் ஒரே கதை அமைப்பு கொண்ட இரண்டு படங்களின் படப்பிடிப்பு நடந்து கொண்டிருக்கிறது என்பதை உங்களிடம் தெரிவித்துவிட வேண்டும் என்பதற்காகவே வந்தேன். நான் சொல்வதைச் சொல்லிவிட்டேன். என்ன செய்ய வேண்டுமோ அதை நீங்கள் செய்து கொள்ளுங்கள்" என்று ஒரு குண்டைத் தூக்கிப் போட்டார்.

என் தந்தையார் உட்பட நாங்கள் எல்லோரும் அதிர்ச்சியில் உறைந்தோம். ஆனால் என் தந்தையார் அசரவில்லை. படப்பிடிப்பை விரைந்து முடிக்க நடவடிக்கை மேற்கொண்டார். அசுர வேகத்தில் படப்பிடிப்பு நடந்து 'களத்தூர்  கண்ணம்மா' படம் முதலில் வெளிவந்தது. மக்களின் அமோக வரவேற்பைப் பெற்று மாபெரும் வெற்றி கண்டது.

ஆனால் 'கடவுளின் குழந்தை' 2, 3 வாரங்கள் கழித்து வெளிவந்து எதிர்பார்த்த அளவுக்கு வெற்றி அடையவில்லை.

அந்த ஆண்டு வெளி வந்த படங்களில் "களத்தூர் கண்ணம்மா" சிறந்த படத்திற்கான விருது பெற்றது. அந்த விருதை ஜனாதிபதி டாக்டர் ராதாகிருஷ்ணன் அவர்கள் வழங்க, நான் பெற்றுக் கொண்டேன். அந்த மேடையில் பிரதமர் நேருவும் இருந்தார் என்பது குறிப்பிடத்தக்கது.

மாவூரி அம்மாயி

(1961)

(தெலுங்கு)

தமிழில் வெளிவந்து வெற்றி கண்ட "களத்தூர் கண்ணம்மா"வை தெலுங்கில் "மாவூரி அம்மாயி" என்ற தலைப்பில் 'டப்பிங்' செய்தார் என் தந்தையார். விஜயவாடாவில் 'விஜயா பிக்சர்ஸ்' டிஸ்ட்ரிப்யூஷன் கம்பெனியின் உரிமையாளர் பூர்ண சந்திரராவ் இந்த டப்பிங் படத்தை வாங்கி ஆந்திராவில் வெளியிட்டார்.

திரையிட்ட எல்லா தியேட்டர்களிலும் அமோக வரவேற்புடன் படம் நன்றாக ஓடிக் கொண்டிருந்தது. ஆனால் டிஸ்ட்ரிப்யூடர் பூர்ண சந்திரராவ் என் தந்தையாரிடம் வந்து, "இவ்வளவு அருமையான படத்தை நேரடியாக தெலுங்கில் எடுக்காமல் 'டப்பிங்' செய்து வெளியிட்டிருக்கிறீர்களே! எனக்கு ரொம்பவும் வருத்தமாக இருக்கிறது. இந்தக் கதையை தெலுங்கு நடிக / நடிகைகளை வைத்து நேரடித் தெலுங்குப் படமாகத் தயாரித்து வெளியிடுங்கள்" என்று வற்புறுத்த ஆரம்பித்து விட்டார்.

"ஐயா... படம் வந்து ரெண்டு வாரங்களாக நன்றாக ஓடிக் கொண்டிருக்கிறது. இதை எப்படி மறுபடியும் தெலுங்கில் தயாரிப்பது?" என்று கேட்டார் தந்தையார்.

"நீங்கள் சரி என்று சொல்லுங்கள். ஓடிக் கொண்டிருக்கும் எல்லா தியேட்டர்களிலிருந்தும் படத்தை உடனடியாக நிறுத்தி விடுகிறேன்" என்றார் பூர்ண சந்திரராவ். கதையின் சிறப்பையும், அதற்கு மக்களிடம் இருந்த வரவேற்பையும் சீர்தூக்கி ஆராய்ந்து

பார்த்த என் தந்தையார், துணிந்து "மாவூரி அம்மாயி" டப்பிங் படத்தை தியேட்டர்களில் இருந்து எடுக்கச் சொல்லி விட்டார்.

அதே 'களத்தூர் கண்ணம்மா' வை 'மூக நோமு' (மௌன விரதம்) என்று தலைப்பு வைத்து தெலுங்கில் தயாரிக்கும் முயற்சியில் ஈடுபட்டார்.

படத்தை டைரக்ட் செய்ய டி. யோகானந்த் நியமிக்கப்பட்டார். டப்பிங் படத்தில் சாவித்திரி இருந்ததால், அவருக்குப் பதிலாக இந்தப் படத்தில் ஜமுனா, டி.எஸ். பாலையாவுக்குப் பதில் எஸ்.வி.ரங்காராவ், தெலுங்கு தெரிந்த வேறொரு குழந்தை ஆகியோரை ஒப்பந்தம் செய்து கதாநாயகனாக பிரபல நடிகர் ஏ. நாகேஸ்வர ராவ் அவர்களை ஒப்பந்தம் செய்யச் சென்றோம்.

"டப்பிங் செய்து வெளியிட்ட படத்தை எதற்குத் திரும்ப எடுக்கிறீர்கள்?" என்று கேட்டார் நாகேஸ்வர ராவ். படத்தை தியேட்டர்களிலிருந்து எடுத்ததற்கான காரணத்தைச் சொன்ன நாங்கள், அவருக்குப் படத்தைப் போட்டுக் காட்டினோம்.

படத்தைப் பார்த்த நாகேஸ்வர ராவ் திருப்தியாகி நடிக்க ஒப்புக் கொண்டார். ஆனால், "ஒரு கண்டிஷன்" என்றார். என்ன சொல்லப் போகிறாரோ என்று பார்த்தோம். தன் கண்டிஷனை சொல்ல ஆரம்பித்தார்.

"இப்போது நான் மெட்ராஸிலிருந்து குடி பெயர்ந்து நிரந்தரமாக ஆந்திராவில் வந்து தங்கிவிட்டேன். இங்கு 'அன்னபூர்ணா' என்ற பெயரில் ஒரு ஸ்டுடியோ ஆரம்பித்திருக்கிறேன். இதற்கு ஆந்திர அரசாங்கம் அனுமதி அளித்து பல சலுகைகளையும் செய்து வருகிறது. அதனால் நான் சென்னைக்கு வந்து நடிக்க இயலாது. இங்கு அன்னபூர்ணா ஸ்டுடியோவிலேயே படப்பிடிப்பு நடக்கும் என்றால் நடிக்கிறேன். சம்மதமா?" என்று கேட்டார்.

தந்தையாரும் சம்மதித்தார். நாகேஸ்வர ராவ் சம்மந்தப்பட்ட காட்சிகள் அனைத்தும் 35 நாட்களில் அன்னபூர்ணா ஸ்டுடியோவிலும், மற்ற காட்சிகளை சென்னையில் ஏ.வி.எம். ஸ்டுடியோவிலும் எடுத்து படத்தை வெளியிடோம். புதிய படமான 'மூகநோமு' ஆந்திரா முழுவதும் திரையிடப்பட்டது. படம் பம்பர் ஹிட்டானது. எல்லா சென்டர்களிலும் 100 நாட்கள் ஓடியது.

ஆந்திர மக்கள் நல்ல திரைப்படத்தை வரவேற்று வெற்றி பெறச் செய்பவர்கள் மட்டுமல்ல, அப்படத்தை எடுத்த

தயாரிப்பாளர் மீது மதிப்பும், மரியாதையும் கொண்டு வரவேற்று பாராட்டும் நற்பண்பு மிகுந்தவர்கள் என்பதை இந்த இடத்தில் குறிப்பிட விரும்புகிறேன்.

"வாழ்க்கை" பிரம்மாண்ட வெற்றி படமாக அமைந்து தமிழில் சக்கைபோடு போட்ட சமயம். அதை தெலுங்கிலும் 'ஜீவிதம்' என்ற பெயரில் வைஜெயந்திமாலாவை வைத்தே எடுத்து அதுவும் பிரம்மாண்ட வெற்றியடைந்தது. ரிலீஸான எல்லாத் தியேட்டர்களிலும் 100 நாட்களைக் கடந்து ஓடிக்கொண்டிருந்தது. அந்தப்படத்தை இந்தியில் எடுப்பதற்காக என் தந்தையாரும், தாயாரும் 'தாதர் எக்ஸ்பிரஸ்' ரயிலில் மும்பைக்கு புறப்பட்டார்கள்.

அந்தக் காலத்தில் சென்னையிலிருந்து மும்பை செல்ல ரயில் பயணம் தான் வசதி. விமானத்தில் செல்ல வேண்டும் என்றால், இரவு 10 மணிக்கு சென்னையிலிருந்து 'ஏர்மெயில்' என்ற தபால் விமானத்தில் புறப்பட்டு 1 மணிக்கு நாக்பூர் சென்று அங்கு டில்லி, மும்பை, கொல்கத்தாவிலிருந்து வந்து போகும் விமானங்களுக்காகக் காத்திருந்து, மும்பை செல்லும் விமானத்தைப் பிடித்து செல்ல வேண்டும். இரவு நேரத்தில் விமானம் விட்டு விமானம் மாறிச் செல்வது அசௌகரியமாக இருக்கும் என்பதால் பெரும்பாலும் எங்கள் தந்தை மும்பைக்குச் செல்வதென்றால் ரயில் பயணத்தையே விரும்புவார். அப்போது மும்பை செல்ல இரண்டு இரவுகளும் ஒரு பகலும் ஆகும். அந்தக் காலகட்டத்தில் ரயிலில் ஏ.சி. வகுப்பு இருக்காது.

ஒரு மே மாதத்தில் இவர்கள் பயணம் அமைந்ததால், கடுமையான வெயிலில் சென்று கொண்டிருந்த ரயில் ஆந்திராவில் ஒரு ஜங்ஷனில் நின்றது. அப்போது பகல் 11 மணி இருக்கும். ரயில் புறப்பட சிறிது நேரமே இருக்கும் பொழுது நான்கு ஆட்கள் அந்த கம்பார்ட்மெண்ட் அருகில் வந்து அங்கு இருந்த பயணிகள் லிஸ்டில் உள்ள பெயரை சரிபார்த்தார்கள். பிறகு அவர்களுக்குள் தெலுங்கில் ஏதோ பேசிக்கொண்டே மடமட வென்று அவசரமாக உள்ளே ஏறினர். என் தந்தையும், தாயும் அவர்களின் உருவத்தையும் நடவடிக்கைகளையும் பார்த்து பயந்து போனார்கள்.

அவர்களிடம் ஃபிலிம் கொண்டு செல்ல உபயோகப் படுத்தப்படும் இரண்டு பெரிய இரும்புப் பெட்டிகள் இருந்தன. அதை கம்பார்ட்மென்டின் உள்ளே வைத்துத் திறந்தார்கள்.

உள்ளே, சிறிதும் பெரிதுமாக ஐஸ் கட்டிகள் இருந்தன. அதன் மேலே ஐஸ் உருகாமலிருக்க மரத்தூள்கள் தூவப்பட்டிருந்தது. ஐஸ் பெட்டி மின் விசிறியின் கீழ் இருந்ததால் காற்று ஐசில் பட்டு ரயில்பெட்டி எங்கும் ஜில்லென்று குளுமை பரவத் தொடங்கியது. அந்தக் குளுமை வெளியேறி விடாமல் தெலுங்கில் பேசிக் கொண்டே ஜன்னல் கதவுகளை மூடினார்கள். என் தந்தைக்கும், தாயாருக்கும் ஒன்றும் புரியவில்லை.

வந்தவர்கள் இப்போது என் தந்தையைப் பார்த்து "ஐயா....! நீங்கள் தானே ஏ.வி.எம். அதிபர்?" என்று கேட்க, தந்தையார் 'ஆமாம்' என்று தலையசைத்ததும்,

"இந்த ஐஸ் பாக்ஸ் ஏற்பாடு எல்லாம் எங்கள் முதலாளி செய்யச் சொன்னார். நீங்கள் இந்த ரயிலில் மும்பை போகிறீர்கள் என்று இப்பொழுதுதான் சென்னையிலிருந்து எங்களுக்கு ஃபோன் வந்தது. வெயில் அதிகமாக இருப்பதால், எங்கள் பாஸ் 'ரயில் வருவதற்கு முன்பாக இதை தயார் செய்து எடுத்துப் போகும்படி சொன்னார்" என்றார்கள்.

ஆச்சர்யத்தில் என்ன சொல்வதென்று தெரியாமல் தந்தையும், தாயாரும் அவர்களைப் பார்த்திருக்க, தொடர்ந்து அவர்களே பேசினார்கள்.

"எங்கள் தியேட்டரில் நீங்கள் தயாரித்த 'ஜீவிதம்' (வாழ்க்கை) சூப்பர் ஹிட்டாக ஓடிக் கொண்டிருக்கிறதய்யா. அந்த சந்தோ ஷத்தில் ஒரு நன்றியாக இந்த ஏற்பாட்டை செய்தார். இதைச் செய்ததில் எங்களுக்கும் ரொம்ப சந்தோஷமய்யா..." என்று சொல்லிக் கொண்டிருக்கும் போதே ரயில் விசில் அடித்துக் கொண்டு நகர ஆரம்பித்தது. வந்தவர்கள் சட்டென்று "வரோம்ய்யா" என்று அவசரமாக இறங்கிக் கொண்டார்கள்.

இதை எதிர்பாராத என் தந்தை, அவர்களுக்கு ஏதேனும் உதவி செய்யலாம் என நினைத்து எழுந்து அவர்களிடம் செல்வ தற்குள் ரயில் அவர்களைக் கடந்து சென்று கொண்டிருந்தது. நன்றிப்பெருக்கோடு அவர்களைப் பார்த்தபடியே செல்ல, எதையுமே எதிர்பார்க்காமல் அவர்கள் வந்து அந்த ரயில் பெட்டியை குளிர்ச்சி செய்து விட்ட சந்தோஷத்தில் கையசைத்து விடை கொடுத்துக் கொண்டிருந்தார்கள். என் தந்தைக்கும், தாய்க்கும் ஆந்திர மக்கள் காட்டிய அன்பிலிருந்து விடுபட பல மணி நேரங்களாயின.

வீரத்திருமகன்

(1962)

‘ஞான செளந்தரி’ என்ற வெற்றிப் படத்தைத் தயாரித்து இயக்கி வெளியிட்ட சிட்டாடல் மூவிஸின் ஜோசப் தளியத், ‘விஜயபுரிவீரன்’ என்ற படத்தை தயாரித்து வெளியிட்டிருந்தார். அந்தப் படம் மாபெரும் வெற்றி கண்டு பரபரப்பாக பேசப் பட்டது. அறிமுகமான முதல் படத்திலேயே சி.எல். ஆனந்தன் புகழ் பெற்ற நடிகராகி விட்டார்.

அந்தப் படத்தைப் பார்த்த எனக்கும் என் சகோதரர்களுக்கும் இதைப் போல நாமும் ஒரு படம் எடுக்க வேண்டும் என்ற எண்ணம் தோன்றியது. நடிகர் சி.எல். ஆனந்தனை வைத்து படம் எடுக்கலாம் என்று விரும்பினோம். அப்போது எங்களைச் சந்தித்த நடிகர் எஸ்.ஏ. அசோகன் எங்களின் கருத்தை அறிந்து, “ஏ.சி. திருலோகச்சந்தர் என்கிற எழுத்தாளரை அழைத்து வருகிறேன் அவரிடம் கதை கேட்டுப் பாருங்கள். அவர்தான் ‘விஜயபுரிவீரன்’ படத்தின் எழுத்தாளர்” என்றார்.

நடிகர் அசோகன் படத்தில் தான் வில்லனே தவிர, பழகுவதற்கு மிகவும் இனிமையானவர். பட்டதாரி, பண்பு மிகுந்தவர். எங்களுக்கு நெருங்கிய நண்பர்.

சொன்னபடியே திருலோகச்சந்தரை அழைத்து வந்து எங்களுக்கு அறிமுகம் செய்தார். அவரிடம் நாங்கள், “நடிகர் ஆனந்தன் அவர்களை வைத்து படம் செய்யலாம் என்றி ருக்கிறோம். உங்களிடம் ‘விஜயபுரிவீரன்’ போல நல்ல கதை

இருந்தால் சொல்லுங்கள்" என்று கேட்டோம். "ஆங்கிலப் படம் போன்ற கதை அமைப்புடன் கத்திச் சண்டையெல்லாம் வைத்து ஆனந்தனுக்காகவே ஒரு கதை எழுதி வைத்திருக்கிறேன். என்னை இயக்குனராக வைத்து நீங்கள் படம் செய்வதென்றால், அந்தக் கதையைச் சொல்கிறேன். உங்களுக்குப் பிடித்திருந்தால் எனக்கு இயக்குனர் வாய்ப்பு கொடுங்கள்" என்றார்.

நாங்கள் அசோகனிடம் அவரைப் பற்றி கேட்டோம். திருலோகச்சந்தரைப் பற்றி அவர் சொன்னார், "அவர் டைரக்டர் ஆர்.பத்மனாபன், வீணை எஸ். பாலச்சந்தர் ஆகியோரிடமும் 'விஜயபுரிவீரன்' படத்திலும் துணை இயக்குனராகப் பணியாற்றியிருக்கிறார். வாரப் பத்திரிகைகளில் சிறுகதைகளும் எழுதியிருக்கிறார். சுறுசுறுப்பான இளைஞர். அதோடு எம்.ஏ. பட்டதாரியும்கூட. நீங்கள் விரும்புவது போல ஆங்கிலப்படம் போல கதையை எடுத்துக் கொடுப்பார். தாராளமாக அவரை வைத்து படம் எடுக்கலாம்" என்றார்.

திருலோகச்சந்தரிடம் கதையைக் கேட்டு, அது பிடித்திருந்ததால் அவரை இயக்குனராக அறிமுகப்படுத்த முடிவு செய்தோம். இந்த விவரத்தை எங்கள் தந்தையாரிடம் சென்று ஆர்வத்தோடு தெரிவித்தோம்.

"என்னப்பா இது? ராஜா கதை, கத்திச் சண்டை என்கிறீர்கள். எதற்கு இந்த மாதிரியெல்லாம் படம் எடுக்க ஆசைப்படுகிறீர்கள். அதிலும் நீங்கள் சினிமாவில் கத்துக்க வேண்டியது நிறைய இருக்கு. அப்புறமா பாத்துக்கலாம்" என்று மறுத்து விட்டார். நாங்கள் நேரடியாக படத்தயாரிப்பில் ஈடுபடுவதை தந்தையார் விரும்பவில்லை என்பதைப் புரிந்து கொண்ட எங்களுக்கு மிகவும் வருத்தமாக இருந்தது.

இந்த விஷயத்தை எங்கள் தாயாரிடம் சொல்லி முறையிட்டோம். எங்களின் ஆர்வத்தை உணர்ந்த தாயார், பிள்ளைகள் ஆசைப்படுகிறார்கள். படம் எடுக்கட்டுமே! ஏன் வேண்டாம் என்று தடுக்கிறீர்கள்? அவர்களின் படத் தயாரிப்பில் ஏதேனும் குறை கண்டால் அதனை நீங்கள் சரி செய்யலாமே..! உங்கள் மேற்பார்வையில் அவர்களை வழி நடத்துங்கள். இதை நீங்கள் செய்யாமல் வேறு யார் செய்வது...?" என்று அப்பாவிடம் நயமாக எடுத்துரைத்தார்.

எங்கள் தாயாரின் பரிந்துரையை மறுக்க முடியாத தகப்பனார் எங்களிடம், "நாம இது வரைக்கும பாசப் போராட்டங்களை

சித்தரிக்கும் நல்ல கதையம்சம் உள்ள குடும்பப்படம், தேச பக்தியைத் தூண்டும் படங்களைத்தான் தயாரித்திருக்கிறோம். ராஜா, ராணி கதை, கத்திச்சண்டை இப்படியெல்லாம் எடுத்த தில்லை. அதனால், "த்ரீ மஸ்கிட்டீயர்ஸ்" போல படம் எடுப்ப தெல்லாம் ஏ.வி.எம். பேனரில் வேண்டாம். வேண்டுமென்றால், 'முருகன் பிரதர்ஸ்' என்ற புது பேனர்ல நீங்க விரும்புற மாதிரி படம் எடுத்துக்கங்க" என்று சொல்லி எங்கள் விருப்பத்துக்கு சம்மதம் தந்தார்.

அன்று எங்கள் தாயார் எங்களின் தந்தையிடம் பேசி நாங்கள் படம் தயாரிக்க சம்மதம் பெற்றுத் தராமல் இருந்திருந்தால், சினிமா உலகில் நானும் என் சகோதரர்களும் நுழைந்திருக்க முடியாது. இன்று திரை உலகில் ஏ.வி.எம். என்கிற ஒரு மாபெரும் நிறுவனத்தை எங்கள் தந்தையின் மறைவுக்குப் பிறகும் பல வெற்றிப் படங்களைத் தயாரித்து வெளியிட்டு சிறந்த முறையில் நிர்வகித்து வந்திருக்க முடியாது. சகோதரர்களாகிய நாங்கள் வேறு ஏதாவது தொழிலில் ஈடுபட்டு வந்திருப்போம். அந்த வகையில் எங்களது திரையுலகப் பிரவேசத்துக்கும் இன்று வரை ஏ.வி.எம். ஸ்டுடியோ நிலைத்த புகழோடு விளங்குவதற்கும் எங்களின் அன்பு அம்மா அவர்களே முழு முதற்காரணம் என்பதை இத்தருணத்தில் நினைத்து நெகிழ்ச்சியடைகிறேன்.

தந்தையாரிடமிருந்து எங்களுக்கு அனுமதி கிடைத்ததும் 'முருகன் பிரதர்ஸ்' என்னும் பேனரில் ஏ.சி. திருலோகச்சந்தர் டைரக்ஷனில் 'வீரத்திருமகன்' படத்தின் வேலைகளை ஆரம்பித்தோம். கதாநாயகனாக சி.எஸ். ஆனந்தன் தேர்வு செய்யப்பட்டார். கதாநாயகியாக யாரைப் போடுவது என்று யோசித்த நாங்கள், அதுவரை குழந்தை நட்சத்திரமாக நடித்து வந்த குமாரி சச்சுவை முதன் முதலாக கதாநாயகியாக அறிமுகம் செய்தோம்.

அன்று வரை எங்கள் ஏ.வி.எம். நிறுவனத்தின் நிரந்தர இசையமைப்பாளராக பணியாற்றி வந்தவர் ஆர். சுதர்சனம் அவர்கள்தான். ஆனால் நாங்கள் அன்று பிரபலமாக இருந்த விஸ்வநாதன்-ராமமூர்த்தி என்ற இளைஞர்களை முதல் முதலாக எங்கள் தயாரிப்பில் இசையமைக்க அழைத்து வந்தோம்.

"ரோஜா மலரே, ராஜகுமாரி!
ஆசைக் கிளியே, அழகிய ராணி!
அருகில் வரலாமா...?

என்ற பாடலைத்தான் முதல் முதலில் ரிக்கார்டிங் செய்து படப்பிடிப்பில் இறங்கினோம். ஒரு வாரம் படப்பிடிப்பு நடத்தி அந்தக் காட்சிகளை எங்கள் தந்தையாருக்குப் போட்டு காட்டினோம். படம் நல்ல முறையில் எடுக்கப்பட்டிருப்பதைப் பார்த்து மகிழ்ந்த அவர் எங்களை ஊக்கப் படுத்தும் விதமாக,

"உங்கள் விருப்பப்படியே படத்தை பிரம்மாண்டாக எடுப்பதற்கு என்ன தேவையோ அதை செய்யுங்கள்" என்றார்.

தந்தையார் கொடுத்த உற்சாகத்தில் பாடல் காட்சியை எடுப்பதற்கு நாங்கள் ஒகேனக்கல் சென்றோம். படப்பிடிப்புக் குழுவினருடன் நடிகர் ஆனந்தன், குமாரி சச்சு, ராமதாஸ், ஈ.வி. சரோஜா, அசோகன் ஆகிய நடிகர்களும் சேர்ந்து ஐந்தாறு கார்களில் ஒகேனக்கலுக்கு நாங்கள் வந்திருக்கும் செய்தி அந்தப் பகுதி முழுவதும் பரவிவிட்டது. ஒகேனக்கலைச் சுற்றியுள்ள ஊர்களிலிருந்து மக்கள் படப்பிடிப்பைப் பார்ப்பதற்காக கூட்டங்கூட்டமாக வந்து குவிந்து விட்டனர்.

அதனால் அங்கு சிறுசிறு கடைகள் புதியதாக முளைக்க ஆரம்பித்தன. கடலை மிட்டாய், பஞ்சு மிட்டாய், பொறிகடலை, ஐஸ்கிரீம் என்று வியாபாரம் செய்ய ஆரம்பித்து விட்டார்கள். அந்த பகுதியில் ஏதோ கண்காட்சி நடப்பது போல ஆகிவிட்டது.

வந்திருந்த ரசிகர்களில் பெரும்பாலானோர் ஈ.வி. சரோஜாவையும், அசோகனையும் பார்ப்பதில் ஆர்வமாக இருந்தனர். நாங்கள் அனைவரும் ஒகேனக்கலில் இருந்த அரசினர் விருந்தினர் மாளிகையில் (PWD Guest House) தங்கியிருந்தோம்.

பகல் முழுவதும் படப்பிடிப்பில் இருக்கும் நாங்கள், மாலை நான்கு, ஐந்து மணிக்கெல்லாம் அங்கு வெளிச்சம் அதிகம்

இருக்காது என்பதால் அறைக்கு வந்து அடுத்த நாள் எடுக்கப் போகும் காட்சிகளைப் பற்றி பேசி அதற்குண்டான ஆயத்தப் பணிகளுக்காக திட்டமிடுவது வழக்கம். அதன்படி உதவி இயக்குனர்கள், கேமராமேன், டைரக்டர் என்று அனைவரும் கூடி மறுநாள் புரோகிராம் பற்றி பேசி முடித்தோம்.

அப்போது டைரக்டர் ஏ.சி. திருலோகசந்தர், "எம்.ஜி.ஆர். படம் தர்மபுரியில் ரிலீஸாகி இருக்கிறது. இங்கிருந்து அங்கு போக ஒரு மணி நேரமாகும். இப்போது மணி ஐந்துதான் ஆகிறது. நான் குளித்துவிட்டு வந்து விடுகிறேன். நாம் எல்லோரும் போய் அந்தப் படத்தைப் பார்த்துவிட்டு வரலாம்" என்றார்.

ஆனால் உடன் இருந்த உதவியாளர்கள் மற்றும் சிலர் "நாங்கள் வரவில்லை. ஒகேனக்கல் நீர் வீழ்ச்சியில் குளிக்கப் போகிறோம்" என்று சொல்லிவிட்டார்கள்.

"சரி. நாம் போய் வருவோம்" என்று டைரக்டர் என்னிடம் சொல்லிவிட்டு அவர் அறைக்குச் சென்றார். நானும் தயாரானேன். அவர் தயாராகி வந்து, "புறப்படலாமா... காரை எடுக்கச் சொல்லுங்கள்" என்றார். அருவியில் குளிக்கச் சென்றவர்களோடு டிரைவரும் சென்றுவிட்ட விவரத்தைச் மேனேஜர் மொஹைதீன் சொன்னார். மணி ஐந்தரை ஆகிவிட்டது. இப்போது புறப்பட்டால்தான் சரியாக காட்சி ஆரம்பிக்கும் ஆறரை மணிக்கு தர்மபுரி போய்ச் சேர முடியும். என்ன செய்வதென்று புரியாமல் திகைத்த போது மேனேஜர் சொன்னார்,

"வேண்டுமானால் நான் வர்றேன் சார். நான் டிரைவ் செய்வேன்" என்றார். நாங்கள் தயங்கினோம்.

"என்னை நம்பி வாங்க சார். நான் நல்லா டிரைவ் பண்ணுவேன். லைசென்சைப் பாருங்க" என்று காட்டினார். புறப்பட்டோம். மொஹைதீன் டிரைவர் சீட்டில் அமர, அவருக்குப் பக்கத்தில் முன் சீட்டில் டைரக்டர் உட்கார, நான் பின் சீட்டில் அமர்ந்தேன். வண்டி புறப்பட்டது. அவசரமாகப் போக வேண்டும் என்பதால் கொஞ்சம் விரைவாகவே வண்டியை ஓட்டி வந்தார் மொஹைதீன். ஊரைத் தாண்டி கார் போய்க் கொண்டிருந்தபோது எங்கள் காருக்கு முன்னால் பள்ளி மாணவர்கள் இருவர் சைக்கிளில் சென்று கொண்டிருந்தார்கள்.

எங்கள் கார் வருவதைத் திரும்பிப் பார்த்த அந்த மாணவர்கள் சாலையிலிருந்து ஒதுங்காமல் நடுரோட்டுக்கு வந்து சைக்கிளை

மெதுவாக மிதிக்க ஆரம்பித்தார்கள். அது சிங்கிள் ரோடு. எங்களால் அந்தப் பையன்களை ஒதுக்கிவிட்டுச் செல்ல முடியாது.

நாங்கள் அப்போது செல்லும் காரில்தான் முதல்நாள் அசோகனும், ஈ.வி. சரோஜாவும் வந்திருக்கிறார்கள். அவர்கள்தான் அந்தக் காரில் வருகிறார்கள். மெல்ல சென்றால் காரை நிறுத்துவார்கள். ஓடிச் சென்று அவர்களைப்பார்த்து விடலாம் என நினைத்து அப்படி செய்திருக்கிறார்கள். இது எங்களுக்குத் தெரியாது.

அவர்கள் ஒதுங்கி விடுவார்கள் என நினைத்து காரின் வேகத்தைக் குறைக்காமல் ஹாரன் அடித்தபடியே சென்றார் மொஹைதீன். அவர்கள் நகரவில்லை. காரோ அந்தப் பையன்கள் செல்லும் சைக்கிள்களின் அருகில் சென்று விட்டது. இனி 'சடன் பிரேக்' போட்டு நிறுத்தினாலும் கார் அவர்கள் மீது மோதி விபத்தை உண்டு பண்ணி விடும். என்பதால் டைரக்டர் திருலோகச்சந்தர் சட்டென்று காரின் ஸ்டியரிங்கைப் பிடித்து சரசரவென்று சுழற்றினார். அவ்வளவுதான்! கார் தடதடவென பள்ளத்தில் விழுந்து உருள ஆரம்பித்தது. இரண்டு மூன்று முறை உருண்டு புரண்ட கார் அப்பளம்போல் நசுங்கியது.

டைரக்டர் முன் சீட்டில் இருந்ததால் எப்படியோ கதவைத் திறந்து கொண்டு வெளியில் வந்தார். அவரது விரலில் நன்றாக வெட்டி ரத்தம் கொட்டியது. நடுவிரல் ஃபிராக்ச்சர் ஆகியிருக்க, வலி தாங்காமல் ரோட்டை பார்த்திருக்கிறார். அந்தப் பையன்கள் பயந்து கொண்டு ஓடியிருக்கிறார்கள். அவர்களைப் பார்த்து "அவனுங்களப் பிடிங்க! பிடிங்க!" என விரட்டினார்.

காரின் இரண்டு பக்கக் கதவுகளும் நசுங்கிப் போனதால் நான் வெளியில் வர முடியாமல் அதிர்ச்சியில் இருந்தேன். வெளியில் பார்த்தபோது பெட்ரோல் டேங்க் உடைந்து பெட்ரோல் கொட்டிக் கொண்டிருந்தது. அது என்னை மேலும் திகிலடையச் செய்தது. பையன்கள் ஓடி விட்டனர். பிறகு என்னைத் தேடிய டைரக்டர் என் நிலையைப் பார்த்து பதறிப்போய் எப்படியோ கஷ்டப்பட்டு கதவை உடைத்து என்னை வெளியே கொண்டு வந்தார்.

இப்போதுதான் நாங்கள் இரண்டு பேரும் சேர்ந்து மேனேஜர் என்ன ஆனார் என்ற அச்சத்தில் சுற்றும் முற்றும் பார்த்தோம்.

அவர் ரோட்டில் நின்று கொண்டிருக்கிறார். ஆச்சரியப்பட்ட நாங்கள், "எப்படி வெளியே வந்தீங்க" என்று கேட்டோம்.

"கார் புரள ஆரம்பித்ததும் நான் குதித்து விட்டேன்" என்றார்.

பிறகு டைரக்டரின் விரலில் ஏற்பட்ட காயத்துக்கு அங்குள்ள ஒரு கம்பவுண்டரைக் கொண்டு கட்டுப் போட்டோம். அங்குள்ளவர்கள் போலீசில் புகார் செய்யச் சொன்னார்கள். அப்படிச் செய்தால் தேவை இல்லாத பல பிரச்னைகள் ஏற்பட்டுவிடும். சமயத்தில் படப்பிடிப்பு கூட தடைப்பட்டு விடலாம் என்பதால் நாங்கள் அதனைச் செய்யவில்லை.

நாங்கள் தங்கியிருந்த இடத்திற்குத் திரும்பியதும் எல்லோரும் வந்து விசாரித்தார்கள். எனக்கு காயம் எதுவும் இல்லை என்றாலும் கார் உருண்டு விழுந்த விதமும் பெட்ரோல் கொட்டியதும் என்னை அதிர்ச்சியிலிருந்து மீளவிடாமல் செய்திருந்தது. என்னுடைய நிலைமையினாலும் டைரக்டருக்கு ஏற்பட்டிருந்த காயத்தினாலும் அடுத்த நாள் ஷூட்டிங் நடக்குமா என்று கவலைப்பட்டார்கள்.

எங்களை அந்த விபத்தின் இறுக்கமான மனநிலையிலிருந்து மாற்ற எண்ணிய அசோகன் பல விஷயங்களையும் கலகலப்பாக பேச ஆரம்பித்தார்.

"இவ்வளவு பெரிய ஆக்ஸிடன்ட் நடந்தும் உடம்புல எந்தக் காயமும் இல்லாம உயிர் தப்பிச்சிருக்கீங்கன்னா அதுக்குக் காரணம் எம்.ஜி.ஆர். தான். ஏன்னா நீங்க பார்க்கப்போனது அவர் நடிச்ச "நல்லவன் வாழ்வான்" என்ற படம். அவர் வாக்கு பொய்யாகுமா?" என்றார். அவரின் பேச்சில் நாங்கள் சற்று ஆசுவாசமானோம்.

மறுநாள் வழக்கம்போல் படப்பிடிப்பு தொடர்ந்தது. அந்த விபத்தின்போது எங்களுக்கு ஏற்பட்ட அதிர்ச்சியையும் அதிலிருந்து நாங்கள் தப்பித்த அதிசயத்தையும் இன்று நினைத்துப் பார்த்தால் கூட வியப்பாகவே இருக்கிறது.

பின்னர் நாங்கள் ஒகேனக்கலில் ஆர்ப்பரித்துக் கொட்டும் நீர்வீழ்ச்சிகளின் பின்னணியில் நல்லவிதமாக படப்பிடிப்பு நடத்தி விட்டுத் திரும்பினோம். அடுத்து,

"நீலப் பட்டாடைக் கட்டி...
நிலவென்னும் பொட்டும் வைத்து..."

என்ற பாடலை பிரம்மாண்டமாக படம் பிடிக்க நினைத்தோம். அதற்காக மகாபலிபுரம் போகும் வழியில் அரங்கம் ஒன்று அமைத்தோம். அதில் ஒரு பெரிய தண்ணீர் தொட்டிக்குள்

(குளத்துக்குள்) தாமரை மலர் ஒன்று மொட்டாகத் தோன்றி மலரும் (விரியும்). அதன் உள்ளிருந்து கதாநாயகி சச்சு தோன்றி எழுந்து நடனமாடுவார். அந்தத் தாமரை மலரைச் சுற்றி ஒன்பது தாமரை இலைகள், சச்சு இருக்கும் தாமரை மலரை சுற்றி வரும். அந்த இலைகளின் மேலிருந்து ஒன்பது அழகிகள் ஆடுவார்கள்.

கலை இயக்குனர் சாந்தாராம் இப்படி ஒரு அரங்கத்தை "மோர் கடையும் மத்தின்" தொழில்நுட்பத்தில் திறமையாக அமைக்க, அப்பாடல் காட்சியை எடுக்க ஆரம்பித்தோம்.

இரண்டு நாட்கள் எடுத்த அந்தப் பாடல் காட்சியின் பதிவைப் பார்த்த எங்கள் தந்தையார், "நன்றாக இருக்கிறதே. இதை பிளாக் அண்டு ஒயிட்டில் எடுப்பதை விட கலரில் எடுத்தால் இன்னும் நன்றாக இருக்குமே" என்றார்.

அதனால் அந்தப் பாடலை மீண்டும் கலரில் எடுக்க ஆரம்பித்தோம். படப்பிடிப்பு நடக்கும் போது சில அசௌகரியங்களைக் கண்டோம். சென்னையில் கலர் ஃபிலிம் பிராஸஸிங் அண்டு பிரிண்டிங் செய்யும் லேப்புகள் அப்போது கிடையாது. அதனால் இங்கு படப்பிடிப்பு செய்யப்பட்ட நெகடிவ்கள் பம்பாய்க்கு அனுப்பப்பட்டு அங்கே பிராஸஸ்பிரிண்டிங் ஆகி வருவதற்கு இரண்டு, மூன்று நாட்கள் காத்திருக்க வேண்டியிருந்தது. இதனால் தயாரிப்பு வேலைகளில் சில சிக்கல்கள் ஏற்படவே, அப்பாடலை 'கறுப்புவெள்ளையிலேயே எடுத்துவிட முடிவு செய்தோம். இப்படியாக இந்தப் பாடல் எடுத்து முடிக்க பத்து நாட்கள் ஆயின.

இதே படத்தின் வெளிப்புறப் படப்பிடிப்பிற்காக ஆந்திர மாநிலம் சென்றோம். திருப்பதியிலிருந்து 80 கிலோ மீட்டர் தொலைவில் கடப்பா ரோட்டில் உள்ள 'சந்திரகிரிக் கோட்டை' என்ற இடத்தைத் தேர்வு செய்தோம்.

கதைப்படி, ராமதாஸ் அசோகனை "சங்கிலியால் கட்டி இழுத்து வாருங்கள்" என்று தனது சிப்பாய்களிடம் சொல்லி அனுப்பியிருப்பார். அதன்படி அவர்கள் அசோகனை இழுத்து வரும் போது, அசோகன் "எதிரியின் முன் கைதியாய் நின்று அவனால் கொல்லப்படுவதை விட, நானே என் உயிரை மாய்த்துக்கொள்கிறேன்" என்று சொல்லி வீரர்கள் பிடித்திருக்கும் சங்கிலியை இழுத்துக்கொண்டு அவர்களிடமிருந்து விடுபட்டு ஓடி, மலை உச்சியிலிருந்து பள்ளத்தாக்கில் விழுந்து உயிர்விட வேண்டும். இதுதான் காட்சி.

இதை அங்கு எடுத்தால் சிறப்பாக அமையும் என்பதற்காகவே அந்த இடத்தை தேர்வு செய்து ஆந்திர அரசின் அனுமதியும் வாங்கிக் கொண்டு சென்றோம்.

இந்தக் காட்சியை படமாக்கும் போது அசோகன், வீரர்களின் பிடியிலிருந்து விடுபட்டு மலை உச்சிக்கு ஓடிச்சென்று நின்று ஆவேசமாகப் பேசிவிட்டு பள்ளத்தாக்கில் குதிக்க வேண்டும். இது தான் ஷாட்.

இந்த ஷாட்டில் அசோகன் எவ்வளவு உயரத்தில் இருக்கிறார். அங்கிருந்து குதித்தால் என்ன ஆகும்...? என்ற அச்சம், பிரமிப்பு இவற்றை ரசிகர்களுக்கு காட்ட வேண்டும் என்பதற்காக உண்மையிலேயே ஒரு பெரிய பள்ளத்தாக்கின் முன் கேமராவை வைத்து அதன் உச்சியிலிருந்து அசோகன் குதிப்பது போல் பாவனை செய்தால் போதும் என்று அவருக்கு சொல்லி விட்டு அந்தக் காட்சியை எடுக்க ஆரம்பித்தார் டைரக்டர்.

ஆனால் ஆக்ஷன் என்றதும் ஓடிவந்த அசோகன் ஆவேசமாகப் பேசிக் கொண்டே மலை உச்சியின் விளிம்புக்கே வந்து விழ ஆரம்பித்து விட்டார். அப்போது அவர் போகும் போக்கையும் மலையின் விளிம்பை நெருங்குவதையும் கண்ட வீரர்கள் (ஸ்டன்ட் நடிகர்கள்) ஏதோ விபரீதம் நடக்கப் போகிறது என்பதை உணர்ந்து வேகமாக ஓடிச் சென்று பள்ளத்தாக்கில் விழப்போன அசோகனின் காலைத் தாவிப் பிடித்து விட்டார்கள்.

அந்த வீரர்கள் ஸ்டன்ட் மாஸ்டர் சாமிநாதனின் உதவியா ளர்கள். உண்மையிலேயே மிகுந்த துணிவும், பலமும் மிக்கவர்கள் அவர்கள். அப்படி பிடிக்கவில்லை என்றால் அசோகன் பள்ளத் தாக்கில் விழுந்திருப்பார்.

டைரக்டருக்கு கடுமையான கோபம் வந்துவிட்டது. "நடிக்கச் சொன்னால் ஆவேசப்பட்டு என்ன செய்கிறோம் என்று தெரியாமல் நிதானம் இழந்து இப்படியா செய்வது..?" என்று அசோகனை திட்டினார்.

ஆனால் அசோகன், "ஷாட் நல்லா வரணும் என்றுதான் அப்படி செய்தேன். நான் நிதானமெல்லாம் இழக்கல... எனக்குத் தெரியாதா...?" என்று சாவகாசமாகச் சொன்னார்.

ஒரு நடிகராக இருந்து அசோகன் தனது செயலுக்கு சமாதானம் சொன்ன போதிலும், டைரக்டர் நிலையிலிருந்த திருலோகச்சந்தர் "இனிமேல் இப்படியெல்லாம் செய்யாதீங்க. ஏதாவது ஒண்ணு

ஆகியிருந்தால் என்ன ஆவது? எந்த வேலையிலும் கவனம் தேவை" என்று மீண்டும் மீண்டும் எச்சரித்தார்.

அதன்பிறகு அவர் விழுவதற்கென்று நாங்கள் பார்த்து வைத்திருந்த சுமாரான பள்ளம் உள்ள இடத்தில் மெத்தைகளைப் போட்டு பாறை உச்சியிலிருந்து குதிப்பதைப் போல எடுத்து முடித்தோம்.

இப்படி பல ரிஸ்க்கான சம்பவங்களின் பின்னணியில்தான் படப்பிடிப்பை நடத்திக் விட்டு திரும்பி வந்தோம்.

அடுத்து கிளைமாக்ஸ் காட்சி. கதைப்படி மன்னரின் கோட்டைக்குள் ஒரு புரட்சிக்கூட்டம் புகுந்து விடும். அந்தக் கூட்டத்தை விரட்டியடிக்க கோட்டைக்குள் இருக்கும் போர் வீரர்கள் தாக்குதல் நடத்துவார்கள்.

இந்தக் காட்சியை படமாக்க எண்ணிய போது எங்கள் தந்தையார், "அந்தக் காலத்தில் வெளிவந்து வெற்றி பெற்ற 'ஹெலன் ஆஃப் ட்ராய்' (Helen of Troy) என்ற ஆங்கிலப் படத்தில் இப்படி ஒரு காட்சி வரும். அதில் கோட்டைக்குள் குதிரையில் வீரர்கள் ஒளிந்து வந்து தாக்குதல் நடத்தும் காட்சி அற்புதமாகப் படம் பிடிக்கப்பட்டிருக்கும். அதைப் போலவே நிறைய கூட்டத்தை ஃபிரேமில் கொண்டு வந்து பிரமாதமாக எடுங்கள்" என்று கூறினார்.

அதன்படியே நாங்கள் மன்னர் காலத்து கோட்டை அரங்கம் அமைத்து பிரமாதமாக எடுத்து முடித்தோம்.

படத்தை நல்ல முறையில் எடுத்து முடித்திருக்கிறோம். நிச்சயமாகப் படம் பெரிய அளவில் வெற்றி பெறும் என்ற நம்பிக்கையோடு 'வீரத்திருமகன்' படத்தை வெளியிட்டோம். ஆனால் படம் எதிர்பார்த்த வெற்றியைப் பெறவில்லை. சாதாரணமாகத்தான் இருந்தது. இது எங்களுக்கு மிகுந்த ஏமாற்றத்தை தந்தது.

கதை சரியாக இல்லாமல் மாபெரும் பொருட்செலவில் என்னதான் பிரம்மாண்டமாக எடுத்தாலும் படம் ஓடாது. பிரம்மாண்டம் மட்டுமே படத்தின் வெற்றிக்கு கைகொடுக்காது என்ற பாடத்தை இந்தப் படத்தின் மூலமாக சகோதரர்கள் நாங்கள் கற்றுக் கொண்டோம்.

பார்த்தால் பசி தீரும் (1962)

1960களில் பீம்சிங் அவர்கள் தமிழ்த்திரை உலகில் ஒரு மாபெரும் இயக்குனராக விளங்கினார். அவர் இயக்கிய படம் ஒன்று வெளியாகி வெற்றி பெறுகிறதென்றால், அவரது இயக்கத்தில் வெளிவரும் அடுத்த படம் முந்தைய படத்தைவிட பிரமாதமான வெற்றி பெறும். இப்படி அவரது படங்கள் எல்லாமே வெற்றிமேல் வெற்றி பெற்று புகழ் ஏணியின் உச்சத்தில் இருந்தார்.

ஒரு முறை அவருடன் பேசிக் கொண்டிருந்துபோது அவர் பெற்றுவரும் வெற்றிகளைச் சொல்லி பாராட்டு தெரிவித்தேன்.

"இந்த வெற்றிகளின் மூலமாக என்னைக் கொண்டுபோய் எவரெஸ்ட் சிகரத்தில் நிற்க வைத்திருக்கிறார்கள். இப்படி ஒரு இமாலய வெற்றிக்கு அடுத்து பெரிய தோல்வி வரலாம் அல்லது எனக்கு ஏதும் பாதகம் நேரலாம் என்று பயந்து கொண்டிருக்கிறேன். ஏனென்றால், உச்சிக்கு வந்துவிட்டவன் அடுத்து அங்கிருந்து இறங்கித்தான் ஆக வேண்டும். அப்படி ஒரு இறக்கம் வந்து நான் விழுந்து விடக்கூடாது என்பதற்காகவும் இந்த உச்சியிலேயே நிலைத்து நிற்கவும், நான் என்ன செய்ய வேண்டும் என்பதில் கவனமாக இருக்கிறேன்" என்றார். அந்த அளவுக்கு வெற்றிக் களிப்பில் மிதந்துவிடாமல் கவனமாக இருந்தவர் பீம்சிங்.

தான் எடுத்த படத்தை ரிலீஸுக்கு முன் திரும்பத் திரும்ப போட்டுப் பார்ப்பார். மற்றவர்களையும் பார்க்க வைப்பார்.

அதிலிருக்கும் குறைகளை யார் கண்டுபிடித்துச் சொன்னாலும் அதற்கு மதிப்பளித்துத் திருத்துவார். உதவி இயக்குனர்களைப் பெரிதும் மதிப்பார்.

எங்களுடன் கூட்டுத் தயாரிப்பில் ஈடுபட்டிருந்த 'ஜி.கே. புரொடக்‌ஷன்ஸ்' நிறுவனத்தின் சி.ஆர். பசவராஜ் அவர்கள் பீம்சிங்கை இயக்குனராகக் கொண்டு ஒரு படம் தயாரிக்க விரும்பினார். அதற்காக அப்பாவை அணுகி கதை வேண்டும் என்று கேட்டார்.

அப்போது அதுவரை இயக்குனராகாமலிருந்த ஏ.சி. திருலோகச்சந்தர் பத்திரிகையில் வெளியிடுவதற்காக ஒரு கதை எழுதி வைத்திருந்தார். அந்தக் கதையை எங்களிடமும் சொல்லியிருந்தார். இப்போது பசவராஜ் கதை வேண்டுமென்று கேட்கவே நாங்கள் எங்கள் தந்தையாரிடம் ஏ.சி. திருலோகச்சந்தர் எங்களிடம் சொல்லிய கதையைப் பற்றிய விவரத்தை தெரிவித்து அது எங்களுக்குப் பிடித்திருப்பதாகவும் சொன்னோம்.

கதை அவருடையதாக இருந்தாலும் பீம்சிங்தான் இயக்க வேண்டும் என்றார் பசவராஜ்.

"அதற்கென்ன..? பீம்சிங் நமக்கு வேண்டியவர்தான். சொன்னால் கேட்பார்" என்றார் அப்பா.

அதன்படி பீம்சிங்கை அணுகி ஏ.சி. திருலோகச்சந்தரின் கதையை கொடுத்து, "நீங்கள் எங்களுக்கு டைரக்‌ஷன் செய்து தர வேண்டும்" என்றோம். பீம்சிங், "படித்துவிட்டு சொல்கிறேன்" என்றார்.

கதையைப் படித்த பின்பு எங்களை சந்தித்த பீம்சிங் "நான், கொட்டாரக்கரா, இறைமுடிமணி, எம்.எஸ். சோலைமலை, ஜி.பாலசுப்ரமணியம் முதலியோர் பங்கு கொள்ளும் ஒரு கதைப்

பண்ணையே வைத்திருக்கிறேன். அந்தப் பண்ணையில் உருவாகும் திரைக்கதையைத் தான் இதுவரை நான் படம் பண்ணியிருக்கிறேன். நீங்கள் கொடுத்த கதையைப் படித்தேன். ஏதோ நாவல் படிப்பது போல் இருக்கிறது. திரைக்கதைக்கு ஏற்றதாக இல்லை. கதையில் அந்த அளவுக்கு வலு இல்லை. அதனால் திரைக்கு ஏற்றார்போல் இக்கதையில் நான் சில மாற்றங்களை செய்து கொள்வேன். அதற்கு திருலோகச்சந்தர் சம்மதித்தால், இக்கதையை டைரக்ஷன் செய்கிறேன்" என்றார்.

இந்த விஷயத்தை ஏ.சி.திருலோகச்சந்தரிடம் நாங்கள் தெரிவித்தோம். அதற்கு அவரும் ஒப்புக் கொண்டார்.

படம் எடுக்கத் தயாரானோம். அந்தக் காலகட்டத்தில் பீம்சிங் ஏ.வி.எம்மின் 'களத்தூர் கண்ணம்மா', 'சகோதரி', போன்ற படங்களை இயக்கியிருந்தாலும் அவருடைய பெரும்பாலான படங்கள் படிக்காத மேதை, பச்சை விளக்கு, பந்த பாசம், படித்தால் மட்டும் போதுமா, பாலும் பழமும், பார் மகளே பார், பாவமன்னிப்பு, பாசமலர் என 'பா' என்ற முதலெழுத்தைக் கொண்டே தலைப்புகள் அமைத்து வெற்றிகளைக் குவித்திருந்தார். அதனால் எங்கள் தயாரிப்பிற்கும் அந்த 'பா' வரிசை ராசியை வைத்து "பார்த்தால் பசி தீரும்" என்று பெயர் வைக்கப்பட்டது.

நடிகர்கள் சிவாஜி கணேசன், ஜெமினி கணேசன், சரோஜாதேவி, சாவித்திரி போன்ற பிரபல நடிக / நடிகையர் ஒப்பந்தமானார்கள். மெல்லிசை மன்னர்கள் விஸ்வநாதன் ராமமூர்த்தி இசையமைத்தார்கள். படப்பிடிப்பு நடந்து கொண்டிருக்கும் போது, இயக்குனர் பீம்சிங்கிற்கும், கதாசிரியர் திருலோகச்சந்தருக்கும் சிறுசிறு கருத்து வேறுபாடுகள் ஏற்பட்டன.

கதையில் இயக்குனர் செய்யும் மாற்றங்கள் கதாசிரியருக்குப் பிடிக்கவில்லை. இது படத்தயாரிப்பில் பெரும் சிக்கலை உண்டாக்கியது. எல்லா சிக்கல்களையும் சமாளித்து படத்தை

எடுத்து முடித்து வெளியிட்டோம். ஆனால் படம் எதிர்பார்த்த வெற்றியை அடையவில்லை. சுமாராகத்தான் ஓடியது.

வெற்றிச் சிகரத்தில் இருந்த பீம்சிங்கின் இயக்கம், மற்ற தொழில்நுட்ப கலைஞர்களின் பூரண ஒத்துழைப்பு, கவிஞர் கண்ணதாசனின் முத்தான பாடல் வரிகள், மெல்லிசை மன்னர்களின் அசத்தலான மெட்டுகள், அவ்வளவு ஏன்? இயக்குனர் பீம்சிங்கின் 'பா' வரிசை டைட்டில் ராசி... இத்தனையும் இருந்தும் அவரது மற்ற படங்கள் பெற்ற மகோன்னத வெற்றியை "பார்த்தால் பசி தீரும்" படம் பெறவில்லை.

இயக்குனருக்கும், கதாசிரியருக்கும் ஏற்பட்ட கருத்து வேறு பாடும் ஒத்துழைப்பு இல்லாமையுமே படம் வெற்றி பெறாததற் கான காரணமாக அமைந்தன.

ஏவி.எம். ஸ்டுடியோவில் ஷூட்டிங் பார்க்க வந்த ஜெர்மன் நாட்டுக் கலைஞர்களுடன் ஜெய்சங்கர், ஸ்ரீப்ரியா, எம்.குமரன், ஏவி.எம்.சரவணன் ஆகியோர்.

மேய்ன் சுப் ரஹூங்கி (1962) (ஹிந்தி)

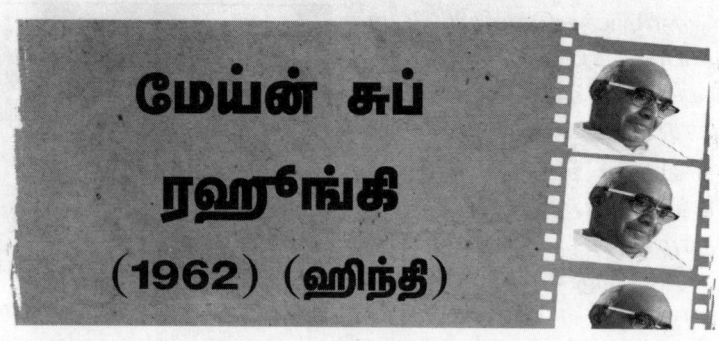

நான் வாய் திறக்க மாட்டேன் என்பது இதன் பொருள். தமிழ், தெலுங்கு இரண்டு மொழிகளிலும் வெற்றி கண்ட "களத்தூர் கண்ணம்மா"வை இந்தியில் எடுக்க முயற்சி மேற்கொண்டார் என் தந்தை.

டைரக்டராக யாரை நியமிக்கலாம் என்று யோசித்தவர் ஏ.பீம்சிங் அவர்களைத் தேர்ந்தெடுத்து அவரிடம் தெரிவித்தார். எடுத்த எடுப்பிலேயே அவர், "எனக்கு இந்தி தெரியாதே... நான் எப்படி இந்திப் படம் டைரக்ஷன் பண்ணுவேன். என்னை விட்டுடுங்க" என்று மறுத்தார்.

"என்ன இப்படி சொல்லிட்டீங்க? பம்பாயிலிருந்து வந்த மராட்டியர்தானே நீங்க? உங்களுக்கு இந்தி தெரியாதா?" என்று கேட்டார் தந்தை.

"எங்க மூதாதையர்கள் தமிழ்நாட்டிற்கு வந்து செட்டில் ஆகி ரொம்ப வருஷமாச்சு. நாங்க வளர்ந்தது எல்லாம் இங்கேதான்" என்றார் பீம்சிங்.

"பரவாயில்ல. குலதெய்வம் படத்தை டைரக்ஷன் பண்ணின இந்தி தெரியாத கிருஷ்ணன் பஞ்சு "பாபி" என்ற இந்திப்படம் டைரக்ட் பண்ணி வெற்றி பெறலையா? அவர்களுக்கு ஏற்பாடு செய்தது போலவே இந்தி நன்றாகத் தெரிந்த உதவியாளரைத் தருகிறோம் செய்ங்க" என்றார் தந்தையார்.

'மேய்ன் சுப் ரஹூங்கி' சுனில் தத், மீனாகுமாரி.

"நான் இந்திப் படங்களே பார்த்ததில்லையே. அந்தக் கலாச்சாரமே எனக்குத் தெரியாதே" என்றார் பீம்சிங்.

"அவ்வளவுதானே" என்று அவர் பார்ப்பதற்காக ஒரு இந்திப் படத்தை உடனே கொண்டு வரச் சொல்லி அவருக்குப் போட்டுக்காட்ட ஏற்பாடு செய்தார் தந்தையார்.

அந்த இந்திப் படத்தைப் பார்த்ததும் "பரவாயில்லையே... தமிழ்ப்படம் எடுப்பதுபோல்தான் அவர்களும் படம் எடுத்திருக்கிறார்கள். கலாச்சாரமெல்லாம் ஒன்றும் பெரிதாக வித்தியாசப்படவில்லை" என்ற தைரியம் வந்தது டைரக்டர் பீம்சிங்கிற்கு. படத்தை இயக்க ஒப்புக் கொண்டார். நடிகர்களாக சுனில்தத், மீனாகுமாரி, பப்லு என்ற குழந்தை நட்சத்திரம் ஆகியோர் தேர்வானார்கள். படத்தின் பெயர் "மேய்ன் சுப்ரஹூங்கி" (நான் வாய் திறக்கமாட்டேன்).

படப்பிடிப்பு நல்லமுறையில் நடந்து ரிலீஸுக்கு தயாரானது. இந்த நேரத்தில் மாலாசின்ஹா, ராஜேந்திரகுமார் நடித்த பி. ஆர். சோப்ராவின் படமான "தூல் கா பூல்" (குப்பையில் கிடந்த மாணிக்கம்) என்ற படம் (நோ படீஸ் சைல்டு என்கிற ஆங்கிலப் படத்தின் கதையைத் தழுவியது) வெளிவந்து ஓடிக் கொண்டிருந்தது.

ஒரே நேரத்தில் வேற்று மொழிப் படம் ஒன்றைப் பார்த்து அவரவர் சிந்தனைக்கேற்ப எழுதிக் கொண்ட கதாசிரியர்களின் கற்பனை எப்படி வேலை செய்கிறது பாருங்கள். இருந்தாலும் துணிந்து தமது இந்தி படத்தை ரிலீஸ் செய்தார் என் தந்தையார்.

ஏ.வி.எம். தயாரித்த படம் மாபெரும் வெற்றி கண்டது. 25 வாரங்கள் வெற்றிகரமாக ஓடி சாதனை படைத்தது. இப்படிப் பல போராட்டங்களுக்கிடையிலும் மனம் தளராமல் என் தந்தையார் மேற்கொண்ட முயற்சிகள் எல்லா வகையிலும் வெற்றியையே தந்தது.

அன்னை
(1962)

ஏ.வி.எம். தயாரித்த பிரமாண்ட வெற்றிப்படங்களின் வரிசையில் முக்கியமாக இடம் பெற்ற இன்னொரு படம் ‘அன்னை’. இந்தப் படத்தின் டைரக்ஷன் பொறுப்பை கிருஷ்ணன் பஞ்சு ஏற்றனர். கதை வசனத்தை கே. எஸ்.கோபாலகிருஷ்ணன் எழுத, ஆர்.சுதர்சனம் இசையமைத்தார். ஏ.கே. சேகர் கலை இயக்குநராகப் பணியாற்றினார்.

பானுமதி, சௌகார் ஜானகி, எஸ்.வி. ரங்காராவ், டி.எஸ். பாலையா, சந்திரபாபு, சச்சு ஆகியோர் நடிகர்களாக தேர்வு செய்யப்பட்டனர்.

ஒரு விபத்தில் சிக்கி, கால் பாதிக்கப்பட்டு முடமாகிவிட்ட ஒருவரின் மனைவி, தன் ஏழ்மை நிலையில் தனக்குப் பிறந்த ஆண் குழந்தையை வசதிமிக்க பிரபல வழக்கறிஞரின் மனைவியாக வாழும் அக்காவுக்கு தத்து கொடுக்கிறாள். அக்காவுக்கு குழந்தை பிறக்க வாய்ப்பில்லை என்று மருத்துவர்கள் கூறிவிட்டார்கள். இந்த நிலையில், தங்கையின் குழந்தையை தத்தெடுக்கும்போது “இந்தக் குழந்தைக்குத் தாய் நீதான் என்பதை எந்தக் காலத்திலும் எந்தச் சூழ்நிலையிலும் அவன் அறியும்படி நீ நடந்து கொள்ளக் கூடாது” என்று தங்கையிடம் சத்தியப்பிரமாணம் வாங்கிக் கொள்கிறாள் அக்கா. அதற்கு பிரதிபலனாக ஊனமாகிவிட்ட கணவனுடன் வாழும் தங்கைக்கு தன் வீட்டிலேயே தங்க இடமளித்து அவர்களின்

அன்னை (1962)

வாழ்க்கைக்குத் தேவையான உதவிகளை செய்து வருகிறாள் அக்கா. மாடியில் அக்காவும் கீழ் தளத்தில் தங்கையும் வசித்து வருகிறார்கள்.

ஒரே வீட்டில் கண்ணெதிரில் வளர்ந்து வரும் தன் குழந்தையை வேறு எவருக்கோ பிறந்ததுபோல் அதனிடம் பாசம் காட்ட முடியாமல் ஏங்கித் தவிக்கும் தாய்க்கும், அடுத்தவள் குழந்தை என்று தெரிந்துவிட்டால் தன் மீது உள்ள பாசம் குறைந்து வெறுப்பு வந்துவிடுமே என்று பயந்து அந்தக் குழந்தையை பெற்றவளிடம் நெருங்க விடாமல் கண்கொத்திப் பாம்பு போல கண்காணித்து வரும் வளர்ப்புத் தாய்க்கும் இடையே நடக்கும் பாசப்போராட்டம் தான் இப்படத்தின் கதை.

குழந்தை வளர்ந்து பெரியவனாகிறான். ஒரு கட்டத்தில் அவனுக்கு கடுமையான காய்ச்சல் வந்து படுத்த படுக்கையாகி விடுவான். பிள்ளையின் அருகிலேயே வளர்ப்புத்தாய் இருந்து கண்கொட்டாமல் பாதுகாக்கிறாள். பிள்ளையை நெருங்க முடியாத பெற்ற தாய் அந்தக் காவலை மீறி வந்து பிள்ளையைப் பார்க்க வேண்டும்.

இந்தக் காட்சிக்கு ஏற்றபடி எப்படி அரங்கம் அமைக்க வேண்டும் என்பதை என் தந்தையார் டைரக்டர்கள் கிருஷ்ணன்பஞ்சு, கதை வசனகர்த்தா கே.எஸ்.கோபால கிருஷ்ணன், அரங்க அமைப்பாளர் ஏ.கே.சேகர், கேமராமேன் எல்லோரையும் அழைத்து சகோதரர்கள் எங்களையும் உடன் வைத்துக் கொண்டு ஆலோசனை செய்தார்.

பையன் படுக்கும் கட்டில் எங்கு இருக்க வேண்டும். கதவுகள் எங்கெங்கு எப்படி இருக்க வேண்டும். பெற்ற தாய் எந்தக் கதவு வழியாக உள்ளே நுழைய வேண்டும். சுவர்க் கடிகாரம் எங்கு மாட்டி இருக்க வேண்டும். காமராவை எங்கே வைத்து எப்படி படம் பிடிக்க வேண்டும் என்பதையெல்லாம் விளக்கிக் காட்டுவதற்காக மினியேச்சர் செட் ஒன்றை உருவாக்கச் சொல்லி அதன் மூலமாக இந்த விஷயங்களை எல்லாம் முடிவு செய்த பின்புதான் படப்பிடிப்பிற்கே சென்றார்கள்.

அந்த அளவுக்கு இந்தப் படத்தின் படப்பிடிப்பில் எல்லோருடைய கவனத்தையும் ஒருங்கிணைத்து செயல்பட வைத்தார் தந்தையார். தொழில்நுட்பக் கலைஞர்கள் மட்டுமல்லாமல் நடிக/நடிகைகளின் பங்களிப்பும் மிகச் சிறப்பாக இருந்தது.

இயக்குனர்கள் கிருஷ்ணன் - பஞ்சு, மெல்லிசைமன்னர் எம்.எஸ்.விஸ்வநாதன், திரு. ஏவி.எம்., மெல்லிசை மன்னர் வி.ராமமூர்த்தி, குட்டி பத்மினி மற்றும் ஏவி.எம்.குமரன்.

அரங்கம் (வீடு செட்) அமைத்து அக்காட்சி படமாக்கப்பட்டது. காய்ச்சலால் பாதிக்கப்பட்ட பிள்ளை படுத்திருக்கும் கட்டிலின் அருகிலேயே இரவு பகல் பாராமல் வளர்ப்புத்தாய் பானுமதி அமர்ந்திருப்பார். கட்டிலின் மேல் தலைப் பக்கம் சுவர்க் கடிகாரம் மாட்டப்பட்டிருக்கும். இரவு முழுவதும் கண்ணுறங்காமல் பிள்ளையைப் பார்த்துக் கொண்டிருந்த பானுமதி களைப்பினால் சற்று கண் அயர்ந்து விடுவார்.

பெற்ற பிள்ளை படும் துன்பத்தை அருகில் இருந்து கவனித்துக் கொள்ள முடியாத துயரத்தில் கோவிலுக்குச் சென்று தன் பிள்ளைக்கு எந்த ஆபத்தும் நேர்ந்து விடக் கூடாது என்று வேண்டிக் கொண்டு வருவார் பெற்ற தாய் சௌகார் ஜானகி. இரவு நேரத்தில் திருட்டுத்தனமாக வீட்டின் பின்பக்க வழியாக மாடியில் ஏறிப் பார்ப்பார். எல்லாக் கதவுகளும் தாழிடப் பட்டிருப்பதை அறிந்து வேதனைப்படும் நேரத்தில் ‘கொலாப்சபிள்’ கேட் ஒன்றின் வழியாக உள்ளே நுழைந்து விடுகிறார். அங்கே பிள்ளை காய்ச்சலின் பாதிப்பில் நினைவின்றிக் கிடப்பதையும் அவன் அருகிலேயே தன் அக்காள் அயர்ந்து தலை சாய்த்திருப்பதையும் பார்க்கிறார். அக்கா எங்கே தன்னைப் பார்த்து விடுவாளோ என்கிற பதற்றம் ஒரு பக்கம். இருந்தும் மெல்லத் துணிந்து தான் தெய்வத்திடம் வேண்டிக் கொண்டு எடுத்து வந்த திருநீறை எடுத்து பிள்ளையின் நெற்றியில் நடுக்கத்தோடு வைக்க முற்படுகிறாள். எங்கும் ஒரே நிசப்தம். அந்த அசாதாரண அமைதியைக் கெடுப்பது போல் சுவர்க் கடிகாரம் நேரம் 12 மணி என்பதைக் காட்ட “டாண்... டாண்...” என ஒலிக்கிறது. திடுக்கிட்டு எழுகிறாள் வளர்ப்புத்தாய். திகைத்துப் போய் பயங்கொண்டு நிற்கும் பெற்ற தாயான தங்கையைப் பார்க்கிறாள். கோபாவேசம் பொங்க அவளின் கையைப் பிடித்து இழுத்துக் கொண்டு போய் வீட்டின் கீழ் தளத்தில் தள்ளி திட்டுகிறாள். எதுவுமே பேச முடியாமல் கண்ணீர் வடிக்கிறாள் தங்கை.

“ஒப்பந்தத்தை மீறி எனக்கு செய்து தந்த சத்தியத்தை மீறி பிள்ளையை தன்னிடமிருந்து பிரிக்கப் பார்க்கிறாயா....? துரோகி!” என திட்டுகிறாள் அக்கா.

“கைகளில் தூக்கி, மார்பிலே தாங்கி என் பிள்ளையை நான் வளர்க்காமல் இருக்கலாம். பத்து மாதம் இந்த வயிற்றில் சுமந்திருக்கிறேனே...! பெற்றெடுத்த பிள்ளை என் கண் முன்னே

இப்படி உணர்வற்று படுத்துக்கிடக்க நான் எப்படி அதைப் பார்த்துக் கொண்டிருக்க முடியும் அக்கா” என்று கலங்கி அழுவார் தங்கையான சௌகார் ஜானகி.

இருவரும் சேர்ந்து இப்படி ஒரு உணர்ச்சிமயமான காட்சியில் நடிக்கும் போது, பெற்ற பாசத்தில் கதறும் சௌகார் ஜானகியின் நடிப்பு பிரமாதமாக இருந்தது. பானுமதி சிறப்பாக நடித்தாலும் பெற்ற தாயின் கதறலுக்குத்தான் ரசிகர்களிடம் பாதிப்பு அதிகமாக இருக்கும்! அதனால் தன் நடிப்புத்திறன் எடுபடாமல் போய்விடுமோ? என்று அஞ்சிய பானுமதி, சௌகார் ஜானகி உணர்வு பொங்க நடித்துக் கொண்டிருக்கும்போது தனக்கு இருமல் வந்து விட்டதுபோல் இரும ஆரம்பித்து விட்டார். இருமலின் பாதிப்பு அதிகமாக இருக்கவே டைரக்டர், “கட்.” சொல்லிவிட்டார்.

அந்தக் காலத்தில் ‘டப்பிங்’ செய்வது கிடையாது. படப்பிடிப்பு நடக்கும்போதே லைவாக (live sound) வசனத்தை பதிவு செய்துதான் ஆக வேண்டும். அதனால் அந்த ஷாட்டை அடுத்த டேக் எடுக்கும் போது முதல் டேக்கில் நடித்த அளவுக்கு சௌகார் ஜானகியால் செய்ய முடியவில்லை. பானுமதியின் உள்நோக்கத்தை அறிந்து கொண்ட டைரக்டர், பானுமதி, சௌகார் ஜானகி இருவரின் உணர்வுகளையும் தனித்தனி ஷாட்டாக எடுத்து அவர்களின் திறமையான நடிப்பைப் பதிவு செய்தார்.

தியேட்டரில் இந்தக் காட்சி ரசிகர்களிடம் மாபெரும் வரவேற்பைப் பெற்று படத்தின் சிறப்பம்சமாக (highlight) அமைந்தது. பானுமதியின் உணர்வுப் பூர்வமான பங்கு நடிப்பில் மட்டுமல்லாது, பாடல் பதிவு செய்வதிலும் இருந்தது.

‘‘பூவாகி.... காயாகி
கனிந்த மரம் ஒன்று...!
பூவாமல் காய்க்காமல்
கிடந்த மரம் ஒன்று”

என்கிற பாடலை கவிஞர் கண்ணதாசன் எழுதவந்த போது பானுமதியும் வந்து விட்டார். வளர்ப்புத்தாயான தான் பாடும் வரிகள் எப்படி இருக்க வேண்டும் என்பதை கவிஞரிடம் அவரே சொல்லி தேர்வு செய்தார். இசையமைப்பாளர் சுதர்சனம் அவர்களிடம் எந்தெந்த இடத்தில் எந்தெந்த வாத்தியத்தின்

இசை சேர்க்க வேண்டும் என்பதைச் சொல்லி அதன்படி பாடி அப்பாடலை பதிவு செய்வதில் பங்கு கொண்டார்.

மூன்று முறை இப்பாடலை ரிக்கார்டிங் செய்தோம். இதில் மூன்றாவது டேக் தான் எங்கள் எல்லோருக்கும் திருப்தி ஆகி ஓ.கே. சொன்னோம். இரண்டாவது டேக்கில் வாத்திய இசை சில இடங்களில் சரியாக இல்லை.

ஆனால் பானுமதி "இரண்டாவது டேக் தான் நன்றாக இருக்கிறது. அதில் தான் நான் நன்றாகப் பாடியுள்ளேன். அதனால் அதையே ஓ.கே. செய்யுங்கள்" என்று சொல்லிவிட்டுப் போய்விட்டார். ஆனால் நாங்கள் அவருக்கு தெரியாமல் மூன்றாவது டேக்கையே ஓ.கே. செய்து படப்பிடிப்பிற்கு எடுத்து வந்தோம்.

படப்பிடிப்பிற்கு முன் பாடலைக் கேட்ட பானுமதி "இது நான் ஓ.கே. செய்த பாடல் இல்லை" என்றார். நாங்கள் "இல்லை அம்மா. இது நீங்கள் ஓ.கே. செய்த பாடல்தான்" என்று எவ்வளவோ எடுத்துச் சொல்லியும் அவர் கேட்கவில்லை.

"வேண்டுமென்றால் தியேட்டருக்கு வாருங்கள். நான் ஓ.கே. செய்த பாடலை உங்களுக்கு எடுத்துக் காட்டுகிறேன்" என்று தியேட்டருக்கு நடக்க ஆரம்பித்து விட்டார். நாங்கள் எல்லோரும் அவர் பின்னாலேயே சென்றோம். பானுமதிக்கு முன்னே ஓடிய ஒருவர் எஞ்சினியர் சம்பத்திடம், "பானுமதி அம்மா ரிக்கார்டிங் செய்த பாடலை கேட்க வருகிறார்" என்று சொல்லவே, அங்கு ரிக்கார்டிங்கிலிருந்த இசையமைப்பாளர் சுதர்சனமும் வந்து சம்பத் அவர்களிடம் பாடலைப் போட்டுக் காட்டச் சொல்ல பாடலைக் கேட்ட பானுமதி தான் ஓ.கே. செய்த இரண்டாவது டேக் இதுதான் என உறுதி செய்து, "இதைக் கொண்டு வந்து படம் எடுத்தால்தான் நான் நடிப்பேன்" என்று உறுதியாக சொல்லிவிட்டார். இப்படி அவரின் அதீத பங்களிப்பு சில நேரங்களில் எங்களுக்கு தொந்தரவாகவும் இருந்திருக்கிறது.

மனதை உருக்கும் நெகிழ்ச்சி மிகுந்த காட்சிகள் நிறைந்த இந்தப் படத்தில் சந்திரபாபுவின் நகைச்சுவை நடிப்பு படத்தின் வெற்றிக்கு மிகவும் உறுதுணையாக இருந்தது. ஒரு காட்சியில் எலி அவர்மீது பாய்ந்து ஓடுவது போல நடிக்க வேண்டும் என்று சொன்னவுடன் சந்திரபாபு பயந்து விட்டார்.

பிறகு நாங்கள் எல்லோரும் சேர்ந்து "உணர்வுப் பூர்வமான இப்படத்தில் இதுபோன்ற நகைச்சுவை காட்சிகள் இருந்தால்தான் சிறப்பாக இருக்கும். எலியால் உங்களுக்கு எந்த பாதிப்பும் வராது. அதன் பயிற்சியாளர் இருக்கிறார். பயப்பட வேண்டாம்" என்று தைரியம் கொடுத்த பின்னர் சம்மதித்து நடித்தார்.

விலங்குகளின் பயிற்சியாளர் கரையான் எலிக்கு நல்ல பயிற்சி தந்திருந்தார். அவர் எலியைத் தூக்கி சந்திரபாபு மேலே போடுவார். அது அவரது உடல்மேல் பாய்ந்து பாய்ந்து ஓடும். அதைக் கண்டு அவர் அலறுவார். படத்திற்காக இப்படி பல வகைகளிலும் முழு ஒத்துழைப்புத் தந்து நகைச்சுவை விருந்து படைத்தார் சந்திரபாபு.

இவ்வாறு நடிக / நடிகைகள் எல்லோருமே அவரவர் கதாபாத்திரங்களில் ஒன்றி முழு மனதோடு நடித்ததால் 'அன்னை' படம் மாபெரும் வெற்றி கண்டு ஏ.வி.எம்மின் வெற்றிப்பட வரிசையில் சேர்ந்து கொண்டது. இதே நடிக / நடிகைகள் நடிக்க படத்தை தெலுங்கிலும் தயாரித்தோம். பானுமதி, சௌகார் ஜானகி, எஸ்.வி. ரங்காராவ் ஆகியோரின் நடிப்பிற்கு அமோக வரவேற்பு கிடைத்து தெலுங்கிலும் 'அன்னை' மாபெரும் வெற்றி கண்டது.

பிறகு இந்தியில் இப்படத்தை தயாரிக்கலாம் என்று நினைத்தோம். அப்போது பானுமதி, சௌகார் ஜானகி, இவர்களுக்குப் பதில் இந்தி நடிகைகளையே வைத்து படம் எடுத்தால் தான் இந்தியில் ஓடும். ஏற்கனவே பானுமதி 'சண்டிராணி' போன்ற இரண்டு மூன்று படங்களில் நடித்து அவை வெற்றி பெறவில்லை என்றார்கள்.

அதனால் பானுமதி, சௌகார் ஜானகி ஆகியோர் போல் நடிக்க இந்தியில் யாரும் இல்லையே என்பது எங்களுக்குத் தெரிந்திருந்தாலும் இந்தி நடிகர்களையே வைத்து இப்படத்தை "லாட்லா" என்ற பெயரில் தயாரித்து வெளியிட்டோம். படம் ரிலீஸான தியேட்டர்களுக்குச் சென்ற நாங்கள் படத்தைப் பற்றி ரசிகர்கள் என்ன நினைக்கிறார்கள் என்பதை அறியும் ஆவலுடன் முதல் காட்சி பார்த்துவிட்டு வந்த ரசிகர்களிடம்,.

"பையா... எ பிக்சர் கைசாஹை"?

(தம்பி! படம் எப்படி இருக்கிறது) என்று கேட்டோம்.

அவர்கள், "ஏ பிக்சர் கியாஹை?

'லாட்லா' நஹி

'டால்டா' ஹை....

(என்ன படம் இது...? இது....லாட்லா இல்ல... டால்டா) என்று கேலி செய்து சென்றார்கள்.

படத்தின் கதை அம்சத்தை வெளிக்கொண்டு வந்து மக்களின் மனதில் பதிய வைக்கும் அளவுக்கு தமிழ் நடிகைகளைப் போல் இந்தி நடிகைகளின் திறமையான பங்களிப்பு இல்லாமல் போனதால் படம் தோல்வி அடைந்தது.

'அன்னை' படத்தை இந்தியில் எடுக்கும்போது பானுமதி, சௌகார் ஜானகி போல் நடிப்பதற்கு அங்கு யாரும் இல்லை என்று தெரிந்தும் விஷப் பரீட்சை செய்தோம். அதன் பலனை கைமேல் கண்டோம்.

நானும் ஒரு பெண் (1963)

வங்க மொழியில் "பொது" என்ற பெயரில் நடந்த நாடகத்தைத் தழுவி எழுதப்பட்டதுதான் "நானும் ஒரு பெண்" படத்தின் கதை. ஸ்ரீ சைலேஷ் டே என்பவர்தான் அந்த நாடகத்தின் ஆசிரியர்.

கொல்கத்தாவைச் சேர்ந்த வி.ஏ.பி. ஐயர் என்ற என் தந்தையாரின் நெருங்கிய நண்பர் அவரை சந்தித்துப் பேசிக் கொண்டிருக்கும்போது "வங்க மொழியில், 'பொது' என்னும் ஒரு நாடகம் வெற்றிகரமாக நடந்து கொண்டிருக்கிறது. நல்ல கதை" என்பதை தெரிவித்திருக்கிறார். இந்த விஷயத்தை எங்களிடம் சொன்ன தந்தையார், 'அந்த நாடகத்தை போய் பார்த்துவிட்டு வாருங்கள்' என்று என் சகோதரரையும், இயக்குனர் திருலோகச்சந்தரையும் அனுப்பினார்.

அவர்கள் கொல்கத்தாவிற்கு சென்று அந்த நாடகத்தைப் பார்த்தார்கள். கதை பிடித்திருந்ததனால் அந்தக் கதையின் உரிமையை வாங்கிக் கொண்டு சென்னைக்கு வந்தார்கள்.

"ஒரு தந்தை தன் மகனுக்கு நல்ல சிவப்பான அழகான பெண்ணைத் திருமணம் செய்து வைக்க ஆசைப்படுகிறார். ஆனால் மகனோ அவரது விருப்பத்திற்கு மாறாக ஒரு கருப்பான பெண்ணை திருமணம் செய்து கொண்டு வந்து விடுகிறான். கருப்பு மருமகளை மாமனாருக்குப் பிடிக்கவில்லை. அவளைக் கொடுமைப்படுத்திக் கொண்டே இருக்கிறார். இதற்கு தீர்வு கிளைமாக்ஸில். இதுதான் கதையின் கரு.

இந்தக் கதையைக் கேட்டுவிட்டு அதைப் பற்றி எங்களிடம் விவாதித்த என் தந்தையார்,

"கதை நன்றாக இருக்கிறது. இருந்தாலும் இதை இப்படியே நாம் படம் எடுக்க முடியாது. கதையில் கொஞ்சம் அழுத்தம் தேவை. அதனால் இக்கதையை ஆதாரமாக வைத்துக் கொண்டு, தமிழுக்குத் தகுந்தபடி சில மாற்றங்கள் செய்து படம் பண்ணுங்கள்" என்றார். அதோடு "டைரக்டர்கள் கிருஷ்ணன்பஞ்சுவை அழைத்து கதையை தயார் செய்யச் சொல்லுங்கள். அவர்கள் நல்ல முறையில் செய்து கொடுப்பார்கள்" என்றும் சொன்னார்.

நானும் என் சகோதரர்களும் "டைரக்டர் ஏ.சி. திருலோகச்சந்தரை டைரக்டராக வைத்து செய்யலாம்" என்ற எங்கள் விருப்பத்தைச் சொன்னோம்.

"அவர் ஏற்கனவே நமக்கு 'வீரத்திருமகன்' படம் செய்து அது சுமாராகத்தானே ஓடியது. கிருஷ்ணன்பஞ்சு நமக்கு வெற்றிப் படம் தந்தவர்களாயிற்றே..." என்றார் தந்தை. இருந்தாலும் எங்கள் விருப்பம் ஏ.சி. திருலோகச்சந்தர் பெயரிலேயே இருந்ததை அறிந்து,

"வேண்டுமானால்; ஏ.சி. திருலோகச்சந்தரை டைரக்டராக மட்டும் வைத்துக் கொண்டு, வேறு ஒரு நல்ல கதாசிரியரை வைத்து திரைக்கதை அமைத்துக் கொள்ளுங்கள்" என்று சொன்னார்.

அப்போது 'பாசமலர்' படம் வெளிவந்து வெற்றிகரமாக ஓடிக் கொண்டிருந்தது. அதன் கதாசிரியர் கே.பி. கொட்டாரக்கரா, டைரக்டர் பீம்சிங் அவர்களின் மூலமாக ஏற்கனவே எங்களுக்கு பழக்கமாகியிருந்தார். அதனால் கொட்டாரக்கராவை வைத்தே திரைக்கதையை எழுதச் சொல்லலாம் என்று நினைத்தோம். அதனால் அவரைச் சந்தித்து நாங்கள் அப்போது எடுக்கப்போகும் கதையை சொன்னோம்.

"இந்தக் கதையில் சில மாற்றங்களைப் புதுமையாகவும் அழுத்தமாகவும் செய்து திரைக்கதை அமைத்துத் தர முடியுமா?" என்று அவரிடம் கேட்டோம். அவரும் செய்து தருவதாக சம்மதித்தார்.

ஆனால் டைரக்டர் திருலோகச்சந்தர், "நானே ஒரு கதாசிரியன். என் டைரக்‌ஷனில் வேறு ஒருவர் திரைக்கதை

எழுதுவது என்பது எனக்கு உடன்பாடு இல்லாத விஷயம். எனக்கு அதில் பிடித்தம் இல்லை" என்றார்.

இருந்தாலும் நாங்கள் விடவில்லை. "இந்தப் படத்தை நீங்கள்தான் டைரக்‌ஷன் செய்ய வேண்டும் என்பதில் நாங்கள் உறுதியாக இருக்கிறோம். அது போல திரைக்கதையை வேறு ஒருவர் எழுதுவதில் நீங்கள் ஒத்துழைப்பு கொடுக்க வேண்டும் என்றும் விரும்புகிறோம்" என்று வற்புறுத்தினோம்.

மறுப்பு சொல்ல முடியாத ஏ.சி. திருலோகச்சந்தர் எங்களிடம், "அவரை திரைக்கதையை எழுதச் சொல்லுங்கள் நானும் உடனிருந்து ஒத்துழைக்கிறேன். ஆனால் திரைக்கதை என் பெயரில்தான் வரவேண்டும்" என்று அன்பு வேண்டுகோள் விடுத்தார். இதனை கொட்டாரக்காவிடம் தயக்கத்தோடு தெரிவித்த நாங்கள், என்ன சொல்வாரோ என்று எதிர்பார்க்கும் போது எங்களிடம் அவர் கொண்டிருந்த நட்பின் காரணமாக "என் பெயர் படத்தில் வரவில்லை என்றாலும் உங்கள் படத்திற்கு திரைக்கதை எழுதித் தருகிறேன்" என்று சம்மதம் தெரிவித்தார். சென்னைக்குப் பக்கத்தில் செம்பரம்பாக்கம் ஏரி அருகே உள்ள ஒரு பங்களாவில் கதை விவாதம் ஆரம்பித்தோம்.

கொட்டாரக்கரா, டைரக்டர் ஏ.சி. திருலோகச்சந்தர், நான், எனது சகோதரர்கள் எல்லோரும் சேர்ந்து திரைக்கதை அமைத்தோம்.

'நானும் ஒரு பெண்' படத்தின் கதை தயாரானது. எஸ்.எஸ். ராஜேந்திரன், விஜயகுமாரி, எஸ்.வி. ரங்காராவ், எஸ்.வி. சுப்பையா ஆகியோருடன் கதையில் புதிதாக உருவாக்கப்பட்ட இளம் ஜோடிக்கு ராஜன் என்ற ஒரு புதுமுகத்தை அறிமுகம் செய்தோம். அவருடன் புஷ்பலதாவும் நடித்தார்.

இந்தப் படத்தின் வெற்றிக்குப் பின் ராஜன் என் தந்தையாரிடம் வந்து, "ஜெமினி ஸ்டுடியோவில் அறிமுகமாகி நடித்த காதல் மன்னன் தன் பெயருக்கு முன்னால் ஜெமினி என்று சேர்த்துக் கொண்டு; 'ஜெமினி' கணேசன் ஆனதுபோல், தங்களின் ஸ்தாபனத்தில் அறிமுகமான நான் என் பெயருக்கு முன்னால் 'ஏ.வி.எம்' என்று சேர்த்துக் கொள்ள ஆசைப்படுகிறேன். அதற்கு தாங்கள் அனுமதி தர வேண்டும்" என கேட்டுக் கொண்டார். என் தந்தையாருடன் நாங்களும் சம்மதித்தோம். அதன்படி அவர், ஏ.வி.எம். ராஜன் ஆனார்.

ஏ.வி.எம். ராஜன், புஷ்பலதா சம்பந்தப்பட்ட காதல் காட்சிகள் இளைஞர்களுக்கும் மாணவர்களுக்கும் பிடிக்க வேண்டுமே என்ற நோக்கத்திலேயே சிறப்பாக அமைத்து படம் பிடித்து வந்தோம்.

கல்லூரியில் படிக்கும் புஷ்பலதா, ஏ.வி.எம். ராஜன் இருவரும் காதலர்கள். என்.சி.சி.யில் சேர்ந்து பயிற்சி பெறுகிறார்கள். அப்படி என்.சி.சி. உடையில் இருவரும் பயிற்சி எடுத்துக் கொண்டிருக்கும் போது ஏதோ ஒரு விஷயத்தில் புஷ்பலதா ராஜனிடம் ஏமாந்து விடுகிறார். அதனால் கோபமடைந்து ராஜனுடன் செல்லாமல் தனியே வந்து பஸ் ஸ்டாப்பில் என்.சி.சி. யூனிஃபார்மிலேயே நிற்கிறார். அதே யூனிஃபார்மில் ஸ்கூட்டரில் அங்கு வரும் ராஜன், "என்னுடன் வா! நான் அழைத்துப் போகிறேன்" என்கிறார்.

புஷ்பலதா கோபத்தில் மறுக்கிறார். உடனே ராஜன்,

"ஏமாறச் சொன்னது நானோ....?
என் மீது கோபம் தானோ?
மனம் மாறிப் போவதும் ஏனோ?
எங்கே நீ சென்றாலும் விடுவேனோ...?

என்று பாட, புஷ்பலதா விலகிச் செல்ல, ராஜன் என்.சி.சி.யிலிருந்து வந்த அதே பாதிப்பில் புஷ்பலதா நடந்து செல்வதற்கு தகுந்தபடி

Left ... (லெஃப்ட்)
right ... (ரைட்...)
left ... (லெஃப்ட்)
right ... (ரைட்...)
About turn (அபௌட் டர்.ன்)

என்று பாடலை தொடர்ந்து பாடுவார்.

இந்தப் பாடலை படம் பிடிப்பதற்கு ஏற்ற இடத்தை நாங்கள் தேடியபோது பெங்களூர் விதான் சௌதாவின் (கர்நாடக மாநிலத்தின் சட்டப்பேரவை கட்டிடம்) பின்னணியில் அமைந்திருக்கும் பிரதான சாலையைக் கண்டோம்.

அந்த சட்டசபைக் கட்டிடத்தின் தோற்றமும் சாலையும் என்.சி.சி. உடையில் காதலர்களின் "மார்ச்"சுக்கு மிகப் பொருத்தமாக இருக்கும் என்று முடிவு செய்தோம்.

ஒரு மாநில சட்டசபைக் கட்டிடத்தின் முன்னால் சினிமா ஷீட்டிங் செய்ய விடுவார்களா? அது எவ்வளவு சிரமம் என்பது தெரிந்தும் பாடல் காட்சி சிறப்பாக வரவேண்டுமே என்ற ஆதங்கத்தில் பெரும் முயற்சி செய்து அதிகாரிகளிடம் மன்றாடி அனுமதி பெற்று நல்ல முறையில் பாடல் காட்சியையும் எடுத்து விட்டோம்.

படம் முடிந்து சென்ஸார் சர்ட்டிஃபிகேட் வாங்குவதற்காக படத்தைப் போட்டுக் காட்டினோம். படத்தைப் பார்த்த சென்ஸார் குழு உறுப்பினர்கள் "படம் நன்றாக இருக்கிறது. ஒரே ஒரு காட்சியில் மட்டும் 'கட்' உள்ளது. அதனை செய்து கொடுத்துவிடுங்கள், சர்ட்டிபிகேட் கொடுத்து விடுகிறோம்" என்றார்கள்.

'சென்ஸார் கட்' கொடுக்கும் அளவிற்கு படத்தில் தவறுதலான காட்சிகள் அப்படி என்ன இருக்கிறது?' என்று புரியாத நாங்கள் 'என்ன கட்?' என்று கேட்டோம்.

"என்.சி.சி. யூனிஃபார்மில் காதலர்கள் டூயட் பாடுவது சரியில்லை. அந்தப் பகுதியை 'கட்' செய்கிறோம்" என்றார்கள்.

"என்.சி.சி. மாணவர்கள் விளையாட்டாகப் பாடுவது போலத்தானே எடுத்திருக்கிறோம். எந்த விரசமும் அதில் இல்லையே" என்றோம்.

"அது அந்த யூனிஃபார்மை அவமானப்படுத்துவது போல நாங்கள் உணர்கிறோம். அதனால் நீங்கள் அந்தப் பகுதியை நீக்கியே தீர வேண்டும்" என்று பிடிவாதமாகக் கூறினார்கள்.

நாங்கள் எவ்வளவோ சொல்லிப் பார்த்தோம். சென்ஸார் குழுவின் எந்த உறுப்பினரும் எங்கள் வாதங்களுக்கு செவி சாய்க்கவே இல்லை.

என்.சி.சி. உடையை மாற்றி மீண்டும் பெங்களூர் சென்று அதே "விதான் சௌதா" கட்டிடத்தின் முன்னால் படப்பிடிப்பு நடத்த வேண்டுமென்றால், அது பெரிய கஷ்டம். நிச்சயமாக அவர்கள் அனுமதி தரமாட்டார்கள். அதற்காக முயன்று பார்க்கக்கூட அவகாசம் இல்லை. ஏனென்றால், படத்தின் ரிலீஸ் தேதியும் நெருங்கி விட்டது. வேறு வழியே இல்லாமல், அந்தப் பாடலை இங்கேயே மாற்றி எடுக்க வேண்டிய நிர்ப்பந்தத்திற்கு ஆளானோம்.

ஏ.வி.எம் ஸ்டுடியோவில் அதேபோல் 'பஸ் ஸ்டாப்' செட் போட்டு அந்த 'சென்ஸார் கட்' பகுதியை என்.சி.சி. யூனிஃபார்ம் இல்லாமல் படம் பிடித்து படத்தைக் காட்டினோம். அதன் பிறகுதான் சென்ஸார் குழு உறுப்பினர்கள் திருப்தி அடைந்து சர்ட்டிஃபிகேட் கொடுத்தார்கள். ஆனால் எங்களுக்கு அந்தப் பாடல் காட்சியில் முன்பிருந்த திருப்தி இல்லை. அந்த நாளில் அந்த அளவுக்கு சென்ஸார் குழு உறுப்பினர்கள் எல்லோருமே கண்டிப்பானவர்களாக இருந்தார்கள். இப்படி பல சிரமங்களுக்கிடையில் எடுக்கப்பட்ட இந்தப் பாடல் என்னுடைய விருப்பத்தின் படியே ரிக்கார்டிங் செய்யப்பட்டது என்பதை இங்கு தெரிவிக்க ஆசைப்படுகிறேன். என்னுடைய விருப்பத்தை எல்லோரும் ஏற்றுக் கொள்ளவும் செய்தார்கள்.

எங்கள் தந்தையின் முந்தைய தயாரிப்பான 'வாழ்க்கை' படத்தில் வந்த ஒரு பாடல்தான் இந்தப் படத்தில் இப்படி ஒரு பாடல் அமைய வேண்டும் என்ற என் எண்ணத்திற்கு தூண்டுகோலாக இருந்தது. 'வாழ்க்கை' படத்தில் கதாநாயகன் டி.ஆர். ராமச்சந்திரனை எழுத்தாளர் என்று எண்ணி ஏமாந்து விடுவார் கதாநாயகி வைஜெயந்திமாலா. அது பொய் என்று தெரிந்ததும் வைஜெயந்திமாலாவுக்கு, டி.ஆர். ராமச்சந்திரன் மேல் கோபம் வந்து விடும். அதை கேலி செய்து டி.ஆர். ராமச்சந்திரன்,

"உன் கண் உன்னை ஏமாற்றினால்
என் மேல் கோபம் உண்டாவதேன்?" என்று பாடுவார்.

அதே பாடல் வரிகளை டி. ஆர். ராமச்சந்திரன் ஏமாந்தபோது அவரிடம் வைஜெயந்திமாலா பாடுவது போல் காட்சி வரும்.

பிற்காலத்தில் நாங்கள் எங்கள் தயாரிப்பில் 'சகலகலா வல்லவன்' படம் எடுத்தபோது அதே போன்று கமலஹாசனை கேலி செய்து அம்பிகா,

"கட்ட வண்டி கட்ட வண்டி... கடையாணி கழண்ட வண்டி..."

என்று முதலில் பாடுவார். பிறகு கமலஹாசன் அதே மெட்டில்,

"கட்ட வண்டி கட்ட வண்டி... காப்பாத்த வந்தவண்டி..."

என்று அம்பிகாவை கேலி செய்து பாடுவார். இப்படி மூன்று படங்களிலும் இதே மாதிரியான பாடல் அமைய வேண்டும்

என்ற என் விருப்பத்தின்படியே எடுக்கப்பட்டது. இதில் சிறப்பு என்னவென்றால், மூன்று படங்களிலுமே இந்த சூழ்நிலை பாடல்கள் காலபேதம் இல்லாமல் 'ஹிட்'டானது என்பதை மறுக்க முடியாது.

'நானும் ஒரு பெண்' படம் வெளிவந்து தமிழ் ரசிகர்களின் ஏகோபித்த வரவேற்பை பெற்று பெரும் வெற்றி கண்டது. வசூலை அள்ளிக் குவித்தது.

இதில் கருப்புப் பெண்ணாக வந்த விஜயகுமாரியும் அவரைத் திருமணம் செய்த எஸ்.எஸ்.ஆரும், கருப்பு மருமகளைக் கொடுமைப்படுத்தும் மாமனாராக எஸ்.வி. ரங்காராவும் வேலைக்காரராக எஸ்.வி. சுப்பையாவும் அருமையாக நடித்திருந்தார்கள். ஏ.வி.எம். ராஜன், புஷ்பலதா ஜோடியும் நாங்கள் எதிர்பார்த்தது போலவே இளைய உள்ளங்களைக் கவரும் விதமாக இளமைத் துள்ளலோடு நடித்திருந்தார்கள். கதாபாத்திரங்களின் தன்மைக்கேற்ற இவர்களின் நடிப்பும் கதை அமைப்பும் இப்படத்தின் வெற்றிக்குப் பேருதவியாக அமைந்தன.

அந்த வருடத்தின் சிறந்த படத்திற்குரிய பரிசை ஜனாதிபதி திரு. ராதாகிருஷ்ணன் அவர்களிடமிருந்து நான் பெற்றது அந்த வெற்றிக்கு மகுடமாக அமைந்தது.

● ● ●

"நானும் ஒரு பெண் தெலுங்கு"

தமிழில் மாபெரும் வெற்றி கண்ட 'நானும் ஒரு பெண்' படத்தை "நாதே ஆட ஜென்மா" என்ற பெயரில் தெலுங்கிலும் தயாரித்தோம். இந்தப் படத்தையும் ஏ.சி. திருலோகச்சந்தரே இயக்கினார். என்.டி.ஆர், சாவித்திரி, எஸ்.வி. ரங்காராவ், ஜமுனா முதலிய பெரிய நடிகர்கள் நடித்தார்கள். தமிழ்நாட்டில் வெற்றி கண்டது போலவே தெலுங்கிலும் இப்படம் பெரிய வெற்றியடைந்து நல்ல வசூலைத் தந்தது.

● ● ●

"நானும் ஒரு பெண் ஹிந்தி"

தமிழிலும் தெலுங்கிலும் மாபெரும் வெற்றி கண்டதால் 'நானும் ஒரு பெண்' கதையை இந்தியிலும் எடுக்கலாம் என்று தீர்மானித்தோம்.

நானும் ஒரு பெண்
(தமிழ்)
1963

நானும் ஒரு பெண்
(இந்தி - மைன் பீ லட்கி ஹூம்)
1964

நானும் ஒரு பெண்
(தெலுங்கு - நாடி ஆட ஜென்மா)
1965

"மை பீ லடுக்கீ ஹு(ம்)" என்ற தலைப்பில் ராஜேந்தர் கிருஷ்ணா கதை வசனம் எழுதினார்.

ஏ.சி. திருலோகச்சந்தர் எம்.ஏ. படித்தவர், ஆங்கிலம் நன்றாக அறிந்தவர் என்பதால் அவரே டைரக்ட் செய்யட்டும் என்று முடிவு செய்தோம். இந்தியில் தான் செய்யும் முதல் படம் என்பதால் மிகவும் மகிழ்ச்சியாக அந்த வாய்ப்பை அவர் ஏற்றுக் கொண்டார்.

தமிழில் விஜயகுமாரி, தெலுங்கில் சாவித்திரி நடித்த கருப்பு பெண் (மருமகள்) கதாபாத்திரத்திற்கு மீனாகுமாரியும், தமிழில் எஸ்.எஸ்.ஆர்; தெலுங்கில் என்.டி.ஆர். நடித்த மகன் கதாபாத்திரத்திற்கு தர்மேந்திராவும், தமிழில் எஸ்.வி. சுப்பையா நடித்த பாத்திரத்தில் பால்ராஜ் சஹானி என்று நடிகர்களைத் தேர்வு செய்து முடித்தோம்.

தமிழ், தெலுங்கு இரண்டு மொழிகளிலுமே எஸ்.வி. ரங்காராவ் நடித்த மாமனார் கதாபாத்திரத்திற்கு இந்தியில் யாரைத் தேர்வு செய்யலாம் என்று யோசித்தோம். எஸ்.வி. ரங்காராவ் அளவுக்கு கதாபாத்திரத்தை உணர்ந்து நடிப்பதற்கு இந்தியில் யாரும் இல்லை என்பதை அறிந்தோம். இதனை இந்தி வசனகர்த்தா ராஜேந்தர் கிருஷ்ணாவிடமும் தெரிவித்தோம். அவரும் "எஸ்.வி. ரங்காராவ் அளவுக்கு நடிப்பதற்கு இங்கு ஆளில்லை. நீங்கள் விரும்பினால் அவரையே இந்த கேரக்டரில் நடிக்க வையுங்கள்" என்றார். இப்படிப் பலரும் சொன்னதைக் கேட்டு எஸ்.வி. ரங்காராவே அந்தக் கதாபாத்திரத்தில் நடிக்கட்டும் என்று முடிவு செய்தோம்.

தெலுங்கைத் தாய்மொழியாகக் கொண்டவர்களுக்கு இந்தி பேசுவது இயல்பாக வரும். அதன்படி ரங்காராவும் இந்தியில் வசனங்களை அருமையாகப் பேசி சிறப்பாக நடித்தார். நல்ல முறையில் படத்தை எடுத்து முடித்தோம். தமிழ், தெலுங்கு போலவே இந்தியிலும் படம் நன்றாக வந்திருந்தது. நம்பிக்கையோடு படத்தை ரிலீஸ் செய்தோம்.

ரிசல்ட் எப்படி இருக்கிறது என்பதை அறிந்து கொள்வதற்காக மும்பைக்குச் சென்று தியேட்டரில் ரசிகர்களோடு அமர்ந்து படம் பார்த்தோம். எங்களுடன் டைரக்டர் ஏ.சி. திருலோகச்சந்தரும் இருந்தார்.

தமிழ், தெலுங்கு படங்களைப் பார்த்த ரசிகர்கள் படத்தில் கருப்பு மருமகளை மாமனார் வெறுத்துப் பேசுவதையும், அவள்

கலங்கி கெஞ்சுவதையும் கண்டு எப்படி உருகி ரசித்தார்களோ, அந்த உணர்வே இல்லாமல் இந்தி ரசிகர்கள் அமைதியாக இருந்தார்கள்.

தமிழில் வந்த அதே பாடல்களின் மெட்டிலேயே இந்திப் பாடல்களையும் நன்றாகவே செய்திருந்தோம்.

"கண்ணா... கருமை நிறக் கண்ணா...
உன்னைக் காணாத கண்ணில்லையே..."

என்ற பாடலை விஜயகுமாரி, சாவித்திரி ஆகியோர் பாடியபோது எப்படி ரசிகர்கள் உருகினார்களோ அந்த உருக்கம் இந்தி ரசிகர்களிடம் இல்லை. ரசிகர்களின் எந்த ரியாக்ஷனும் இல்லாமல் தியேட்டரில் படம் ஓடிக் கொண்டிருந்தது. எங்களுக்கு ஒன்றும் புரியவில்லை.

காட்சி முடிந்து வெளியில் வந்த ரசிகர்களிடம் 'படம் எப்படி இருக்கிறது?' என்று கேட்டோம்.

"மீனாகுமாரி கருப்புப் பொண்ணா? எங்க ஊர்ல பொண்ணுங்க கருப்பாவே இருக்க மாட்டாங்க. வீடு மெழுகிறவங்க, பெருக்குறவங்க, இந்த மாதிரி கீழ்மட்ட வேலை செய்யறவங்கதான் கருப்பா இருப்பாங்க. அவங்கெல்லாம் எங்க ஊர்க்காரங்களும் இல்ல... எங்க ஊர் பொண்ணுங்க எல்லாருமே சிவப்பாத்தான் இருப்பாங்க" என்று சொல்லிச் சென்றார்கள்.

எந்தக் கருவை மையமாக வைத்து படம் எடுத்தோமோ அதையே அவர்கள் ஏற்கவில்லை. 'கருப்பு' என்பது ஒரு விஷய மாகவே அவர்களுக்குப் படவில்லை என்பதை அறிந்தோம்.

அதைவிட அவர்கள் சொன்ன இன்னொரு விஷயம் எங்களுக்கு அதிர்ச்சியாக இருந்தது.

"மீனாகுமாரி எங்க ஊர் பொண்ணு. அவங்களப்போய் உங்க ஊர் ஆள் (மாமனார்) கொடுமைப் படுத்துவது எங்களுக்குப் பிடிக்கல" என்றார்கள்.

மும்பை மட்டுமல்ல இப்படம் ரிலீஸான டில்லி, கொல்கத்தா போன்ற நகரங்களிலும் இதே ரிப்போர்ட்தான்.

இந்த விஷயத்தை சென்னையில் இருக்கும் எங்கள் தந்தை யாரிடம் டெலிபோனில் சொன்னோம்.

அவரும் இங்குள்ள (பம்பாய்) நிலவரத்தை அறிந்து வைத்திருந்தார். அதனால், "சரி, இனிமேல் உங்களுக்கு அங்கே

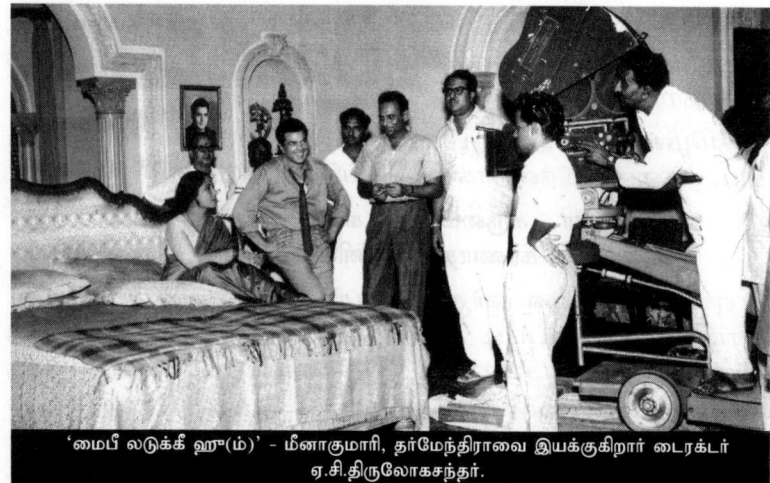

'மைபீ லடுக்கீ ஹூ(ம்)' - மீனாகுமாரி, தர்மேந்திராவை இயக்குகிறார் டைரக்டர் ஏ.சி.திருலோகசந்தர்.

வேலை இல்லை. உடனே புறப்பட்டு வந்து விடுங்கள்" என்றார். இதை டைரக்டர் திருலோகச்சந்தரிடம் தெரிவித்து விட்டு நாங்கள் புறப்படத் தயாரானோம்.

எங்களுடன் உடனே புறப்பட்டு வருவதற்கு மனமில்லாத டைரக்டர், "இன்னும் இரண்டு நாள் இருந்து பார்த்து விட்டுப் போகலாம். படம் 'பிக் அப்' ஆகும் என்ற நம்பிக்கை எனக்கிருக்கிறது" என்றார்.

நாங்கள் தயாரித்த 'குலதெய்வம்' என்ற தமிழ் படத்தை "பாபி" என்ற பெயரில் இந்தியில் தயாரித்தபோது அதே கிருஷ்ணன்பஞ்சு ஆகியோரை முதன் முதலில் இந்தியில் டைரக்டராக அறிமுகப்படுத்தினோம். படம் வெற்றி அடைந்தது.

அதுபோலவே, 'களத்தூர் கண்ணம்மா' திரைப்படத்தின் மூலமாக டைரக்டர் பீம்சிங்கை முதன்முதலில் இந்தியில் அறிமுகப்படுத்தினோம். அந்தப் படமும் வெற்றி பெற்றது.

அந்த வரிசையில் ஏ.வி.எம். மூலமாக தனக்குக் கிடைத்த முதல் இந்திப் படம் அது என்பதால், அதன் வாயிலாக தானும் வெற்றி அடைந்து இந்தித் திரை உலகில் பிரபலமடையலாம் என்கிற நம்பிக்கையோடிருந்த ஏ.சி. திருலோகச்சந்தர்,

"பம்பாயில் இன்னும் சில நாட்கள் தங்கி பார்த்து விட்டு வருகிறேன், நீங்கள் புறப்படுங்கள்" என்று சொல்லிவிட்டார். அப்பா அழைத்துவிட்ட பிறகும் அங்கு நாங்கள் இருந்தால்

அவர் கோபிப்பார் என்று அஞ்சிய நானும் சகோதரர்களும் உடனே சென்னைக்குப் புறப்பட்டோம்.

வெள்ளிக்கிழமை ரிலீஸான படத்தின் வசூல் சனிக்கிழமை இறங்குமுகம் ஆனது. ஞாயிற்றுக்கிழமை அதைவிட குறைந்தது. திங்கட்கிழமை படத்தின் வசூல் விழுந்தே விட்டது. மொத்தத்தில் "நானும் ஒரு பெண்" இந்தியில் படுதோல்வி கண்டது.

ஒரு மொழியில் படம் எடுக்கிறபோது அம்மொழி பேசும் மக்களின் உறவு முறைகளில் இருக்கும் பழக்க வழக்கங்களை, இயல்புகளை மனதில் கொள்ள வேண்டும்.

அதைவிட தென்னிந்திய நடிகர்களை இந்தியில் அறிமுகப் படுத்தும் போது, அவர் என்னதான் திறமை மிக்கவராக இருந்தாலும் வடஇந்தியாவில் பெரும் புகழோடு விளங்கும் நடிகர்களின் காம்பினேஷனில் நடிக்க வைக்க நேரிடும் போது இதைப்போன்ற சில பிரச்னைகள் வரும் என்பதை யோசித்து அதற்கேற்றார் போல் காட்சி அமைப்புகளை செய்ய வேண்டும் என்பதை அறிந்து கொண்டோம்.

"வடக்கு, தெற்கு என்ற பிராந்திய உணர்வுகளில் ஈடுபாடு கொண்டவர்களின் முன்னால் மற்றவர்களின் திறமை எடுபடாது" என்பதுதான் இந்தப் படத்தின் மூலமாக நாங்கள் கற்றுக் கொண்ட பாடம்.

சர்வர் சுந்தரம்

(1964)

சர்வர் சுந்தரம், டைரக்டர் கே. பாலசந்தர் அவர்களின் கதை. அவர் இந்தக் கதையை 'ராகினி ரிக்ரியேஷன்ஸ்' சார்பில் பல சபாக்களில் நாடகமாக நடத்திக் கொண்டிருந்தார்.

ஒரு தாய்க்கும் அவரது மகனுக்குமான 'சென்டிமென்டை' மையக்கருவாக வைத்து கதையின் போக்கு அமைந்திருந்தது.

நல்ல வேடிக்கை, நகைச்சுவையோடு கலகலப்பாக நாடகம் அமைந்திருந்ததால் சபாக்களில் தொடர்ந்து வெற்றி நடை போட்டுக் கொண்டிருந்தது.

இந்த நாடகத்தைப் பார்க்க விரும்பிய தந்தையார் ஒரு நாள் சகோதரர்கள் எங்களையும் அழைத்துச்சென்றார். எங்களுடன் ஜாவர் சீதாராமன் அவர்களும் வந்திருந்தார். நாடகம் எங்கள் அனைவருக்கும் பிடித்திருந்தது. இந்தக் கதையை வாங்கி நாம் படம் எடுக்கலாம் என்று தந்தையார் தீர்மானித்தார்.

"இந்த நாடகத்தில் முழுக்க முழுக்க நகைச்சுவையே மேலோங்கி இருக்கிறது. இதை அப்படியே படம் எடுத்தால் சுமாராகத்தான் இருக்கும். அதனால் அம்மா கதாபாத்திரத்தை 'டெவலப்' செய்து தாய்ப்பாசத்தை அழுத்தமாகச் சொல்லி கதையை முடித்தால் அது மக்கள் மனதில் ஒரு பாதிப்பை உண்டாக்கும். படமும் வெற்றி பெறும்" என்று நட்பின் அடிப்படையில் ஜாவர் சீதாராமன் எங்களிடம் கருத்து தெரிவித்தார். அதை ஏற்றுக் கொண்ட தந்தையார், "அக்கதையை

படமாக எடுப்பதற்குரிய ஏற்பாடுகளைக் கவனியுங்கள்" என்று எங்களிடம் சொல்லிவிட்டார்.

டைரக்‌ஷன் கிருஷ்ணன்பஞ்சு, இசையமைப்பாளர் எம்.எஸ். விஸ்வநாதன் என்று முடிவானது. நடிகர்கள் நாகேஷ், முத்துராமன், கே.ஆர். விஜயா, எஸ்.என். லட்சுமி, மனோரமா இவர்களுடன் பிரபலமான நடிகர்களும் ஒப்பந்தமானார்கள்.

படப்பிடிப்பு ஆரம்பமானது. படத்தில் முத்துராமனும், கே.ஆர். விஜயாவும் ஒருவரை ஒருவர் மனதுக்குள் விரும்பு கிறார்கள். அதை இருவருமே வெளிப்படுத்திக் கொள்ளவில்லை. இந்த நிலையில் நாகேஷும், கே.ஆர். விஜயாவை காதலிக்கிறார். ஒருதலைப் பட்சமாக மனதுக்குள்ளேயே பூட்டி வைத்திருந்த காதலை கே.ஆர். விஜயாவிடம் நேரிடையாக சொல்ல வேண்டிய நிர்ப்பந்தம் ஏற்படுகிறது நாகேஷுக்கு. காதலை சொல்லப்போகும் உற்சாகத்தில் பூச்செண்டு வாங்கிக் கொண்டு கே.ஆர். விஜயாவைப் பார்க்க வருகிறார் நாகேஷ்.

வந்த இடத்தில், முத்துராமனும், கே.ஆர். விஜயாவும் தங்கள் மனதுக்குள் இருந்த காதலை ஒருவருக்கொருவர் வெளிப்படுத்திக் கொண்டிருக்கிறார்கள்.

இதைப் பார்த்து அதிர்ச்சி அடைகிறார் நாகேஷ். காதலை ஏற்றுக் கொண்ட இருவரும் அடுத்து தங்களின் திருமணப் பேச்சை ஆரம்பிக்கிறார்கள். உள்ளே போவதா திரும்பி விடுவதா என்று புரியாமல் தடுமாறுகிறார் நாகேஷ்.

இந்த நேரத்தில், நாகேஷின் நண்பனான முத்துராமன், நாகேஷைப் பார்த்து மகிழ்ச்சியுடன் அவரை உள்ளே வருமாறு அழைக்கிறார். தயங்கித் தயங்கி உள்ளே வரும் நாகேஷிடம் முத்துராமன், "ஸாரிடா... நான் கவனிக்கல... முன்னாடியே வந்துட்டியா?" என்றார்.

"இல்ல... நான் கொஞ்சம் லேட்" என்று சொல்லி தன் கையிலிருந்த பூச்செண்டை எடுத்துச்சென்று அங்கிருந்த குப்பைத் தொட்டியில் போடுகிறார் நாகேஷ்.

அதைக் கவனிக்கும் காதலர்கள் முத்துராமனுக்கும், கே.ஆர். விஜயாவுக்கும் ஒன்றும் புரியவில்லை.

"என்ன விஷயம்..? பூச்செண்டோட வந்தே..? அதை யாருக்கும் கொடுக்காம, குப்பைத் தொட்டில் போட்டுட்டே....?" என்று

சர்வர் சுந்தரம் (1964) கே.ஆர்.விஜயா - நாகேஷ்

முத்துராமன் கேட்க, பதில் சொல்ல முடியாமல் நாகேஷ் தடுமாறுகிறார். அதைப் பார்த்த முத்துராமன்,

"எதையோ மறைக்கிறே... உண்மையச் சொல்லுப்பா" என்கிறார்.

"இந்தப் பூச்செண்டை ஒருத்தர் ஏத்துக்குவாரா... மாட்டாரான்னு சரியா தெரிஞ்சுக்காம வாங்கிட்டு வந்துட்டேன். கொஞ்ச நேரத்துக்கு முன்னாடிதான் விஷயம் கிளியராச்சு. இப்ப இத குடுக்கிறதுல அர்த்தமில்லை... அதான்" என்று சொல்லி விட்டுப் போவார்.

முத்துராமனும், கே.ஆர். விஜயாவும் ஒன்றும் புரியாமல் அவர் போவதையே பார்த்துக் கொண்டிருப்பார்கள்.

இந்தக் காட்சியைப் படம் பிடித்த பின் அதை எடிட்டிங் செய்து வழக்கம்போல் எங்கள் தந்தையாருக்குப் போட்டுக் காட்டினோம். அக்காட்சியைப் பார்த்த தந்தையார் எங்களை அழைத்து, "என்னப்பா இது? இந்தக் காட்சியை நாடகத்தில்

பார்த்தபோது ஏற்பட்ட நெகிழ்ச்சி இப்போது ஏற்படவில்லையே..! ஏன்?" என்று கேட்டார்.

பதில் சொல்ல முடியாமல் நாங்கள் தயங்கினோம். "கே.ஆர். விஜயாவும், நாகேஷும் அவர்களின் கதாபாத்திரத்தை உணர்ந்து நடிக்கவில்லை. படம் எடுக்கிறபோது இதை அவர்களிடம் எடுத்து சொல்லியிருக்க வேண்டாமா? நன்றாக நடிப்பவர்கள்தானே அவர்கள். அப்போதே அவர்களிடம் எடுத்துச் சொல்லாதது உங்கள் தவறு. அதனால் இக்காட்சியை மறுபடியும் எடுங்கள்" என்று சொல்லி விட்டார்.

உடனே அக்காட்சியை தந்தையார் சுட்டிக்காட்டிய உணர்வு தோன்றும்படி மீண்டும் எடுத்தோம். அவர் எதிர்பார்த்தபடியே அந்தக் காட்சி நெகிழ்ச்சியாக அமைந்தது.

இப்படி எல்லாப் படங்களிலுமே எடுக்கப்பட்ட காட்சி திருப்தியாக அமையாவிட்டால் அது பாடல், சண்டை, காமெடி, சென்டிமெண்ட் என்று எந்தக் காட்சியாக இருந்தாலும் செலவைப் பற்றியோ கால விரயத்தைப் பற்றியோ கவலைப்படாமல் காட்சி தரமானதாக அமையவேண்டும் என்பதையே கவனமாகக் கொண்டு திரைப்படத் தயாரிப்பில் ஈடுபட்டு வந்தவர் எங்கள் தந்தையார். அதையே எங்களுக்கும் பாடமாகக் கற்பித்தார்.

இந்தப் படத்தில் நாகேஷ் ஆரம்பத்தில் ஒரு ஹோட்டலில் வேலை செய்யும் சர்வராக இருந்து பின்னால் பெரிய சினிமா நடிகராக மாறிவிடுவார். அதனால் 'சர்வர் சுந்தரம்' திரைப் படத்தில் படப்பிடிப்பு நடப்பது போன்ற காட்சிகளும் இடம் பெறும். சினிமாவுக்குள் சினிமா. இதுதான் இப்படத்தின் சிறப்பம்சம். அந்த வகையில் நாகேஷ் ஒரு நடிகையுடன் ஆடிப் பாடுவதுபோல் ஒரு காட்சி வரும்.

"அவளுக்கென்ன..? அழகிய முகம் அவளுக்கென்ன..?
இளகிய மனம் நிலவுக்கென்ன..?"

என்ற பாடலின் ஒலிப்பதிவை காலை ஒன்பது மணிக்கு ஆரம்பித்தோம். இப்பாடலில் நிறைய இசைக்கருவிகளை பயன்படுத்தினார் எம்.எஸ். விஸ்வநாதன். கவிஞர் வாலி பாடல் எழுத, டி.எம். சௌந்தர்ராஜன் பாட, ஒத்திகை ஆரம்பமானது.

'சிங்கிள் ட்ராக் ரெக்கார்டிங்' என்பதால் பலமுறை ஒத்திகை பார்க்கப்பட்டது. ஒவ்வொரு முறையும் டி.எம்.எஸ். பாடிப்பாடிக்

களைத்துவிட்டார். காலை ஒன்பது மணிக்கு ஆரம்பித்த ரெக்கார்டிங் இரவு ஒரு மணிக்குத்தான் ஓ.கே. ஆனது. பாடல் மிகவும் நன்றாக வந்திருந்தது. எல்லோருக்கும் மகிழ்ச்சி. பாடி முடித்து வெளியில் வந்த டி.எம்.எஸ். "இத்தனை சிரமப்பட்டு இந்தப் பாடலை பதிவு செய்திருக்கிறீர்களே..! படத்தில் இதை யார் பாடுகிறார்கள்..?" என்று என்னிடம் கேட்டார்.

"நாகேஷ்" என்றேன்.

உடனே பலமாக சிரித்தார் டி.எம்.எஸ். "அவர் பாடுவதற்கா இந்தப் பாடல்..? என்னதான் பாடல் நன்றாக இருந்தாலும் ஒரு 'காமெடியன்' பாடுவதை தியேட்டரில் யார் உட்கார்ந்து பார்ப்பார்கள்? எல்லோரும் பீடி, சிகரெட் பிடிக்க வெளியே வந்து விடுவார்கள். இந்தப் பாட்டுக்குப் போய் இத்தனை சிரமம் எடுத்துக் கொண்டது வீண் வேலை" என்றார்.

நான், "அப்படிச் சொல்லாதீர்கள். இந்தப் பாடல் நல்ல வரவேற்பைப் பெறும்" என்றேன்.

"நான் சொல்வதில் உள்ள உண்மையை படம் ரிலீஸ் ஆன பிறகு தியேட்டரில் பாருங்கள்" என்று சொல்லிவிட்டுச் சென்றார்.

இதைக் கேட்டு எனக்கு அதிர்ச்சியாக இருந்தது. அதை நான் இன்சல்டிங்காகவும் நினைத்தேன். ரொம்பவும் வருத்தப்பட்டேன்.

மறுநாள் டைரக்டர் கிருஷ்ணன்பஞ்சுவிடம் டி.எம்.எஸ். சொன்ன விமர்சனத்தை தெரிவித்தேன்.

"இந்தப் பாடல் காட்சி தியேட்டரில் ஓடும்போது ரசிகர்கள் ஒருவர்கூட எழுந்து வெளியில் செல்லக்கூடாது. அந்த அளவுக்குப் புதுமையாக இந்தப் பாடலை நாம் படம் பிடிக்க வேண்டும். என்ன செய்யலாம்?" என்று அவர்களுடன் கலந்து ஆலோசித்தேன்.

அப்போது எனக்கு ஒரு யோசனை தோன்றியது. "இந்தக் கதையின் அமைப்புப்படி நடிகராக இருக்கும் நாகேஷ் ஆடிப் பாடுவதைப் படம் பிடிக்கிறார்கள் திரைப்படக் குழுவினர். இப்படி சினிமாவில் சினிமா எடுக்கும் விதமாக காட்சி இருப்பதால் நாம் படப்பிடிப்பு நடப்பதை மட்டும் ஷூட்டிங் செய்யாமல், இந்தப் பாடலை எப்படி ரெக்கார்டிங் செய்தோமோ அந்த முறையையும் காட்டினால் புதுமையாக இருக்கும். ரசிகர்களுக்கும் அது புதுமை விருந்தாக அமையும். யாரும் தியேட்டரை விட்டு வெளியேற மாட்டார்கள்" என்றேன்.

என் கருத்தை ஏற்றுக் கொண்ட டைரக்டர்கள், அதன்படியே பாடலை படம் எடுக்க ஆரம்பித்தார்கள். பாடல் பதிவு செய்யப்படும் 'ரெக்கார்டிங் ஹால்' படப்பிடிப்பு நடத்தும் அளவுக்கு விசாலமாக இருக்காது என்பதால், புதிதாக ஒரு பிரம்மாண்ட அரங்கம் அமைக்கப்பட்டது. அதில் 'கோட்சூட்' அணிந்து எம்.எஸ்.வி. கண்டக்ட் செய்ய, அவரைப் போலவே கோட்சூட் அணிந்த பல இசைக் கலைஞர்கள் வாத்தியங்களை வாசிப்பார்கள். டி.எம்.எஸ். ஒரு அறையில் இருந்து பாடுவார்.

இவர்கள் இசைப்பதும் பாடுவதும் இன்ஜினியரால் சரி செய்யப்பட்டு ஒலிப்பதிவு நாடாவில் பதிவு செய்யப்படும். இதே நாடா படப்பிடிப்பு தளத்தில் 'பிளே பேக்' என்று சொல்லப்படும் கருவியின் மூலம் இசைப் படச்சுருளாக (sound film) ஓடும்.

இப்படி ஒலிபரப்பப்படும் பாடலைக் கேட்டு நடிகர் நாகேஷ் ஒரு நடிகையுடன் ஆடிப் பாடுவார். இடையிடையே நடன இயக்குனர் நாகேஷுக்கு பயிற்சி கொடுப்பார்.

இதனையெல்லாம் திரைப்படத் தொழில்நுட்பக் கலைஞர்கள் படம் பிடிப்பார்கள். இப்படியாக இப்பாடல் படம் பிடிக்கப் பட்டது. படம் 'வெலிங்டன்' முதலான தியேட்டர்களில் ரிலீஸ் ஆனது. தியேட்டருக்குச் சென்ற நாங்கள் இந்தப் பாடலை ரசிகர்கள் எப்படி ரசிக்கிறார்கள் என்பதைக் காண ஆவலுடன் காத்திருந்தோம்.

"அவளுக்கென்ன..? அழகிய முகம்"..!

பாடல் காட்சி வந்தது. ரசிகர்கள் எல்லோரும் பலமாகக் கைதட்டி விசில் அடித்து பிரமாதமாக வரவேற்றார்கள். ஒருவர் கூட எழுந்து வெளியே போகவில்லை. நாகேஷின் மூவ்மென்ட்ஸ் ஒவ்வொன்றுக்கும் பெரிய அளவில் வரவேற்பு இருந்தது.

டி.எம்.எஸ். பாடுவதையும், எம்.எஸ்.வி. கண்டக்ட் செய்வ தையும் நாங்கள் எதிர்பார்த்தபடியே ரசிகர்கள் ஆர்வத்தோடு பார்த்து ரசித்தார்கள். உள்ளபடியே ரசிகர்களுக்கு அப்பாடல் காட்சி பெரும் விருந்தாக அமைந்தது. எங்கள் எல்லோருக்கும் அத்தனை மகிழ்ச்சி.

சில நாட்கள் கழித்து டி.எம்.எஸ். அவர்களைச் சந்திக்கும் சந்தர்ப்பம் எனக்கு கிடைத்தது. என்னைப் பார்த்ததும் மகிழ்ச்சி அடைந்த டி.எம்.எஸ். சிரித்தபடியே, "ஐயா... நீங்க

ஜெயிச்சிட்டீங்கய்யா” என்றார். அப்போதுதான் இந்தப்படம் பெற்ற வெற்றியின் மகிழ்ச்சியை நான் முழுமையாக உணர்ந்தேன்.

பாடல்களும் நகைச்சுவைக் காட்சிகளும் இப்படத்தில் சிறப்பாக அமைந்திருந்தாலும் கிளைமாக்ஸ் காட்சிதான் இப்படத்தின் வெற்றிக்கு பெருந்துணையாக இருந்தது.

கதையில் சாதாரண சர்வராக இருந்த நாகேஷ், நடிகரான பிறகு கொஞ்ச நேர ஓய்வு கூட கிடைக்காமல் பிஸியாகி விடுவார். தான் உயிருக்குயிராக நேசிக்கும் தாயாரை சந்தித்து மனம்விட்டு பேசக்கூட முடியாத நிலைமை ஏற்பட்டுவிடும். இதனால் தாயாரை சமாதானம் செய்ய முயல்வார் நாகேஷ்.

தாயார் எஸ்.என். லட்சுமி, “ராத்திரி பகல்னு பாக்காம நீ ஓடி ஓடி உழைக்கிறதுனால என்னை விட்டுப் பிரிஞ்சிருக்கிறதா நெனைக்காதேப்பா. உன்னை எங்கிட்டேயிலிருந்து யாராலேயும் பிரிக்க முடியாது. ஏன்னா, உன்னை நான் என் உள்ளங் கைக்குள்ளேயே வச்சிருக்கேன்” என்று ஆறுதல் சொல்வார்.

ஒரு நாள் நாகேஷ் நடிப்பதற்காக படப்பிடிப்புத் தளத்திற்கு வந்திருப்பார். படப்பிடிப்பில் தாய் இறந்து போக அதனைக் கேள்விப்பட்ட நாகேஷ் அதிர்ச்சியில் ஓடிவந்து தாயின் உடல்மேல் விழுந்து அழுது நடிப்பது போன்ற காட்சியை ஷூட்டிங் செய்ய ஆரம்பிப்பார்கள்.

அந்த நேரத்தில் உண்மையான தாய் எஸ்.என். லட்சுமி வீட்டின் மாடிப் படிகளில் தவறி விழுந்ததனால் ஆபத்தான நிலையில் உயிருக்குப் போராடிக் கொண்டிருப்பார்.

இங்கே நாகேஷ் நடிக்கும் காட்சி சிறப்பாக அமையாது. அதனால் காட்சியைப் படமாக்கும்போது எந்த இடையூறும் நேர்ந்துவிடக் கூடாது என்பதற்காக அரங்க வாசலை இழுத்து மூடிவிடுவார்கள்.

தாய் எஸ்.என். லட்சுமியின் ஆபத்தான நிலையை நாகேஷிடம் தெரிவிப்பதற்காக அவருடைய மேனேஜர் வந்து ஷூட்டிங் மேனேஜரை சந்திப்பார்.

“நாகேஷைப் பார்க்க வேண்டும். அவருடைய தாயார் கீழே விழுந்து உயிருக்குப் போராடிக் கொண்டிருக்கிறார்” என்று பரபரப்புடன் சொல்வார். ஷூட்டிங் மேனேஜர் அதைக் கேட்காமல், “இங்கே ஒரு அம்மா செத்தே போயிட்டாங்க.

அந்த சீன் சரியா வராம எங்க உயிரையெல்லாம் வாங்கிட்டிருக்கு. கொஞ்சம் பொறுங்க. சீன் முடிஞ்சதும் அனுப்பி வச்சிடுறேன்." என்று கண்டிப்பாக சொல்லி விடுவார்.

இந்த இடைவெளியில் உண்மையான அம்மா எஸ்.என். லட்சுமி இறந்தே விடுவார்.

படப்பிடிப்பு முடிந்து வெளியே வந்த நாகேஷுக்கு தாய் இறந்த செய்தி அறிவிக்கப்படும். அதிர்ச்சியின் உச்சத்திற்குச் சென்ற நாகேஷ், திக்பிரமை பிடித்ததுபோல வீட்டுக்குள் வருவார். கிடத்தி வைக்கப்பட்டிருக்கும் அம்மாவின் உடல் அருகே வந்து அமைதியாக உட்கார்ந்து உற்றுப் பார்ப்பார். தாயின் வலது கை எதையோ இறுகப் பிடித்திருப்பதைக் கண்டு சிரமப்பட்டு விரல்களை நீக்கிப் பார்ப்பார். தாயின் உள்ளங்கையில் உள்ள லாக்கெட்டில் நாகேஷின் படம் இருக்கும்.

அதைக் கண்ட நாகேஷின் நினைவில்,

"உன்னை எங்கிட்டேயிருந்து யாராலேயும் பிரிக்க முடியாது. ஏன்னா, உன்னை என் உள்ளங்கைக்குள்ளேயே பத்திரமா வச்சிருக்கேம்பா" என்று அம்மா அன்று சொன்ன வார்த்தைகள் வந்து மோதும். உடனே நாகேஷின் கண்களில் நீர் சுரந்து வழியும்.

படம் முழுவதும் நாகேஷின் கலகலப்பான காமெடி நடிப்பை சிரித்து சிரித்து ரசித்த ரசிகர்களின் நெஞ்சங்கள் இக்காட்சியில் நெகிழ்ச்சியடைந்தன. அதனால் படம் வெற்றியைக் கண்டது.

இப்படி ஒரு அம்மா சென்டிமெண்ட் வைத்து முடித்தால் நன்றாக இருக்கும் என்று கதையின் கிளைமாக்ஸில் செய்த சிறிய மாற்றம், முயற்சி.. இவைகளுக்குக் கிடைத்த வெற்றி என்றே நான் கருதுகிறேன்.

"சர்வர் சுந்தரம்" திரைப்படம் தமிழில் கண்ட வெற்றியைத் தொடர்ந்து "மை சுந்தர் ஹூம்" (நான் அழகானவன்) என்ற பெயரில் இந்தியில் தயாரிக்க ஆரம்பித்தோம்.

தமிழில் நாகேஷ் நடித்த கதாபாத்திரத்தில் மெஹ்மூத், அம்மா பாத்திரத்தில் காமினி கௌசல், கே.ஆர். விஜயா நடித்த பாத்திரத்தில் லீனா சந்தவர்க்கர் ஆகியோர் நடித்தார்கள். படத்துக்கு லஷ்மிகாந்த் பியாரிலால் இசையமைத்தார். எம்.எஸ். விஸ்வநாதன் அளவுக்கு அவரால் இசை அமைக்க முடியவில்லை.

நகைச்சுவை நடிப்பில் நாகேஷ் அளவுக்கு மெஹமூத்தால் சோபிக்க முடியவில்லை. விளைவாக, தமிழில் கண்ட பிரம்மாண்ட வெற்றியை இந்தியில் பெற முடியவில்லை. இதிலிருந்து ஒரு விஷயம் எங்களுக்குத் தெளிவாகத் தெரிந்தது.

தமிழ் நடிகர், நடிகைகளின் நடிப்புத் திறமையினாலும், தொழில்நுட்பக் கலைஞர்களின் திறமையினாலும் வெற்றி பெற்ற தமிழ்ப் படங்களை இந்தி நடிகர்களை நம்பி எடுக்க முடியாது என்ற உண்மையை 'மை சுந்தர் ஹூம்' இந்திப்படம் உணர்த்தியது.

குழந்தையும் தெய்வமும்
(1965)

1960 முதல் 1970 வரை எங்கள் தந்தையார் இரண்டு மாதங்களுக்கு ஒரு முறை பெங்களூர் செல்வார். அங்கு "பேலஸ் அப்பர் ஆர்ச்சர்டு" (Palace upper Orchard) என்ற இடத்தில் ஒரு வீடு கட்டியிருந்தார். பேரக்குழந்தைகளுக்கு பள்ளி விடுமுறை நாட்களில் தாத்தாவுடன் அங்கு சென்று தங்குவது என்றால் மிகப் பெரிய கொண்டாட்டம். அவருக்கும் அது மிகவும் பிடிக்கும். தினமும் மாலையில் எல்லா பேரக்குழந்தைகளையும் காரில் ஏற்றிக்கொண்டு பெங்களூரில் புகழ்பெற்ற லால் பாக் (Lal Bagh), கபன் பார்க் (Cubban Park) மற்றும் சினிமா தியேட்டர்களுக்கு அழைத்துப் போய் 'சவுண்ட் ஆஃப் மியூசிக்' (Sound of Music) 'மேரி பாப்பின்ஸ்' (Mary Poppins) 'பேரன்ட் ட்ராப்' (Parent Trap) போன்ற படங்களை பார்ப்பார்.

அன்று 'பேரன்ட் ட்ராப்' பார்த்துவிட்டு வீட்டிற்கு வந்த அவர், மறுநாள் என்னை கூப்பிட்டு, "அந்தப் படத்தை பார்த்துவிட்டு வந்து அதைப் பற்றிய உன் அபிப்பிராயத்தை என்னிடம் சொல்" என்றார்.

எதற்காக அப்பா அப்படி சொல்கிறார் என்று புரியாமல் மறுநாள் சென்று அந்தப் படத்தின் மேட்னி ஷோ பார்த்தேன். அப்போதுதான் அவர் சொன்னதன் பொருள் எனக்குப் புரிந்தது. அப்பாவிடம் வந்தேன். அப்படத்தைப் பற்றிய என் அபிப்பிராயத்தை சொல்லத் துவங்கினேன்.

"என் கருத்தை கூறினால் நீங்கள் கோபப்படக்கூடாது. இப்பொழுது நாம் எடுத்துக் கொண்டிருக்கும் "காக்கும் கரங்கள்" படத்தில் சிறிய மாற்றம் செய்து இந்த பேரன்ட் ட்ராப் படத்தில் உள்ள சில காட்சிகளைச் சேர்த்தால் படம் பிரம்மாண்டமாக அமையும்" என்றேன்.

"சரி, அப்படியானால் அந்த டைரக்டரை வந்து படத்தை பார்க்கச் சொல். அதற்கு வேண்டிய ஏற்பாடுகளை உடனே செய்" என்றார் அப்பா. நானும் உடனே ஏற்பாடு செய்தேன். மறுநாள் அந்த டைரக்டர் சென்னையிலிருந்து பெங்களூர் வந்து அந்த ஆங்கிலப் படத்தைப் பார்த்தார். படம் பார்த்ததும் தந்தையிடம் வந்தார். அப்பொழுது "மாவல்லி டிபன் ரூம்"லிருந்து வாங்கிவந்த ருசியான டிபனை ரசித்து சாப்பிட்டுக் கொண்டிருந்த என் தந்தை, டைரக்டரிடம் "என்ன சாப்பிடுறீங்க.. டிபனா.. அல்லது சூடா காப்பியா? என்று கேட்டார்.

"எதற்காக என்னை இந்த ஆங்கிலப் படத்தைப் பார்க்க அவசரமாக அழைத்தீர்கள்..? எனக்கு ட்ரெயினுக்கு நேரமாகுது. நான் உடனே சென்னை போக வேண்டும்" என்றார். டைரக்டர் கோபமாக இருப்பதை என் தந்தை புரிந்து கொண்டார். அவர் கேட்ட கேள்விக்கு தனக்கே உள்ள முதிர்ச்சி மற்றும் அனுபவம் காரணமாக சாந்தமாக பதில் கூறினார் என் தந்தை.

"இந்த ஆங்கில படத்தை நானும் குமரனும் பார்த்தோம். இதை நம் நாட்டிற்குத் தகுந்தவாறு மாற்றி எடுத்தால் இது ஒரு வெற்றிப்படமாக அமையும் என்பது எங்கள் அபிப்பிராயம். 'காக்கும் கரங்கள்' கதையில் சிறிது மாற்றம் செய்து இந்த ஆங்கிலப் படத்தின் சில கருத்துக்களைச் சேர்த்தால் படம் மிகவும் நன்றாக இருக்கும் என்று குமரன் கூறுகிறான்" என்றார்.

உடனே அந்த டைரக்டருக்கு கோபம் கூடுதலாகி, "இந்த ஆங்கிலப் படத்தை எப்படி மாற்றினாலும் எந்த மொழியில் எடுத்தாலும் நம்முடைய கலாச்சாரத்திற்கு ஒத்து வராது. என்னுடைய 'காக்கும் கரங்கள்' இதைவிட சிறந்த கதை" என்று உறுதியாகக் கூறிவிட்டு அன்று இரவே சென்னைக்கு திரும்பி விட்டார்.

என் தந்தை என்னைப் பார்த்து, "என்னப்பா இவர் இப்படி கூறிவிட்டாரே..!" என்றவர் "ஒரு வேளை அவர் சொல்வது சரியாக இருக்குமோ?" என்று யோசித்தார்.

ஜாவர் சிதாராமன்

"அவர் சொல்வது சரியில்லை. இந்தக் கதையை நம் கலாச்சாரத்திற்கு ஏற்றவாறு மாற்றி அமைத்தால் கண்டிப்பாக வெற்றி பெறும்" என்று கூறினேன்.

"சரி, உனக்கு நம்பிக்கை இருந்தால் வேறு யாரையாவது வந்து இந்த படத்தைப் பார்க்கச் சொல். பிறகு யோசிக்கலாம்.." என்றார்.

உடனே நான் சென்னையில் உள்ள எங்கள் நண்பரும் ஏ.வி.எம். நிறுவனத்தின் பல வெற்றிப் படங்களுக்கு திரைக்கதை அமைத்துக் கொடுத்தவருமான ஜாவர் சீதாராமனைத் தொடர்பு கொண்டு, பேரன்ட் ட்ராப் படத்தைப் பற்றியும் அதனைப் பார்த்த எங்களின் கருத்தையும் அதனை மறுத்துப் பேசிய டைரக்டரின் கருத்தையும் விவரமாகச் சொன்னேன். அவர் உடனே புறப்பட்டு வந்து படத்தைப் பார்த்து அந்தக் கதையில் எனக்குள்ள நம்பிக்கைக்கு ஏற்ற வகையில் மாற்றம் செய்து தர வேண்டும் என்று அழைத்தேன்.

"நான் வந்து படத்தைப் பார்க்கிறேன். பார்த்தபின் தான் என்னால் முடியுமா, முடியாதா என்று சொல்லமுடியும்" என்றார் ஜாவர் சீதாராமன்.

அவர் மறுநாள் காலையில் பெங்களூர் வந்தார். பிற்பகல் மூன்று மணிக்கு நாங்கள் இருவரும் சென்று படம் பார்த்தோம். வரும் போது அந்தப் படம் பற்றி முந்தினநாள் நடந்த விஷயங்களையெல்லாம் திரும்பவும் அவரிடம் பேசிக்கொண்டே வந்தேன். ஆனால் என்னிடம் அவர் ஒன்றுமே பேசவில்லை. "அவர் ஏன் மௌனமாக வருகிறார்? ஒருவேளை அந்த டைரக்டர் கூறிய கருத்தைத்தான் இவரும் சொல்லப் போகிறாரோ? நாம் நினைப்பதுதான் தவறோ? என்று எனக்குத் தோன்றியது.

மாலையில் வீடு வந்து சேர்ந்தோம். என் தந்தை முன்தினம் போலவே அன்றும் எம்.டி.ஆரிலிருந்து மசாலா தோசை, பட்டாணி பாத், சூடான காபி வரவழைத்து சாப்பிட்டுக் கொண்டிருந்தார். ஜாவரை பார்த்ததும்,

"என்ன சாப்பிடுறீங்க?" என்று கேட்டார்.

குழந்தையும் தெய்வமும் (1965)

"நீங்கள் எதைக் கொடுத்தாலும் சாப்பிடத் தயார்" என்றார். அவருக்கு உடனே டிபன் பரிமாறப்பட்டது.

சாப்பிட்டுக் கொண்டே ஜாவர் சீதாராமன் பேச ஆரம்பித்தார்; "சார்..! நானும் குமரனும் அந்த ஆங்கிலப் படத்தைப் பார்த்தோம். குழந்தைகள் நன்றாக நடித்திருக்கிறார்கள். நம் கலாச்சாரத்திற்கு ஒத்து வராத சில விஷயங்கள் இருக்கின்றன. எனக்கு கொஞ்சம் அவகாசம் கொடுங்கள். நான் யோசித்து இதை நம் மொழியில் எடுக்கலாமா? வேண்டாமா? என்பதை கூறுகிறேன்" என்று சொல்லி என் தந்தையிடம் விடைபெற்றுக் கொண்டார். அன்றிரவு விமானத்தில் சென்னைக்கு திரும்பி விட்டார்.

அந்த இரவு எனக்கு தூக்கமே வரவில்லை. "இந்த ஆங்கிலப் படம் நம் நாட்டிற்கு ஒத்து வரவே வராது. மேலும் என்னுடைய "காக்கும் கரங்கள்" இதைவிட சிறந்த கதை என்று அந்த பிரபல டைரக்டர் சொன்னதுதான் சரியோ"..?

ஜாவர் சீதாராமனும் நான் நினைத்ததுபோல படத்தின் கதை நன்றாக இருக்கிறது என்று சொல்லவில்லையே..! மேலும் மேல்நாட்டு கலாச்சாரம் நமக்கு சரிப்பட்டு வராது. "நான்

யோசித்து சொல்கிறேன்" என்று அவர் சொன்னதும் "என்னடா இது? இவரும் இப்படி சொல்லிவிட்டாரே..!" என்ற யோசனையில் ஆழ்ந்தேன்.

"ஒரு வேளை நாம்தான் தவறாகப் புரிந்துகொண்டு விட்டோமோ..? அந்த டைரக்டரிடம் வீணாக வாதம் செய்து அவரின் கதையை தப்பாக சொல்லிவிட்டோமோ..?" என்று வருத்தமடைந்தேன். மறுநாள் காலை 7.30 மணிக்கு சென்னையிலிருந்து 'ட்ரங்க் கால்' (Trunk Call) என்று என்னுடைய வேலையாள் வந்து சொல்ல, இந்தக் காலை நேரத்தில் யாராக இருக்கும் என்று யோசனையோடு ஃபோனை எடுத்தேன்.

'களத்தூர் கண்ணம்மா'வுக்காக ஜனாதிபதி ராதாகிருஷ்ணன் அவர்களிடமிருந்து தேசிய விருது பெறுகிறார் ஏவி.எம்.குமரன். அருகில் பிரதமர் நேரு.

"நான் ஜாவர் சீதாராமன் பேசுகிறேன்" என்ற குரல் கேட்டதும் எனக்கு, 'இவர் என்ன சொல்லப் போகிறாரோ... ஒரு வேளை வேறு யாரையாவது வைத்து அந்தக் கதையைத் தழுவி படம் எடுங்கள். என்னை விட்டுவிடுங்கள் என்று சொல்லப் போகிறாரோ? என்று தோன்றியது. ஆனால் அவர் கூறியதைக் கேட்ட எனக்கு ஆச்சர்யமாகவும், ஆனந்தமாகவும் இருந்தது.

"நான் நேற்றிரவு விமானத்தில் உட்கார்ந்த போது என் பக்கத்து இருக்கையில் நடிகை ஜி. வரலட்சுமி அமர்ந்திருந்தார். என்னைப் பார்த்ததும் நமஸ்காரம் செய்தார். எங்கே வந்தீர்கள் என்று கேட்டார். "ஏ.வி.எம்" கதை கேட்டார். அது விஷயமாக வந்தேன்" என்று கூறினேன்.

"எனக்கு ஒரு ரோல் இருந்தால் கொடுங்கள்" என்றார் வரலட்சுமி. உடனே என் கண் முன்னே 'பேரன்ட் ட்ராப்' கதையில் ஒரு வில்லி கேரக்டர் தோன்றியது. இப்போது

'குழந்தையும் தெய்வமும்' குட்டி பத்மினி

கதையை நம் கலாச்சாரத்திற்கு ஏற்றவாறு மாற்ற முடியும் என்று எனக்கு நம்பிக்கை வந்துவிட்டது. நீங்கள் சென்னை வரும்போது ஒரு அருமையான கதை தருகிறேன். நீங்கள் நினைத்ததுபோல இது ஒரு வெற்றிப் படமாக கண்டிப்பாக அமையும்" என்று கூறினார்.

அந்த ஆங்கிலப்படத்தின் கதையில் எனக்கு ஏற்பட்ட நம்பிக்கை ஒரு சிறந்த கதாசிரியரான ஜாவர் சீதாராமனுக்கும் வந்துவிட்டது என்பதில் எனக்கு அளவில்லாத மகிழ்ச்சி ஏற்பட்டது. இதனை தந்தையிடம் தெரிவித்தேன். அவரும் மகிழ்ச்சியடைந்து "சென்னை சென்று கதையைக் கேட்போம்" என்றார்.

சென்னைக்கு சென்றவுடன் ஜாவர் சீதாராமன் சொல்ல, கதை கேட்டோம். அப்பாவுக்கும் எனக்கும் கதை மிகவும் பிடித்திருந்தது.

நடிகர்கள் ஜெய்சங்கர், ஜமுனா, ஜி.வரலட்சுமி; குழந்தை நட்சத்திரமாக குட்டி பத்மினி ஆகியோர் ஒப்பந்தமானார்கள். எம்.எஸ். விஸ்வநாதன் இசையமைக்க, கவிஞர் கண்ணதாசனும் கவிஞர் வாலியும் பாடல்களை எழுதினார்கள். கதைவசனப் பொறுப்பை ஜாவர் சீதாராமன், ஏற்க கிருஷ் ணன்பஞ்சு டைரக்ஷன் செய்தார்கள். படப்பிடிப்பு ஆரம்பமானது.

ஏகப்பட்ட பேருந்துகள் இயக்கிவரும் ஒரு பெரிய தனியார் போக்குவரத்து கம்பெனியின் முதலாளி ஜி. வரலட்சுமி. அவரது கம்பெனியில் ஜெய்சங்கர் மேனேஜராக பணிபுரிகிறார்.

கோடீஸ்வரியான ஜி. வரலட்சுமிக்கு ஜமுனா என்ற ஒரே மகள். செல்வச் சீமாட்டியாக இருக்கும் ஜி. வரலட்சுமிக்கு தான் என்ற கர்வம், அகங்காரம், ஏழைகளை துச்சமாக நினைத்து தூக்கியெறிந்து பேசும் ஆணவம்...ஆகிய குணங்களெல்லாம் உடன் பிறந்ததாக இருக்கின்றன.

தனது மகள் ஜமுனா, கல்லூரியில் படிக்கும் போதே மேனேஜர் ஜெய்சங்கரைக் காதலித்து விட்டதால், வேறுவழியின்றி இருவருக்கும் திருமணம் செய்து வைக்கிறார் வரலட்சுமி. ஆனால் வீட்டு மாப்பிள்ளையாக இருக்கும் மேனேஜர் ஜெய்சங்கரை அவர் மதிக்கவே மாட்டார். வாய்ப்பு கிடைக்கும் போதெல்லாம் மருமகனை அவமானப்படுத்திக் கொண்டே இருப்பார்.

ஜமுனாவோ கோடீஸ்வரியின் மகளாக இருந்தாலும் 'கணவனே கண்கண்ட தெய்வம்' என்று அவரை மதித்து நடப்பவர். இந்தத் தம்பதியருக்கு இரட்டை பெண் குழந்தைகள் பிறக்கின்றன.

இந்த நேரத்தில் பஸ் கம்பெனி அலுவலகத்தில் ஒரு சிறு தவறு நடந்து விடுகிறது. அதனை பெரிது படுத்தி மேனேஜர் ஜெய்சங்கரை அலுவலக ஊழியர்கள் அனைவரின் முன்னிலையிலும் கேவலமான வார்த்தைகளால் அவமானப்படுத்துகிறார் வரலட் சுமி. தனக்குப் பெரிய நஷ்டம் ஏற்பட்டுவிட்டதாக அங்கலாய்க் கிறார்.

மருமகன் என்றும் பாராமல் தன்னை இழிவுபடுத்திப் பேசும் வரலட்சுமியிடம் "ஏற்பட்ட நஷ்டத்தை நான் ஈடு செய்கிறேன்" என்று ஜெய்சங்கர் எவ்வளவோ எடுத்துச் சொல்லியும் மாமியார் கேட்பதாக இல்லை. மேலும் மேலும் தகாத முறையில் பேசுகிறார். இதனால் கோபமடைந்த ஜெய்சங்கர், இனிமேல் மாமியார் வீட்டில் தங்கியிருக்கக் கூடாது என்று முடிவு செய்து தன் மனைவி ஜமுனாவை அழைக்கிறார்.

"இனி ஒரு நிமிடம் கூட நாம் இந்த வீட்டில் இருக்கக் கூடாது. புறப்படு" என்கிறார். கணவனே முக்கியம் என்று மதிக்கும் ஜமுனா அவருடன் புறப்படத் தயாராகிறார். மாமியார் ஓடிவந்து "நீ போகாதே.. அந்த ஆள் போனால் போகட்டும்" என்று மகளின் கையைப்பிடித்து இழுக்கிறார். கணவனின் கையைப் பிடித்துக் கொண்ட மகள் ஜமுனாவிடம், "சல்லிக்காசுக்குப் பிரயோஜ னமில்லாத இந்த ஆளோடு நீ போகக்கூடாது" என்று பலவந்தமாகப் பிடித்து இழுத்துக் கொண்டுபோய் படுக்கை அறைக்குள் தள்ளி கதவை சாத்திவிடுகிறார் வரலட்சுமி. கீழே விழுந்த ஜமுனா நெற்றியில் பலமாக அடிபட்டு மயக்கமாகி விடுகிறார்.

அவர் மயக்கமானதை அறியாத கணவன் ஜெய்சங்கர் மனைவியை "வெளியில் வா!" என்று அழைக்கிறார்.

அவரிடமிருந்து பதில் இல்லை. மாமியார், "நீ மட்டும் போ...என் பொண்ணு உன்னுடன் வரமாட்டா" என்கிறார்.

"நீ இப்போ என்கூட வரலைன்னா இனிமே வாழ்க்கையில என்னிக்குமே என்னைப் பார்க்க முடியாது. இப்போ வரப் போறியா?... இல்லையா..?" என்று எச்சரிக்கிறார் ஜெய்சங்கர். அதற்கும் ஒரு பதிலும் இல்லாமல் போகவே, தொட்டிலில் கிடக்கும் குழந்தைகளைத் தன்னுடன் எடுத்துக் கொண்டு போக நினைக்கிறார் ஜெய்சங்கர். ஒரு குழந்தையைத் தூக்கும் போது வரலட்சுமி ஓடிவந்து இன்னொரு குழந்தையைத் தூக்கிக் கொண்டு அதை மருமகனிடம் தர மறுக்கிறார். தன்னுடன் வர மறுத்து அமைதியாகிவிட்ட மனைவிமேல் உள்ள கோபத்தாலும் தன் பிள்ளையைத் தன்னிடம் தரமாட்டேன் என்று பிடிவாதம் பிடிக்கும் மாமியாரின் மேல் உள்ள வெறுப்பாலும் கையில் உள்ள ஒரு பிள்ளையோடு வீட்டை விட்டு வெளியேறுகிறார் ஜெய்சங்கர்.

இந்தக் காட்சியில், ஆணவம், அகந்தை காரணமாக எழும் கோபத்தால் மருமகனை உதாசீனப்படுத்திப் பேசும் உணர்ச்சிகரமான நடிப்பினை ஜி. வரலட்சுமி வெளிப்படுத்த வேண்டும். படப்பிடிப்புக்கு ஜெய்சங்கர், ஜமுனா, வரலட்சுமி ஆகியோர் தயாரானார்கள்.

ஷூட்டிங் ஆரம்பமானது. அந்தக் காலகட்டத்தில் டப்பிங் கிடையாது. நேரடி வசன ஒலிப்பதிவுதான். ஜி. வரலட்சுமி நல்ல நடிகையாக இருந்தாலும் தாய்மொழி தெலுங்கு என்பதால் தமிழ் வசன உச்சரிப்பு சரிவர அமையவில்லை.

நடிப்பில் கவனம் செலுத்தினால், வசனங்கள் மிஸ் ஆகிறது. வசன உச்சரிப்பில் கவனம் செலுத்தினால் எமோஷன் மிஸ் ஆகிறது.

பாசம் மிக்க கணவன், மனைவி; இவர்களைப் பணத்திமிரால் பிரிக்கத் துணியும் ஆணவக்கார மாமியார். இவர்களுக்குள் நடக்கும் பாசப் போராட்டம் என்பதால் வசனம் சிறப்பாக (கே.எஸ். கோபாலகிருஷ்ணன் பாணியில்) அமைந்தால் நன்றாக இருக்கும் என்ற எங்களின் வேண்டுகோளுக்கிணங்க, மிக அற்புதமாக வசனம் எழுதியிருந்தார் ஜாவர் சீதாராமன்.

மொழிப் பிரச்சினையால் அந்த வசனங்களின் சிறப்பு சாதாரணமாகி, எடுபடாமல் போய் விடக்கூடாது என்று

படப்பிடிப்புத் தளத்தில் ஏவி.எம்.குமரன் மற்றும் ஏவி.எம்.முருகன் இருவரும்.

நினைத்ததார்கள் டைரக்டர்கள் கிருஷ்ணன்பஞ்சு. அதனால் அன்று படப்பிடிப்பை ரத்து செய்து, ஜெய்சங்கர், ஜமுனா இருவரையும் வீட்டுக்குப் போகச் சொல்லி விட்டார்கள்.

ஆனால் டைரக்டர் பஞ்சு, அன்று நாள் முழுவதும் ஜி. வரலட்சுமி அம்மாவிற்கு அந்த வசனங்களை எப்படிப் பேசி நடிக்க வேண்டும் என்று தானே நடித்துக் காட்டி பயிற்சி தந்தார்.

அடுத்த நாள் ஜெய்சங்கர், ஜமுனா இருவரையும் வரவழைத்து அந்தக் காட்சிக்கு பயிற்சியளித்து ஒத்திகை பார்த்தார்கள். அதற்கு அடுத்த நாள் அந்தக் காட்சியைப் படமாக்கினார்கள்.

நாங்கள் எல்லோரும் எதிர்பார்த்தபடியே ஜி. வரலட்சுமி வசனங்களை நன்றாகப் பேசி கோபக்கனல் கொட்டி, அருமையாக நடித்தார்கள். ஜெய்சங்கர், ஜமுனா இருவரும் அதுபோலவே நன்றாக நடித்தார்கள். காட்சி சிறப்பாக அமைந்தது. அந்த நேரத்தில் தமிழ், தெலுங்கு என இரு மொழிகளிலும் ஜமுனா பிஸியான ஆர்ட்டிஸ்ட்டாக இருந்தபோதும் இரண்டு நாள் ஒத்திகைக்கும் வந்து ஒத்துழைப்புத் தந்தார்.

கால்ஷீட் அதிகமானாலும் தவிர்க்க முடியாத வேறுபல சிரமங்கள் இருந்தாலும் காட்சி அமைப்பு சரியாக வரவேண்டுமே என்பதற்காக நாங்கள் எடுத்துக்கொண்ட முயற்சிக்கு நல்ல பலன் கிடைத்தது. படம் பிரம் மாண்ட வெற்றி பெற்றது.

குழந்தையும் தெய்வமும் தமிழில் பெரிய வெற்றி பெற்றவுடன் தெலுங்கிலும் அதே படத்தை எடுக்க முடிவு செய்யப்பட்டது.

ஹரிநாத், ஜமுனாவுடன் குட்டி பத்மினி அதே இரட்டை வேடத்தில் நடிக்க, கிருஷ்ணன்பஞ்சு இயக்கத்தில் ஷூட்டிங் நடைபெற்றது. தமிழில் வெளியானபோது பத்திரிகைகளில் வந்த விமர்சனங்களில் எழுதியிருந்த குறைகளையும் பாராட்டுகளையும் எங்கள் தந்தையார் படத்தின் சம்பந்தப்பட்ட

லேத மனசுலு (தேலுங்கு) (1966)

உதவியாளர்களை படிக்கச் சொல்லி தெலுங்குப் பதிப்பில் நல்லவைகளை சேர்க்க சொல்லுவார். நல்லவை அல்லாத வைகளை எடிட் செய்யச் சொல்லுவார். படத்தின் பெயர் "லேத மனசுலு". தெலுங்கிலும் படம் பிரமாண்ட வெற்றி அடையவே, இந்தியில் எடுக்க முடிவு செய்யப்பட்டது.

இந்தியில் "தோ கலியான்" என்று பெயர் வைக்கப்பட்டது. ஒரு காலத்தில் புகழ்பெற்ற ஆனால் அப்பொழுது மார்கெட் இல்லாத நடிகை மாலா சின்ஹா, அதேபோல அப்பொழுது பிஸி இல்லாத நடிகர் பிஸ்வஜித் ஆகியோர் ஒப்பந்தமானார்கள். குட்டி பத்மினி அதே பாத்திரத்தில் நடிக்க, கிருஷ்ணன்பஞ்சு இயக்கத்தில் ஈஸ்ட்மென் கலரில் எடுக்கப்பட்டது.

பண்டிட் முக்ரம் சர்மா கதை வசனம் எழுத, ரவி இசையமைக்க, படம் வேகமாக வளர்ந்தது. பாதி வளர்ந்தவுடன் எடுத்தவரை போட்டுப் பார்த்த என் தந்தை பண்டிட் முக்ரம் சர்மாவை சென்னைக்கு வரவழைத்து அவரை படம் பார்க்கச் செய்து அவருடைய அபிப்பிராயத்தை கேட்கும்படி என்னிடம் சொன்னார்.

மறுநாள் முக்ரம் சர்மா மற்றும் எங்கள் பம்பாய் அலுவலக மேனேஜர் சின்னான் மேனன் இருவரும் பம்பாயிலிருந்து வந்து

எடுத்தவரை எடிட் செய்த படத்தை ஏ.சி. தியேட்டரில் போட்டு பார்த்தார்கள். பிறகு சர்மாவும் மேனனும் தனியாக அரை மணி நேரம் பேசினார்கள். அதன்பிறகு தந்தையின் அறைக்குச் சென்று மூவரும் மட்டும் தனியாக சிறிது நேரம் ஆலோசனை செய்து விட்டு இயக்குனர்களையும் என்னையும் அழைத்து வரச் சொன்னார்கள். அதுவரை நாங்கள் அறைக்கு வெளியே காத்திருந்தோம். படத்தைப் பற்றி ஏதோ அதிருப்தி சர்மா முகத்தில் தெரிந்தது. அவர் மிகவும் அனுபவசாலி. பி.ஆர். சோப்ரா போன்றவர்களின் பெரிய நிறுவனங்களில் வேலை செய்தவர். சிறிது கலக்கத்துடன் நாங்கள் மூவரும் தந்தையின் அறைக்குள் சென்றோம்.

முக்ரம் சர்மா, மேனன் ஆகிய இரண்டு பேரின் முகங்களும் சரியாக இல்லை. என் தந்தை டைரக்டர் பஞ்சுவிடம் "தமிழில் இருந்த இரக்கமும் சோகமும் ஏக்கமும் குழந்தை முகத்தில் இல்லை என்று முக்ரம் சர்மா கூறுகிறார்" என்றார்.

பஞ்சுவுக்கு கோபம் பொத்துக் கொண்டு வந்தது. சர்மாவைப் பார்த்து "இதே குழந்தை தான் தமிழிலும், தெலுங்கிலும் நடித்தாள். நடிப்பில் மிகவும் அனுபவம் உள்ளவள். இரண்டு மொழிகளிலும் 'சிறந்த குழந்தை நட்சத்திரம்' என்று தேசிய அளவிலும், ஆந்திர அரசும் பரிசு கொடுத்திருக்கின்றன. அப்படி யிருக்கும்பொழுது நீங்கள் சொல்வது தவறு" என்று வாதாடினார். அதற்கு அவர் சொன்ன பதில் எங்களுக்கு 'சரி' என்று தோன்றியது.

"தமிழும் தெலுங்கும் எடுத்து எத்தனை வருடங்களாகின்றன? அப்போது அந்த குழந்தைக்கு என்ன வயது? இப்போது என்ன வயது ஆகிறது?" என்று கேட்டார். யோசித்து அப்போது என்ன வயது என்பதைக் கூறினார் டைரக்டர்.

சர்மா சொன்னார், "அன்று பால்வடியும் குழந்தை முகம். இன்று அந்த குழந்தை குழந்தை அல்ல. குமரி. ஆகவே படத்தின் டைட்டிலான 'குழந்தையும் தெய்வமும்' என்பதை மாற்ற வேண்டும், அல்லது குழந்தையை மாற்ற வேண்டும் என்று ஆணித்தரமாக கூறினார்.

நானும் என் மூத்த சகோதரர் முருகனும் உதவி டைரக்டர் நாராயணதாசும் மறுநாளே பம்பாய்க்குப் புறப்பட்டோம். படப்பிடிப்பை நிறுத்தியாயிற்று. பம்பாயில் ஏஜண்டுகள் பல குழந்தைகளைக் கூட்டி வந்தார்கள். ஒன்று கூட திருப்தியாக இல்லை. என்ன செய்வது என்று புரியவில்லை.

ஒரு நாள் ஆபீஸிலிருந்து மேனனை அவர் வீட்டில் விடுவதற்காக காரில் சென்று கொண்டிருந்தோம். வழியில் ஒரு பஸ் ஸ்டாப்பில் நடுத்தர வயதில் ஒரு பெண்ணும் குழந்தையும் பஸ்ஸுக்காக காத்துக் கொண்டிருந்தார்கள். பார்க்க அசப்பில் குட்டி பத்மினி மாதிரியே அந்தக் குழந்தை தெரிந்தாள். டிரைவரிடம் காரை நிறுத்தச் சொன்னார் மேனேஜர். நேராக பஸ் ஸ்டாப்பில் இருந்த பெண்ணிடம் போய் "நாங்கள் சென்னையிலிருந்து வருகிறோம். நடிப்பதற்கு ஒரு குழந்தையைத் தேடுகிறோம். உங்கள் குழந்தை நடிக்க வருமா?" என்று கேட்டார். முதலில் 'ஷாக்' ஆன அந்தப் பெண்மணி, பின்னர் தான் ஒரு மேஜரின் மனைவி என்றும் கணவன் காஷ்மீர் பார்டரில் ட்யூட்டியில் இருக்கிறார் என்றும் அவர் சம்மதம் இல்லாமல் தான் எதுவும் சொல்ல முடியாது என்றார்.

மேலும், குழந்தை படித்துக் கொண்டிருப்பதால் ஷூட்டிங் சரிப்பட்டு வராது என்றும் கூறிவிட்டார். நாங்கள் காரில் ஏறப்போகும் போது அவரே ஏதோ யோசித்தபடி "ஒரு நிமிஷம் நில்லுங்கள். உங்கள் ஆபீஸ் அட்ரஸையும் ஃபோன் நம்பரையும் கொடுங்கள். என் கணவரிடம் பேசிவிட்டு நான் உங்களுக்கு பதில் சொல்கிறேன்" என்றார். நாங்கள் விலாசத்தையும் ஃபோன் நம்பரையும் அவரிடம் கொடுத்துவிட்டு வந்தோம்.

மறுநாள் காலை ஏஜண்டுகள் வேறு சில குழந்தைகளை அழைத்துக் கொண்டு வந்து காட்டினார்கள். எந்தக் குழந்தையும் எங்களுக்கு திருப்திகரமாக இல்லை. அந்த நேரத்தில், முன்தினம் நாங்கள் பார்த்து விசாரித்த மேஜரின் மனைவி தன் குழந்தையை அழைத்துக் கொண்டு எங்கள் அலுவலகத்திற்கு வந்தார்.

அவரைப் பார்த்ததும், ஏதோ நல்ல முடிவோடுதான் வந்திருப்பார் என்ற யூகத்தோடு நாங்கள் அவரை வரவேற்று, "என்ன முடிவு பண்ணியிருக்கீங்க? என்று கேட்டோம். "நேற்று இரவு என் கணவரிடம் நீங்கள் சொன்ன விபரங்கள் குறித்து டெலிபோனில் பேசினேன். என் கணவர் சம்மதம் சொல்லிவிட்டார்... உங்கள் படத்தில் எங்கள் குழந்தை நடித்தால் என்ன தருவீர்கள்..?" என்று கேட்டார் அந்த அம்மா.

குழந்தை நடிப்பதற்கு சம்மதம் சொன்னது எங்களுக்கு மகிழ்ச்சியாக இருந்தாலும், உடனே சம்பளம் பற்றிப் பேசியது எங்களுக்கு ஒரு மாதிரியாக இருந்தது. எப்படியோ அவர்கள் நமக்கு உடன்பட்டு இறங்கி வந்துவிட்டார்கள் என்ற திருப்தியோடு,

'தோ கலியான்' மாலா சின்கா, குழந்தை நட்சத்திரம்சோனியா

"அம்மா! உங்கள் குழந்தை எங்கள் படத்தில் நடிப்பதை முடிவு செய்ய வேண்டியது தயாரிப்பாளராகிய எங்களின் தந்தையும் டைரக்டர்கள் கிருஷ்ணன் பஞ்சு ஆகிய மூவருந்தான். அதனால் உங்களுடைய மகளின் போட்டோவை எடுத்துக் கொண்டு போய் அவர்களிடம் காட்டுகிறோம். அவர்கள் திருப்தி அடைந்து விட்டால், அதை உங்களுக்குத் தெரிவிப்போம். அதன் பிறகு உங்களை சென்னைக்கு வரவழைத்து, அவர்கள் குழந்தையை நேரில் பார்த்து, நடிக்க வைத்து திருப்தியானால் சம்பளம் பற்றி பேசி முடிவு எடுப்பார்கள். இதற்கு நீங்கள் சம்மதிப்பீர்களா?" என்று கேட்டோம்.

அவர், "இப்போது என் குழந்தை ஆறாம் வகுப்பு படிக்கிறாள். இன்றைக்குகூட பள்ளியில் பர்மிஷன் வாங்கிக்கொண்டு தான் இங்கு அழைத்து வந்திருக்கிறேன். முதலில் எங்களுக்கு குழந்தையின் படிப்புதான் முக்கியம். அதனால் சென்னைக்கு வருவதென்றால் விடுமுறை நாட்களான சனி ஞாயிற்றுக்கிழமைகளில் மட்டும்தான் அழைத்துவர முடியும்" என்றார்.

"அப்படியென்றால் வெள்ளிக்கிழமை மாலை இங்கிருந்து புறப்படுங்கள். சென்னை வந்ததும் நீங்கள் தங்குவதற்கு வேண்டிய இடம், உணவு முதலிய ஏற்பாடுகளை நாங்கள் குறைவில்லாமல் கவனித்துக் கொள்கிறோம். மறுநாளே தயாரிப்பாளரையும், டைரக்டர்களையும் நீங்கள் சந்தித்துப் பேசி முடிவு தெரிந்து கொண்டு திரும்பி விடலாம்" என்று நாங்கள் தெரிவித்தோம்.

அதற்கு அந்த அம்மாவும் சம்மதித்தார். அதன் பின் நாங்கள் குழந்தையிடம் பேச்சுக் கொடுத்தோம்.

"பாப்பா... உன் பேரென்ன..?"

"நீட்டு சிங்... ஆனா எங்கம்மா என்னை செல்லமா சோனியா

என்றுதான் கூப்பிடுவாங்க" என்று விவரமாகவும் பளிச்சென்றும் பேசினாள். அதைக் கேட்டு திருப்தியாகி நாங்கள் சென்னைக்குப் புறப்பட்டோம்.

சென்னைக்கு சென்று தந்தையாரிடம் ஃபோட்டோவைக் காண்பித்தோம். தந்தைக்கும் திருப்தியானதால், கையோடு குழந்தையின் அம்மா சம்பளம் பற்றிக் கேட்டதையும் சொன்னோம்.

"அதைப் பிறகு பார்த்துக் கொள்ளலாம்" என்று கூறிய தந்தையார், "குழந்தையை சென்னைக்கு அழைத்துவர உடனே ஏற்பாடு செய்யுங்கள்" என்றார்.

அதன்படி, அடுத்த நாளே பேபி நீட்டுசிங்கும் அவள் அம்மாவும் சென்னைக்கு வந்தார்கள். என் தந்தையும் டைரக்டர்கள் கிருஷ்ணன்பஞ்சுவும் துணை இயக்குனர் லஷ்மி நாராயணன் ஆகியோரும் குழந்தையைப் பார்த்தார்கள்.

குட்டி பத்மினி போன்றே இருந்தாள் குழந்தை. வசனத்தைக் கொடுத்து பேசச் சொன்னார்கள். வாங்கிப் படித்த குழந்தை எந்தவித பாவமும் (Expression) இல்லாமல் வசனத்தை அப்படியே மனப்பாடமாக ஒப்பித்தாள்.

வசனத்தை கிரகித்துக் கொள்ளும் அவளுடைய நினைவாற்றல் பிடித்துப் போகவே, வசனத்தை எப்படி நடித்துப் பேச வேண்டும்" என்பதை துணை இயக்குனர் நடித்துக் காண்பித்தார். அதைப் பார்த்த குழந்தை அவர் செய்து காட்டியது போலவே அருமையாக நடித்துக் காட்டினாள். எல்லோருக்கும் மகிழ்ச்சி.

என் தந்தை "குழந்தையும் தெய்வமும் படத்தை அந்தக் குழந்தைக்குப் போட்டுக் காட்ட ஏற்பாடு செய்யுங்கள்" என்றார். அன்று மாலை ஏ.வி.எம். ஏசி தியேட்டரில் தமிழ்ப்படம் திரையிடப்பட்டது.

படத்தைப் பார்த்த குழந்தை ஆச்சர்யம் கலந்த மகிழ்ச்சியில், "எப்படி ஒரே குழந்தை ஒரே நேரத்தில் இரண்டுபேராக பேசிக் கொள்கிறது? முத்தமிட்டுக் கொள்கிறது..? இதை எப்படி படம் எடுத்தீர்கள்? என்று கேட்டாள்.

அப்பா அவளிடம் செல்லமாக, "அதுவா... கேமராவுல சில ட்ரிக் வேலை செய்து எடுப்போம். உன்னையும் அதே மாதிரிதான் எடுக்கப் போறோம். நீயே உனக்கு முத்தம் குடுத்து, பேசி நடிக்கப்போற பாரு..!" என்று பேசினார்.

பிறகு அந்த அம்மா விரும்பியபடியே சம்பளம் தருவதற்கு சம்மதித்து, அவர் கேட்டுக் கொண்டபடி பள்ளி விடுமுறை நாட்களான சனி, ஞாயிற்றுக்கிழமைகளில் குழந்தை நடிப்பதற்கு ஏற்றார்போல் ஷெட்யூல் போடப்பட்டது. குழந்தை இல்லாத காட்சிகளை மற்ற நாட்களில் படப்பிடிப்பு நடத்தி எல்லோரும் மகிழும்படி படத்தை எடுத்து முடித்தார்கள்.

மும்பையில் 'ட்ரீம் லேண்ட்' (Dream Land) என்ற முதல் தரமான தியேட்டரில் "தோ கலியான்" (குழந்தையும் தெய்வமும் இந்தி) படத்தை ரிலீஸ் செய்ய ஏற்பாடு செய்தோம்.

அந்த தியேட்டரை புக் செய்வதற்காக நாங்கள் சென்றிருந்தபோது, ஏ.வி.எம். எடுக்கும் படம் என்பதால் எங்களை அன்போடும் மரியாதையோடும் வரவேற்று உபசரித்து ரிலீஸ் தேதி கொடுத்தார்கள்.

படம் முடிவடைந்த நிலையில் தியேட்டரின் ஷோ போர்டில் வைப்பதற்காக படத்தின் ஃபோட்டோக்களை அந்த தியேட்டருக்கு அனுப்பியிருந்தோம். இப்போது மேலும் பல ஃபோட்டோக்கள், போஸ்ட்டர்கள் ஆகியவற்றை எடுத்துக்கொண்டு மும்பை சென்றோம்.

தியேட்டருக்குள் நுழையும் போது, ஷோ போர்டில் நாங்கள் அனுப்பிய 'குழந்தையும் தெய்வமும்" இந்தி படத்தின் ஃபோட்டோக்கள் இல்லாமல் வேறு ஒரு படத்தின் ஃபோட்டோக்கள் இருப்பதைக் கண்டோம். "ஏன் இன்னும் நம்முடைய படத்தின் ஃபோட்டோக்களை இங்கு வைக்காமல் இருக்கிறார்கள்?" என்ற சந்தேகத்துடன் மேனேஜர் அறைக்குப் போனோம்.

எங்களைப் பார்த்ததும் அவர் முன்பு காட்டிய ஆர்வமும் மரியாதையும் இல்லாமல் 'ஏனோ தானோ என்று வரவேற்றார்.

"ஏன் சார் எங்க படத்தின் ஃபோட்டோக்களை ஷோ போர்டில் வைக்கல...?" என்று கேட்டோம்.

"உங்க படத்தை எங்க தியேட்டர்ல ரிலீஸ் பண்ண முடியாது" என்றார்.

அதிர்ச்சியான நாங்கள் காரணம் கேட்டோம்.

"உங்க படத்து ஹீரோயின் மாலா சின்ஹா மார்க்கெட் இல்லாதவர். பிஸ்வஜித் ஒரு சாதாரண ஹீரோ... இவங்கள வச்சி

நீங்க படம் எடுத்தா அத எப்படி சார் எங்க தியேட்டர்ல ரிலீஸ் பண்றது? தியேட்டர் 'ட்ரீம் லேண்ட்' னா அதுக்கு ஒரு கிரேடு இருக்கு சார்" என்றார்.

"இந்த விஷயத்தை நாங்க தியேட்டரை புக் பண்ண வந்தப்பவே சொல்லியிருக்கணும் இல்லையா..?" என்று கேட்டோம்.

"அப்போ... நீங்க வந்த சமயம் வேற நல்ல படம் எதுவும் வெளிவர்ற மாதிரி தெரியல... அதனால ஒப்புக்கிட்டோம். அதுக்கப்புறம்தான் தெரிஞ்சது. ராஜேஷ் கன்னா., ஷர்மிளா டாகூர் நடித்த பி.ஆர். சோப்ரா படம் அதே தேதியில் ரிலீஸ் ஆகப் போகுதுன்னு. அந்தப் படத்துக்கு எங்க தியேட்டரைக் கொடுத்துவிட்டோம்.

அதனால இப்போ உங்க படத்தை எங்க தியேட்டர்ல ரிலீஸ் பண்ண முடியாது" என்று சொல்லிவிட்டார். எங்களுக்கு என்ன செய்வது என்றே புரியவில்லை. "சரி, வேற தியேட்டர் ஏதாவது கிடைக்குமான்னு பார்ப்போம்" என்று அந்த நாட்களில் பிரபலமான 'லைட் ஹவுஸ்', 'மெட்ரோ', 'நாஸ்' ஆகிய தியேட்டர்களைப் போய் பார்த்தோம்.

எல்லா தியேட்டர்களிலும் சமீபத்திய ரிலீஸ் படங்களும், எங்களுடைய படம் ரிலீஸ் ஆகப் போகிற தேதிகளில் வெளியாகப் போகும் படங்களும் ஏற்கனவே புக் ஆகியிருந்தன.

கடைசியாக "சூப்பர்" என்கிற பெயரில் 'ட்ரீம் லேண்ட்' தியேட்டருக்கு எதிரிலேயே ஒரு தியேட்டர் இருப்பதைப் பார்த்தோம். ஆனால் அந்த தியேட்டரின் பெயரில் மட்டும்தான் சூப்பர் இருந்தது. பார்ப்பதற்கு பாழடைந்து போன தோற்றத்தில் இருந்த அந்தத் தியேட்டரில் எப்படி நம் படத்தை ரிலீஸ் செய்வது என்று எங்களுக்குத் தயக்கமாக இருந்தது. யோசித்துப் பார்த்தோம். ஒன்றும் தோன்றவில்லை.

"சரி... சென்னைக்கு ட்ரங்க் கால் புக் பண்ணி அப்பாவிடம் சொல்லிவிடுவோம்" என்று முடிவு செய்தோம்.

'ட்ரீம் லேண்ட்' தியேட்டரில் நமது படத்தை ரிலீஸ் செய்ய அவர்கள் மறுத்து விட்ட செய்தியைக் கேட்டு அதிர்ச்சி அடைந்தார் அப்பா. நாங்கள் எடுத்த முயற்சிகளையெல்லாம் சொன்னோம். முடிவாக 'சூப்பர்' என்ற தியேட்டர் பற்றிய முழு விவரத்தையும் கேட்டறிந்தார் அப்பா.

“அந்த தியேட்டரின் தோற்றத்தைப் புகைப்படம் எடுத்து உடனே அனுப்பி வை” என்றார். அதன்படி தியேட்டரை படம் எடுத்தோம்.

நல்ல வேளையாக எங்களுக்கு வேண்டிய ஒருவர் அன்று விமானத்தில் சென்னைக்குப் புறப்பட்டார். அவரிடம் தியேட்டரின் ஃபோட்டோவைக் கொடுத்தனுப்பினோம். தியேட்டரின் தோற்றத்தைப் பார்த்த அப்பா தொலைபேசியில் என்னிடம் பேசினார்.

“அந்த தியேட்டரை ஆறு மாத வாடகைக்குக் கேள். தியேட்டரை நாங்களே எங்கள் செலவில் புதுப்பித்துக் கொள்கிறோம். அதற்கு ஆகும் செலவுத் தொகையை உங்கள் தியேட்டரில் ரிலீஸ் ஆகும் எங்கள் படத்தின் ஆரம்ப வசூலை எடுத்துக் கொள்கிறோம். சம்மதமா? என்று கேட்டு எனக்கு அந்தத் தகவலை உடனே தெரிவி” என்றார். நான் சென்று தந்தை சொன்னபடியே தியேட்டர் முதலாளியிடம் கேட்டேன்.

“நீங்களே செலவு செய்து தியேட்டரைப் புதுப்பித்து அதை ரிலீஸ் ஆகும் உங்கள் படத்தின் மூலமாக நீங்களே எடுத்துக் கொள்ளப் போகிறீர்கள். இதற்கு நான் எதற்காக மறுப்பு சொல்லப் போகிறேன்” என்று சொல்லிவிட்டார்.

இந்தத் தகவலை தந்தையாரிடம் தெரிவித்தேன். அவர் உடனே சென்னையிலிருந்து சவுண்ட் ரெக்கார்டிஸ்ட் (Sound Recordist), சி.டி. விஸ்வநாதன், ஆர்ட் டைரக்டர் ஏ.கே. சேகர் அவருடைய உதவியாளர் பேனர் பெயிண்டர் (Banner Painter) ராகவன் என நான்கு பேரை மும்பைக்கு அனுப்பி வைத்தார்.

மும்பைக்கு வந்த அவர்களை வைத்துக் கொண்டு தியேட்டர் முகப்பை இடித்து ரிப்பேர் செய்து புதுமைப்படுத்தினோம். ‘சூப்பர்’ என்கிற பெயருக்கு முன்னால் ”நியூ” என்கிற சொல்லைச் சேர்த்து “நியூ சூப்பர் சினிமா” என்று தியேட்டரின் பெயரை எழுதினோம். தியேட்டரின் முன்னால் விரைவில் திறக்கப்படும் (Opening Shortly) என்று போர்டு வைத்து விளம்பரப்படுத்தினோம்.

மும்பை பட உலகில் ஒரு வழக்கம். ஒரு படம் ரிலீஸாவதற்கு முன் அந்தப் படம் ரிலீஸ் ஆகும் தியேட்டரில், பிரிவ்யூ’ (Preview) காட்சி ஒன்றை விளம்பரத்திற்காக கோலாகலமாக நடத்துவார்கள். அதில் நடிக / நடிகைகள், முக்கிய பிரபலங்கள் பத்திரிகையாளர்கள் என்று பலரும் அதிக அளவில் கலந்து கொள்வார்கள்.

தோரணங்கள், பலூன்கள் கட்டி, கூல் டிரிங்ஸ், மது வகைகள் எல்லாம் வழங்கப்பட்டு ஒரே அமளி துமளிப் படுத்துவார்கள்.

‘தோ கலியான்’ படத்தின் ரிலீஸுக்கும் அப்படி ஒரு ஏற்பாடு செய்யப்பட்டது. ஆனால் எங்கள் படத்தில் நடிக்கும் ஹீரோயின் மாலா சின்ஹா, ‘உங்கள் படத்தை தியேட்டர் சூப்பரில் ரிலீஸ் செய்தால், அந்த இரண்டாந்தர தியேட்டரில் நடக்கும் ப்ரிவ்யூ ஷோவில் நாங்கள் பங்கேற்க மாட்டோம்” என்று சொல்லி விட்டார்.

பார்த்தார் என் தந்தையார். “அந்தப் ப்ரிவ்யூ ஷோ’ கொண் டாட்டமே வேண்டாம். எதற்கு வீண் செலவு? படம் நல்லா இருந்தா மக்கள் தாங்களாகவே வருவார்கள்” என்று சொல்லி விட்டார்.

அப்பா குறித்த அதே தேதியில்; ‘நியூ சூப்பர் சினிமா’ தியேட் டரில் படம் ரிலீஸ் ஆனது. மேலும் மும்பை நகரத்திலும் மகாராஷ்டிரத்தில் 20 தியேட்டர்களிலும் படம் ரிலீஸ் ஆனது.

அதே தேதியில் ராஜேஷ் கன்னா, ஷர்மிளா டாகூர் நடித்த பிரம்மாண்டமான படம் ‘ட்ரீம் லேண்ட்’ தியேட்டரில் ரிலீஸானது.

அந்தப் படத்தைப் பார்த்துவிட்டு வெளியில் வந்த மக்கள்.

“கியா பிக்சர் பனாயா?
பக்வாஸ் ! பக்வாஸ் !”

“என்ன படம்டா இது? குப்பை! குப்பை! என்றார்கள்.

நாங்கள் தயாரித்து வெளியிட்ட இந்தி ‘குழந்தையும் தெய்வமும்’ (தோ கலியான்) படத்தைப் பார்த்துவிட்டு வந்த மக்கள்

“கியா பிக்சர் பனாயா...?
ஏ... பகூத் அச்சாஹை... !.”

“என்னமா படம் பண்ணியிருக்காங்க..! சின்ன குழந்தை என்னமா நடிச்சிருக்கா..! படம்னா இது தான் படம்” என்று பாராட்டி மகிழ்ந்தார்கள்.

தியேட்டர் ‘ட்ரீம் லேண்ட்’ னா அதுக்கு ஒரு தனி மரியாதை இருக்கு என்று கனவு கண்ட அந்த தியேட்டர் உரிமையாளரின் கனவு கனவாகவே போனது. நம்முடைய ‘தோ கலியான்’ திரைப்படத்தின் மூலமாக தியேட்டர் சூப்பர் “நியூ சூப்பர் சினிமா”வாகி புதுமைக் கொடியைப் பறக்கவிட்டது.

காக்கும் கரங்கள் (1965)

தமிழ், தெலுங்கு, இந்தி மூன்று மொழிகளிலும் பிரம்மாண்ட வெற்றி கண்டு, சாதாரண நடிகர்கள் என்று அலட்சியமாகப் பேசப்பட்டவர்களை மக்கள் மத்தியில் புகழடையச் செய்ததோடு மட்டுமல்லாமல், இரண்டாம் தரத் திரை அரங்கம் என்று பேசப்பட்ட தியேட்டரை முதல் தரத்துக்கு கொண்டு வந்தது குழந்தையும் தெய்வமும் கதைதான் என்பதை எண்ணி பெருமிதம் கொண்டேன்.

அப்போது காக்கும் கரங்கள் டைரக்டர், "இந்தக் கதை எந்த மொழியிலும் வெற்றி அடையாது" என்று சொன்னது என் நினைவுக்கு வந்தது. சிரித்துக் கொண்டேன்.

ராமு

(1966)

ஒரு சமயம் முக்கியமான ஒரு வேலை விஷயமாக மும்பை சென்றிருந்த நாங்கள், ஏதாவது படம் பார்க்கலாம் என்று தியேட்டருக்குச் சென்றோம்.

“தூர் ககன் கி(ச்) சாவோ(ன்)மே” என்கிற இந்திப் படம் ஓடிக் கொண்டிருந்தது. இதில் சாதாரண நடிக / நடிகைகள் நடித்தி ருந்தாலும் ரசிகர்களின் அமோக வரவேற்பைப் பெற்று அப் படம் நன்றாக ஓடிக் கொண்டிருந்தது. படம் பார்த்த எங்களுக்கும் அந்தக் கதை பிடித்திருந்தது.

ஒரு ஊமைச்சிறுவன். அவனுக்காகவே வாழும் தந்தை. இந்த இருவர்தான் முக்கிய கதாபாத்திரங்கள்.

இந்தப் படத்தை தமிழில் எடுத்தால் நன்றாக இருக்கும் என்று முடிவு செய்தோம். ஜாவர் சீதாராமனை வைத்து தமிழுக்குத் தகுந்தாற் போல் சில மாற்றங்களை எழுதிக் கொள்ளலாம் என்றும் தீர்மானித்தோம்.

டைரக்டர் ஏ.சி. திருலோகச்சந்தரை அழைத்த என் தந்தையார் அவரிடம், “இப்போது நாங்கள் எடுக்கப்போகும் படத்திற்கு நீங்கள் டைரக்ஷன் மட்டும் செய்தால் போதும். கதை திரைக்கதையை ஜாவர் சீதாராமன் கவனித்துக் கொள்வார்” என்றார். அதற்கு திருலோகச்சந்தரும் சம்மதித்தார்.

இசையமைப்புக்கு விஸ்வநாதன்ராமமூர்த்தி என முடிவா கியது. நடிக / நடிகைகள் யாரை தேர்வு செய்யலாம் என்று

யோசித்த போது தந்தை வேடத்திற்கு ஜெய்சங்கர் பொருத்தமாக இருப்பார் என்று நானும் என் சகோதரர்களும் சொன்னோம். அப்பாவும் ஒப்புக் கொண்டார். அன்றைய கால கட்டத்தில் ஜெய்சங்கர் நிறைய படங்களில் நடித்துக் கொண்டிருந்தார். கதாநாயகியாக கே.ஆர். விஜயாவை தேர்வு செய்தோம்.

"ராமு" என்கிற பெயரில் ஏ.வி.எம். படம் எடுக்கப் போகிறார்கள், நடிக / நடிகைகளை தேர்வு செய்கிறார்கள் என்ற விஷயங்களைக் கேள்விப்பட்ட ஜெமினி கணேசன் நேராக வந்து என் தந்தையாரை சந்தித்தார்.

"நீங்கள் எடுக்கப் போகும் இந்தப் படத்தில் நான் தான் நடிப்பேன்" என்றார். என் தந்தையாரால் உடனடியாக பதில் சொல்ல முடியவில்லை. அப்போது ஜெமினி கணேசன் நடித்த இரண்டு மூன்று படங்கள் சரியாக ஓடவில்லை.

"நாங்கள் சாதாரண நடிகர்களை வைத்து சின்ன பட்ஜெட்டில் இந்தப் படத்தை எடுக்கலாம் என்றிருக்கிறோம். நீங்கள் பெரிய நடிகர். உங்களை எப்படி நாங்கள் இதில் நடிக்க வைப்பது" என்றார் அப்பா.

"நீங்கள் என்ன கொடுத்தாலும் எனக்கு சம்மதம்தான். பட்ஜெட்டைப் பற்றிப் பேசாதீர்கள். எது எப்படியிருந்தாலும் உங்கள் படத்தில் நான் நடிக்கிறேன்" என்று பிடிவாதம் பிடித்தார்.

ஜெமினி இப்படி தடாலடியாக வந்து நெருக்கவே, அப்பாவால் எதுவும் சொல்ல முடியாமல் "பார்க்கலாம்" என்று சொல்லி அனுப்பி விட்டார்.

ஜெய்சங்கரைத்தான் இதில் நடிக்க வைக்க வேண்டும் என்று உறுதியாக இருந்த எங்களை சம்மதிக்க வைப்பதற்காக எங்களை அழைத்துப் பேசினார் அப்பா. "என்னப்பா இது? ஜெமினி கணேசன் வந்து இப்படி சொல்லிவிட்டுப் போகிறார்; என்ன செய்யலாம்?" என்று கேட்டார்.

எங்களுக்கும் சங்கடமாக இருந்தது. ஒரு பெரிய நடிகர். அவரே வந்து கேட்கிறார். என்ன செய்வது? என்று நாங்களும் சம்மதித்தோம்.

மொத்தமாக கால்ஷீட் கொடுத்த ஜெமினிகணேசன், படத்தை நல்லமுறையில் எடுத்து முடிப்பதற்கு முழு ஒத்துழைப்புத் தந்தார்.

ராமு (1966)

படம் வெளிவந்து மாபெரும் வெற்றி பெற்றது. எங்கள் தயாரிப்பில் ஜெமினி கணேசன் நடித்த வெற்றிப் படங்களில் "ராமு" படம் மிக முக்கியமானது. பாராட்டுகளையும் அவார்டுகளையும் அள்ளிக் குவித்தது.

இதில் விசேஷம் என்னவென்றால், 'காதல் மன்னன்' என்று பெயரெடுத்திருந்த ஜெமினி கணேசன் இந்தப் படத்தில் காதல் காட்சிகளும், காதல் பாடல்களும் இல்லாமல் ஊமை மகனுக்காக வாழும் சோகமே உருவான ஒரு தந்தையாக மாறுபட்ட கதா பாத்திரத்தில் நடித்திருந்தார். இந்தப் படத்தை ரிலீஸுக்கு முன் பார்த்த பிரபல விநியோகஸ்தர் ஒருவர்,

"என்னங்க இது! காதல் மன்னன் படத்துல காதலே இல்லை? ஒரு சண்டைக் காட்சி கூட இல்லை. படம் எப்படி ஓடும்?" என்று கேட்டார். அந்தக் கருத்தை படத்தின் கதையம்சம் முறியடித்து வெற்றி கண்டது.

பொதுவாக ஜெமினி கணேசனுக்கு பி.பி. சீனிவாஸ் தான் பின்னணி பாடுவார். அப்படித்தான்,

ஏவி.எம். அவர்கள் சீர்காழி கோவிந்தராஜன் அவர்களுக்கு ஒரு விழாவில் மாலை அணிவிக்கிறார்.

"நிலவே என்னிடம் நெருங்காதே! நீ நினைக்கும் இடத்தில் நான் இல்லை"

என்ற பாடலை ரிக்கார்டிங் செய்தோம். ஆனால் கிளைமாக்ஸில்,

"கண்ணன் வந்தான்; அங்கே கண்ணன் வந்தான்!"

என்கிற பாடலை டி.எம். சௌந்தரராஜன் பாடினார். ஜெமினி கணேசன், "எனக்கு பி.பி. சீனிவாஸ் குரல் தானே பொருத்தமாக இருக்கும். இவர் குரல் எப்படி?" என்று சந்தேகமாகக் கேட்டார்.

எம்.எஸ். விஸ்வநாதன், "அது சரிதான், ஆனால், கதையில் இந்த சூழ்நிலைக்கு டி.எம். சௌந்தரராஜனின் குரல்தான் பொருத்தமாக இருக்கும். உங்கள் காம்பினேஷனில் பாடும் நாகையா பாடகராக இருந்தாலும், அவருக்கு சீர்காழி கோவிந்தராஜன் பாடுகிறார்.

டி.எம். சௌந்தரராஜன், சீர்காழி கோவிந்தராஜன் இருவரும் சேர்ந்து பாடும் இந்தப் பாடல் எப்படி இருக்கிறது என்று கேட்டுவிட்டு சொல்லுங்கள்" என்றார். அவர் சொன்னபடி அந்தப் பாடலும் அற்புதமாக அமைந்தது.

'ராமு' படம் ரிலீஸ் ஆனபோது சென்னை அண்ணாசாலை 'வெலிங்டன்' தியேட்டரில்,

**"நிலவே என்னிடம் நெருங்காதே! நீ
நினைக்கும் இடத்தில் நான் இல்லை"**

என்ற பாடல் காட்சி வந்ததும் சில ரசிகர்கள் எழுந்து வெளியே சென்றிருக்கிறார்கள், அதனால் "அந்தப் பாடலை படத்திலிருந்து நீக்கி விடுங்கள்" என்று தியேட்டரிலிருந்து அப்பாவுக்கு தகவல் அனுப்பி விட்டார்கள். அந்த நேரத்தில் நானும் சகோதரர்களும் "ராக்ஸி" தியேட்டரில் முதல் ஷோ பார்த்துக் கொண்டிருந்தோம்.

தியேட்டரிலிருந்து வந்த தகவலைக் கேட்ட அப்பா, உடனே எடிட்டர் விட்டலை அனுப்பி அந்தப் பாடல் காட்சியை நீக்கும்படி சொல்ல, அவரும் அதன்படி செய்துவிட்டார். அடுத்த இரண்டு காட்சிகளும் அப்பாடல் இல்லாமலே தியேட்டரில் படம் ஓடியது. இதை அறிந்த எனக்கு ரொம்பவும் வருத்தமாக இருந்தது. தந்தையாரை அணுகி அந்த அருமையான பாடல் காட்சியின் முக்கியத்துவத்தை எடுத்துரைத்தேன்.

"படம் ரிலீஸ் ஆகிறபோது முதலில் வந்து பார்ப்பவர்கள் நடிகர், நடிகைகளின் ரசிகர்களாக இருப்பார்கள். அவர்கள் இப்படித்தான் பாடல் காட்சிகளில் எழுந்து வெளியே போவார்கள். அடுத்தடுத்து வரும் மக்கள் அப்படி போக மாட்டார்கள். அதனால் அந்தப் பாடலை நீங்கள் கண்டிப்பாக சேர்த்தே ஆகவேண்டும்" என்று பிடிவாதமாக சொன்னேன்.

அதை செவிமடுத்த என் தந்தையார் அப்பாடலை திரும்பவும் படத்தில் சேர்க்கும்படி உத்தரவிட்டார். பாடல் சேர்க்கப்பட்டது.

இரண்டு நாட்களில் நான்கு காட்சிகள் மட்டும் அந்தப் பாடல் இல்லாமல் ஓடிய படத்தில் இரண்டாம் நாள் இரவு காட்சி முதல் அப்பாடல் சேர்க்கப்பட்டு ஓடியது.

அதன் பிறகு நான் கணித்தபடி படம் பார்க்க வந்த மக்கள் எந்தப் பாடல் காட்சியிலும் எந்த தியேட்டர்களிலும் எழுந்து வெளியில் செல்லவில்லை. எல்லா ஊர்களிலும் பெரிய அளவில் பாடல்கள் வரவேற்பைப் பெற்றன. இன்று வரை அதன் புகழ் நிலைத்திருக்கிறது. இப்படியாக "ராமு" படம் தமிழில் மாபெரும் வெற்றி வாகை சூடியது.

ராமு தெலுங்கு

தமிழில் பெற்ற வெற்றியைத் தொடர்ந்து, "ராமு" என்ற பெயரிலேயே தெலுங்கில் படம் எடுக்க ஆரம்பித்தோம்.

அப்போது அங்கிருந்த தெலுங்கு படத்தின் உதவி எழுத்தாளர் நாகேஸ்வரராவ் என்பவர் எங்களிடம் வந்து, "சார்..! இந்த பெயரை வைக்காதீர்கள், 'ராங்' 'சென்டிமெண்ட் ஆகிவிடும்" என்றார். காரணம் கேட்டோம்.

'ரா' என்றால் தெலுங்கில் 'வா' என்று அர்த்தம். 'மு' என்றால் 'போ' என்று அர்த்தம். ஆகவே, ராமு என்றால் இங்கே வராதே என்று அர்த்தமாகிவிடும். 'படம் பார்க்க வராதீங்க' என்ற

பொருளில் ராமு பட டைட்டில் அமைந்து விடும். படம் ஓடாது" என்று பயமுறுத்தினார்.

எங்களுக்கு அவரது வாதம் புரியவில்லை. "ராமு என்பது ஒருவனது பெயர். அது எப்படி நீங்கள் சொல்லும் அர்த்தத்தில் எடுத்துக் கொள்ளப்படும். அப்படி நடக்காது" என்று துணிந்து தயாரிக்க ஆரம்பித்தோம்.

என்.டி. ராமராவ் தமிழ் படத்தைப் பார்த்தார். ஆக்ஷன், காதல் என்று அப்போது கலக்கிக் கொண்டிருந்த அவர், ராமுவில் ஜெமினியின் மாறுபட்ட நடிப்பையும் கதையம்சத்தையும் தமிழில் அப்படம் கண்ட வெற்றியையும் கணக்கிட்டு எதுவும் பேசாமல் தெலுங்கு ராமுவில் நடிக்க ஒப்புக் கொண்டார். அவருடன் கே.ஆர். விஜயாவும் தமிழில் நடித்த அதே சிறுவனும் நடித்தார்கள்.

நல்ல முறையில் படப்பிடிப்பு நடத்தி வெளியிட்டோம். தமிழில் கண்டதுபோலவே தெலுங்கிலும் மாபெரும் வெற்றி கண்டது ராமு.

ஓர் இரவு (1951)

அன்பே வா
(1966)

ஏ.வி.எம். ஸ்டுடியோவில் சிவாஜி கணேசன், ஜெமினி கணேசன், எஸ்.எஸ். ராஜேந்திரன் போன்ற பெரிய நடிகர்களை வைத்து படம் எடுத்துவிட்டோம். எம்.ஜி.ஆர். நடிக்க இதுவரை படம் எடுக்கவில்லை. அந்தக் குறையைப் போக்கும் விதமாக "எம்.ஜி.ஆர். நடிக்கும் படம் ஒன்றை நாம் தயாரிக்க வேண்டும்" என்று அப்பா விரும்பினார்.

"எம்.ஜி.ஆர். பெரிய நடிகர். அவரை நெருங்குவதே பெரிய காரியம். நாம் எப்படி அவரை சந்தித்துப் பேசுவது, பழகுவது, எப்படி நம் படத்தில் நடிக்க வைப்பது?" என்று நானும் என் சகோதரர்களும் தயங்கினோம். இருந்தாலும் இந்த விஷயத்தை எங்கள் நண்பரான நடிகர் எஸ்.ஏ. அசோகனிடம் கேட்போமே என்று அவரிடம் எங்கள் தந்தையாரின் விருப்பத்தையும் எங்களின் தயக்கத்தையும் எடுத்துச் சொன்னோம்.

அசோகன், "எம்.ஜி.ஆர். தங்கமானவர். பழகுவதற்கு மிகவும் இனிமையானவர், நல்லவர். அவரிடம் உங்களின் விருப்பத்தைச் சொல்கிறேன். கண்டிப்பாக உங்களைச் சந்திப்பார். நான் அழைத்துச் செல்கிறேன்" என்றார்.

சொன்னபடியே எம்.ஜி.ஆரை நாங்கள் சந்திக்க ஏற்பாடு செய்தார் அசோகன். வாஹினி ஸ்டுடியோ மேக்கப் ரூமில் இருந்த எம்.ஜி.ஆரை சகோதரர்கள் நாங்கள் சென்று சந்தித்தோம். அந்த நேரத்தில் 'எங்க வீட்டுப் பிள்ளை' படம் வெளிவந்து

சிம்லாவில் 'அன்பே வா' ஷூட்டிங்கில் எம்.ஜி.ஆருடன், ஏவி.எம்.முருகன், ஏவி.எம். சரவணன், எவி.எம்.குமரன் ஆகியோர்.

'சூப்பர் ஹிட்' ஆகியிருந்தது. அந்த சந்தோஷத்தில் இருந்தார் எம்.ஜி.ஆர்.

எங்களைப் பார்த்ததும் எம்.ஜி.ஆர். அவர்கள் மலர்ச்சியுடன் "வாங்க..! வாங்க..! என்ன சகோதரர்கள் எல்லாரும் சேர்ந்து வந்திருக்கீங்க..? என்ன விஷயம்?" என்று கேட்டார்.

"நாகி ரெட்டியார், சின்னப்ப தேவர் போன்ற பலருக்கும் படம் செஞ்சு கொடுத்திருக்கீங்க. எங்களுக்குத்தான் இன்னும் நீங்கள் படம் பண்ணல. எங்க ஏ.வி.எம்.லயும் நீங்க படம் செய்யணும்" என்றோம். உடனே எம்.ஜி.ஆர். "அதுக்கென்ன 'ஏ.வி.எம்'முக்கு கண்டிப்பா செஞ்சிருவோம். ஏற்பாடு பண்ணுங்க" என்றார்.

எம்.ஜி.ஆர். அன்போடும் உற்சாகத்தோடும் எங்களை வரவேற்றார், எளிமையாகப் பழகினார், ஏ.வி.எம்.மில் படம் செய்ய சம்மதித்தார் என்ற விவரத்தை தந்தையாரிடம் வந்து சொன்னோம். மகிழ்ச்சியடைந்த எங்கள் தந்தை, "டைரக்டர் ஏ.சி. திருலோகச்சந்தரை அழைத்து விவரத்தைச் சொல்லி எம்.ஜி.ஆருக்கு ஏற்றார் போல் ஒரு கதை எழுதச் சொல்லுங்கள்" என்றார். அதன்படி, "அன்பே வா" என்ற பெயரில் கதை எழுதப்பட்டது. கதையைக் கேட்ட தந்தையார், "கதை நன்றாக

இருக்கிறது. ஆனால் இந்தக் கதையை இப்படியே கொண்டு போய் எம்.ஜி.ஆரிடம் சொல்லா தீர்கள். படம் முடிவடைந்த பின், 'சென்ஸார் ஸ்கிரிப்ட்' தயார் செய்வோமே அதே போல இந்தக் கதையை டைட்டில் முதல் வணக்கம் வரை முழுமையாக செய்து கொண்டு போய் அவர் கையில் கொடுங்கள்" என்றார்.

உடனே ஆரூர்தாஸ் அவர்களை அழைத்து வசனம் எழுதி முடித்தோம். தந்தையார் சொன்னபடியே கதை வசனங்களை பைண்டிங் பண்ணிக்கொண்டு போய் எம்.ஜி.ஆரைச் சந்தித்தோம்.

பைண்டிங் ஸ்கிரிப்டை வாங்கிப் பார்த்த எம்.ஜி.ஆர். ஆச்சரியப்பட்டுப் போனார். "என்ன இது, இப்படி கொடுத்திருக்கீங்க? ஒவ்வொரு காட்சியின் நேரம், படம் ஓடும் நேரம்னு எல்லாத்தையும் குறித்து சென்ஸார் ஸ்கிரிப்ட் போல இருக்கு" என்றார்.

"இது எங்கள் வழக்கம். ஸ்கிரிப்ட் எழுதும் போதே ஒவ்வொரு காட்சியும் எத்தனை நிமிடங்கள் வருகிறது என்று 'ஸ்டாப் வாட்ச்' வைத்துக் கொண்டு படித்து அது 5 நிமிடம் வருகிறதா 3 நிமிடம் இருக்கிறதா என்பதைக் குறித்துக் கொள்வோம்.

அதைப் போலவே சண்டைக் காட்சி அல்லது பாடல் காட்சி எத்தனை நிமிடம் இருக்க வேண்டும் என்று குத்து மதிப்பாக 3 நிமிடமா.. நாலு நிமிடமா என்பதையும் எஸ்டிமேட் செய்து கொள்வோம். அதன்படி செய்ததில் இந்த 'அன்பே வா' ஸ்கிரிப்ட் 2 மணி 20 நிமிடம் வருகிறது. அதைத்தான் இந்த ஸ்கிரிப்டில் குறிப்பிட்டிருக்கிறோம்" என்று நாங்கள் சொன்னதை யெல்லாம் கேட்டு ஆச்சரியமடைந்தார் எம்.ஜி.ஆர்.

பிறகு அவரிடம், "அவகாசம் கிடைக்கும் போது படித்துப் பாருங்கள். உங்கள் கருத்து என்ன என்பதை நீங்கள் சொன்ன

பிறகுதான் நாங்கள் அடுத்தகட்ட வேலைகளைக் கவனிப்போம்" என்று நாங்கள் சொன்னோம்.

"இந்த ஸ்கிரிப்ட் ஏ.வி.எம். படிச்சாங்களா..? அவங்க அப்ரூவ் பண்ணிட்டாங்களா?" என்று கேட்டார்.

"ஆமாம்" என்றோம்.

"அப்படியானால், இதுல நான் எந்த மாறுதலும் செய்வதற் கில்லை. அவங்க ஓ.கே. சொல்லிட்டதால, இந்த ஸ்கிரிப்ட்ல என்ன இருக்கிறதோ அத அப்படியே எடுங்க" என்று எம்.ஜி.ஆர். சொன்னார்.

உடனடியாக, சரோஜாதேவி, நாகேஷ், மாதவி, அசோகன், பி.டி. சம்பந்தம், டி.ஆர். ராமச்சந்திரன் ஆகிய நடிகர்களின் கால்ஷீட் வாங்கி முடித்தோம். எம்.எஸ். விஸ்வநாதன் இசைய மைக்க முதல் பாடலைக் கவிஞர் வாலி,

"புதிய வானம்... புதிய பூமி...
எங்கும் பனிமழை பொழிகிறது"

என்று எழுதினார். பாடல் ஒலிப்பதிவுக்கு டி.எம். சௌந்தரராஜன் வந்தார். ஒத்திகை நடந்தது. பாடலைக் கேட்ட தந்தையார்,

"பாடல் நன்றாக வந்திருக்கு. எம்.ஜி.ஆர். அவர்களை அழைத்து வந்து கேட்க வைங்க. அவர் ஓ.கே. சொன்னபின் ரிக்கார்டிங் டேக் போங்க" என்று சொல்லிவிட்டு தன் அலுவலக அறைக்குச் சென்று விட்டார்.

அப்போது "மெஜஸ்டிக்" ஸ்டுடியோவில் படப்பிடிப்பிலிருந்த எம்.ஜி.ஆரை அழைத்துவரச் சென்றோம்.

விஷயத்தைக் கேட்ட எம்.ஜி.ஆர். "ஏ.வி.எம். அவங்க கேட்டாங்களா? ஓ.கே. சொன்னாங்களா?" என்று கேட்டார். நாங்கள், "அவருக்குப் பிடித்திருக்கிறது. நீங்கள் வந்து பாடலைக் கேட்டு ஓ.கே சொன்ன பிறகு டேக் போகலாம் என்று தான் காத்திருக்கிறார்கள்" என்றோம்.

"ஏ.வி.எம். ஓ.கே. சொன்ன பிறகு அதில் நான் என்ன மாறுதல் செய்யப் போகிறேன்? நீங்கள் பாடலை ரிக்கார்டிங் செய்து கொள்ளுங்கள்" என்று சொல்லி எங்களை அனுப்பி விட்டார் எம்.ஜி.ஆர்.

நாங்கள் வந்து எம்.எஸ். விஸ்வநாதனிடம் விவரத்தைச் சொன்னோம். அவரோ எம்.ஜி.ஆர். பாடலைக் கேட்டு மாற்றுக் கருத்து ஏதும் சொல்லிவிட்டால் என்ன செய்வது என்று பயந்து டேக் போகத் தயங்கினார். நாங்கள் எம்.எஸ்.வியை கன்வின்ஸ் செய்தோம். அதன் பிறகுதான் எம்.எஸ்.வி. பாடலை ரிக்கார்டிங் செய்தார்.

இந்தப் பாடலைப் படமாக்க சிம்லா சென்றோம். அங்குதான், "புதிய வானம்... புதிய பூமி..!' பாடலை எம்.ஜி.ஆர். முதன் முதலாகக் கேட்டார். நன்றாக இருக்கிறதென்று எந்த மாறுதலும் சொல்லாமல் நடிக்கத் துவங்கினார்.

சிம்லா, ஊட்டி ஆகிய இடங்களில் பாடல் காட்சிகளை படமாக்கினோம்.

"நான் பார்த்ததிலே அவள் ஒருத்தியைத்தான்...
நல்ல அழகி என்பேன்..!"

என்ற இன்னொரு பாடலை ஒரு டிசம்பர் மாதத்தில் ஊட்டியில் படம் பிடிக்கச் சென்றோம். எந்த இடத்தில் படப் பிடிப்பை நடத்துவது என்பதை முடிவு செய்வதற்காக முன்னதாகவே சென்ற நாங்கள் எல்லாவற்றையும் சரியாக செய்து முடித்திருந்தோம். படப்பிடிப்புக்கு முதல் நாள் மாலை எம்.ஜி.ஆர். அங்கு வந்து சேர்ந்தார்.

அடுத்த நாள் காலை, எந்த இடத்திற்கு எத்தனை மணிக்கு அவர் வரவேண்டும் என்பதை எம்.ஜி.ஆரிடம் சொல்ல

'அன்பே வா' பட பூஜையின் போது திரு.ஏவி.எம்முடன் எம்.ஜி.ஆர்.

வேண்டும் என்பதற்காக நாங்கள் அதிகாலை நாலு மணிக்கே எழுந்து வெந்நீர் வைத்து குளித்துவிட்டு ஊட்டி குளிரை தாங்கிக் கொள்வதற்காக ஸ்வெட்டர், தலையில் குல்லா, கழுத்தில் மப்ளர் எல்லாம் சுற்றிக் கொண்டு எம்.ஜி.ஆர். தங்கி இருக்கும் தமிழ்நாடு கெஸ்ட் ஹவுஸுக்கு டைரக்டர், நான், என் சகோதரர்கள் எல்லோரும் சென்றோம். அப்போது காலை ஐந்து மணி.

எம்.ஜி.ஆரைப் பார்த்த எங்களுக்கு ஒரே ஆச்சரியம். அவர், இடுப்புக்குக் கீழே உள்ளாடை மட்டும் அணிந்து கொண்டு வெற்றுடம்போடு கையில் கர்லா கட்டையைத் தூக்கி சுழற்றி சுழற்றி உடற்பயிற்சி செய்து கொண்டிருந்தார்.

எங்களைப் பார்த்ததும் அவருக்கு ஒரே சிரிப்பு. "என்னய்யா... ஏதோ போருக்குப் போறமாதிரி உடம்பைச் சுத்தி இத்தன கவசம் போட்டுகிட்டு வந்திருக்கீங்க..?" என்று கேட்டார்.

"குளிர் தாங்கல... அதான்..!" என்றோம். "குளிரா... காலை யிலேயே உடற்பயிற்சி செய்யுங்க. குளிரெல்லாம் இருக்கிற இடம் தெரியாமப் போயிடும்" என்ற எம்.ஜி.ஆர்., "சின்ன வயசா இருக்கீங்க..! இந்த வயசுல செய்யாம எந்த வயசுல பயிற்சி செய்வீங்க? என்றும் கேட்டார்.

பிறகு நாங்கள் வந்த விஷயத்தைச் சொன்னதும், “நீங்க முன்னாடி போங்க. நான் வந்து விடுகிறேன்” என்று சொல்லிவிட்டு அடுத்த அரைமணி நேரத்தில் அங்கு வந்துவிட்டார்.

படப்பிடிப்பு ஆரம்பமானதும் சுறுசுறுப்பாக ஓடி ஆடி நடிக்க ஆரம்பித்தார். அந்த உற்சாகம் அந்த நாள் முழுக்க அவருக்கு இருந்தது. எங்களுக்குத்தான் அவர் முன்னால் மப்ளர், ஸ்வெட்டர், குல்லாவுடன் நிற்க கூச்சமாக இருந்தது. அவர் கண்ணில் படாமல் மறைந்து மறைந்து நின்று படப்பிடிப்பை கவனித்தோம்.

எல்லாப் பாடல்களும் நன்றாக அமைந்திருந்தன. இப்போது படத்தில் ஒரு கனவு காட்சிக்கான பாடல் ரிக்கார்டிங் செய்வதற்காக எம்.எஸ்.வி. அவர்களைச் சந்தித்தோம்.

“பாடல் எப்படி இருக்க வேண்டும்?” என்று அவர் கேட்டார்.

“பாடல் எப்படி வேண்டும் என்று கேட்காதீர்கள். உங்கள் விருப்பப்படி புதுமையாக அமைத்துக் கொடுங்கள். நீங்கள் அமைக்கும் இந்தப் பாடலை ரசிகர்கள் திரும்பத் திரும்பக் கேட்க வேண்டும். அந்தப் பாடல் காட்சியைப் பார்ப்பதற்கென்றே தியேட்டருக்கு ரசிகர்கள் வரவேண்டும். அப்படி ஒரு பாடல் காட்சியை படம் பிடிக்க வேண்டும் என்று ஆசைப்படுகிறோம்” என்றேன்.

நேபாள மன்னர் பிரேந்திரா தன் மனைவியுடன் ஏவிஎம் ஸ்டுடியோவுக்கு வருகை தந்தபோது ஏவிஎம், எம்.ஜி.ஆர்., சரோஜா தேவி, திருமதி. ராஜேஸ்வரி மெய்யப்பன் ஆகியோருடன் படப்பிடிப்புக் கலைஞர்கள்.

பாடலுக்கு ட்யூன் போட ஆரம்பித்தார். கவிஞர் வாலியும் வந்திருந்தார். கிட்டதட்ட 15 ட்யூன்களுக்கு மேல் போட்டுக் காட்டினார் எம்.எஸ்.வி. எதிலும் எனக்கு திருப்தி ஏற்படவில்லை. என் முகத்தின் ரியாக்‌ஷனை கவனித்த எம்.எஸ்.வி சலிப்பாகி,

“சரி, இன்னிக்கி விட்ருங்க” என்று ஆர்மோனியப் பெட்டியை மூடிவிட்டார். “நாளைக்கு “பியானோ” இன்ஸ்ட்ருமெண்ட் ஏற்பாடு செய்யுங்கள். அதில் வாசித்துப் பார்ப்போம்” என்று சொல்லிவிட்டு வாலியுடன் புறப்பட்டார்.

மறுநாள் வந்தார். நாங்கள் ஏற்பாடு செய்து வைத்திருந்த பியானோவில் வாசிக்க ஆரம்பித்தார். எடுத்த எடுப்பிலேயே ஒரு நல்ல மெட்டு வந்தது. எனக்கும் அது பிடித்திருந்தது. எம்.எஸ்.வி. “அப்பாடா” என்றார். அப்போதுதான் வாலி வந்தார். என் முகத்தை கவனித்தார். திருப்தி என்பதை அறிந்து சந்தோஷப்பட்டார். பாடல் எழுத ஆரம்பிக்கும் முன், “பாடல் எப்படி அமைய வேண்டும்?” என்று கேட்டார்.

“இது மெட்டுக்கும் பாடல் வரிகளுக்கும் உள்ள போட்டியாக இருக்க வேண்டும். படத்தில் இப்பாடல் வெறும் கனவுக் காட்சியாக இருக்கக் கூடாது. ரசிகர்களுக்கு வித்தியாசமான விருந்தாக அமைய வேண்டும்” என்றேன்.

“ராஜா, ராணி என்று சொற்கள் வரலாமா?” என்று கேட்டார் வாலி. “தாராளமாக வரலாம்” என்றேன்.

உடனே,

“ராஜாவின் பார்வை ராணியின் பக்கம்
கண் தேடுதே சொர்க்கம்”

என்று எழுத ஆரம்பித்தார் வாலி. பாடல் நன்றாக வந்தது. அன்று மாலையே ரிக்கார்டிங் செய்யப்பட்டது. மறுநாள் படப்பிடிப்பு நடத்துவது என்று முடிவானது.

ஆனால் டைரக்டர், கேமராமேன் இருவரும் சிம்லாவில் பனிச்சறுக்கு (ஐஸ் ஸ்கேட்டிங்) எடுப்பதற்காக இரண்டு நாட்களுக்கு முன்பே புறப்பட்டுப் போய் விட்டார்கள்.

எம்.ஜி.ஆர், சரோஜாதேவி இருவரும் இரண்டு நாட்கள் கழித்துத்தான் சிம்லா செல்லவிருந்தார்கள். அந்த இரண்டு நாட்களில் சென்னையில் இந்தக் கனவுக் காட்சிப் பாடலை எடுத்துவிட நாங்கள் தீர்மானித்தோம்.

ஆர்ட் டைரக்டர் ஏ.கே.சேகர் பாடலுக்கான அரங்கம் அமைத்திருந்தார். அதில் குதிரை பூட்டிய சாரட் வண்டியில் எம்.ஜி.ஆர், சரோஜாதேவி இருவரும் ஆகாயத்தில் அந்தரத்தில் உலா வந்து பாடுவதுபோல அந்த அரங்கம் அமைந்திருந்தது.

ஷூட்டிங் நாளன்று காலையில் வேறு ஏதோ ஷூட்டிங்கில் நடித்துவிட்டு மாலை 5 மணிக்கு எங்கள் செட்டுக்கு வந்தார் எம்.ஜி.ஆர். சரோஜாதேவியும் வந்தார்.

செட்டில் டைரக்டர், கேமராமேன் இருவருமே இல்லாததை அறிந்த எம்.ஜி.ஆர். "என்ன இது..? இருவருமே இல்லாமல் எப்படி படம் எடுப்பீர்கள்..?" என்று என்னிடம் கேட்டார்.

"கவலைப்படாதீங்க, எங்கள் பெரிய அண்ணன் முருகன் டைரக்ஷன் செய்வார். கேமராமேன் மாருதிராவும் இருக்கிறார்" என்றேன். எந்த மறுப்பும் சொல்லாமல் எம்.ஜி.ஆர். படப்பிடிப்பில் கலந்து கொண்டார். இரண்டு நாட்கள் படப்பிடிப்பு முடிந்து சிம்லா புறப்பட்டார்.

செல்லும் முன், "இது நல்லா வருதா பாருங்க. இல்லேன்னா டைரக்டரை வச்சி மறுபடியும் இந்தக் காட்சிகளை படம் பிடித்துக் கொள்ளலாம்" என்று என்னிடம் சொல்லிச் சென்றார்.

உடனே நாங்கள் அப்போது படம்பிடித்த பாடல் ஃபிலிமை மும்பைக்கு எடுத்துச் சென்று ஸ்பெஷல் எஃபெக்ட்ஸ் செய்து வர, எடிட்டர் கோபுவை அனுப்பினோம்.

அவர், "நாங்கள் ஆகாய மார்க்கத்தை பேக் புரொஜக்ஷன் (Back Projection) செய்து எடுத்திருந்த குதிரை பூட்டிய சாரட் வண்டி ஷாட்டுகளில் நட்சத்திரக் கூட்டங்கள் மின்னி மின்னி ஒளிவெள்ளம் பாய்ச்ச, அந்த ஆகாய மார்க்கத்தில் தேர் வருவதைப் போல அருமையாக டெவலப் செய்து இரண்டே நாட்களில் சென்னைக்குக் கொண்டு வந்து விட்டார். அதை எடிட் செய்து பார்த்தோம். அற்புதமாக வந்திருந்தது.

சிம்லா ஷூட்டிங் முடிந்து திரும்பி வந்த டைரக்டரும் கேமராமேனும் நாங்கள் எடுத்திருந்ததைப் பார்த்துவிட்டு மகிழ்ச்சியடைந்தார்கள். இந்தப் பாடலின் இரண்டாம் பகுதியை இதற்கு இணையாக எடுக்க வேண்டும் என்று ஊட்டிக்கு சென்று ஸ்மோக் எஃபெக்ட் (Smoke Effect) எல்லாம் செய்து எடுத்து வந்தார்கள். இருந்தும் அரங்கத்தில் எடுத்த சாரட் காட்சிபோல அது அமையவில்லை.

அதனால் திரும்பவும் செட்டிலேயே இதனை படம் பிடிக்கலாம் என்று தந்தையார் ஆலோசனை சொன்னார். ஆனால் எம்.ஜி.ஆர்., சரோஜாதேவி இருவரின் கால்ஷீட்டும், நேரமும் இல்லை. ரிலீஸ் தேதியும் நெருங்கிவிட்டது.

படம் நல்லமுறையில் முடிவடைந்து ரிலீஸ் ஆனது. சென்னையில் "காசினோ" தியேட்டரில் "ராஜாவின் பார்வை" பாடலை ரசிகர்கள், "ஒன்ஸ்மோர்" கேட்டு ஆரவாரம் செய்யவே பாடல் திரும்பவும் திரையிட்டுக் காட்டப்பட்டது. இந்த வரவேற்பு தமிழ்நாடு முழுவதும் இருந்தது. படம் மாபெரும் வெற்றி அடைந்தது.

இந்தப் பாடலின் வெற்றிக்கு எங்கள் பெரிய அண்ணார் முருகன், கேமராமேன் மாருதிராவ், கலை இயக்குனர் ஏ.கே. சேகர் ஆகியோர்தான் முழுக் காரணமாக இருந்தார்கள் என்பதை இங்கு குறிப்பிட விரும்புகிறேன்.

படம் ஆரம்பிக்கும் முன் எம்.ஜி.ஆர். அவர்களைப் பற்றி சிலர் சொல்லி நாங்கள் கேள்விப்பட்டது போல் அல்லாமல் அசோகன் சொன்னது போல் எம்.ஜி.ஆர். மிகவும் எளிமையான வராக எங்களிடம் பழகி அன்பு பாராட்டினார். எம்.ஜி.ஆரின் தொழில் ஈடுபாடும் சுறுசுறுப்பும் கண்டு வியந்தோம்.

படம் ஆரம்பித்ததிலிருந்து முடியும்வரை முழு மனதுடன் ஒத்துழைப்பு கொடுத்தார். என் தந்தையார் ஓ.கே. சொன்னால் சரிதான் என்று படப்பிடிப்பில் எந்த விஷயத்திலும் தலையிடாமல் பெருந்தன்மையாக நடந்து கொண்டார். அதேபோல் அனாவசியமாக டைரக்டரின் வேலையில் தலையிடமாட்டார் என்பதையும் அறிந்து கொண்டோம்.

'அன்பே வா' படத்தின் வெற்றியில் மக்கள் திலகம் எம்.ஜி.ஆர். அவர்களுக்கு பெரும்பங்கு இருந்தது என்பதை பெருமையோடு சொல்லிக் கொள்ள ஆசைப்படுகிறேன்.

மேஜர் சந்திரகாந்த்
(1966)

கே. பாலசந்தர் தமது "ராகினி ரிக்ரியேஷன்ஸ்" நிறுவனத்தின் மூலம் சென்னையில் நடத்தி வந்த நாடகம்தான் "மேஜர் சந்திரகாந்த்'.

சென்னையில் இருந்த எல்லா சபாக்களிலும் இந்த நாடகம் வெற்றிகரமாக நடத்தப்பட்டது. பல நாட்கள் இந்த நாடகம் நடைபெற்றாலும், என்றைக்கும் டிக்கெட் டிமாண்டாகவே இருந்து வந்தது. அந்த அளவுக்கு மக்களின் அமோக வரவேற்பை பெற்றிருந்தது.

இந்த நாடகத்தைத் திரைப்படமாக எடுக்கலாம் என்ற யோசனையில் கே. பாலசந்தர் அவர்களை அணுகினோம். அவரும் எங்கள் நிறுவனத்திற்கு அக்கதையை படம் பண்ணித் தருவதற்கு ஒப்புக் கொண்டார்.

சுந்தர்ராஜன், ஸ்ரீகாந்த், நாகேஷ், ஏ.வி.எம். ராஜன் முதலிய நடிகர்களோடு, இன்று தமிழ் நாட்டின் முதலமைச்சராக மூன்றாவது முறையாகப் பதவியேற்று சிறப்பாக ஆட்சி செய்துவரும் செல்வி ஜெயலலிதா அவர்களும் பங்கேற்று நடித்தார்.

பாலசந்தர் அவர்கள் ஒரு சிறந்த கல்விமான். மேதை. அவருடைய எல்லா நாடகங்களும் வெற்றி பெற்றன. நாடகமோ திரைப்படமோ அவர் கதை சொல்லும் விதமும் இயக்கமும் நேர்த்தியாக இருக்கும்.

மேஜர் சந்திரகாந்த் (1966)

இதை உணர்ந்திருந்த அப்பா, "நான் ஆலோசனைகள் சொல்லி நீங்கள் படம் எடுக்கும்படியாக எதுவும் இல்லை. உங்கள் திறமையில் முழுமையான நம்பிக்கை எனக்கு உண்டு. அதனால் உங்கள் விருப்பம்போல் சுதந்திரமாகப் பணியாற்றுங்கள்" என்று பாலசந்தரிடம் கூறி விட்டார்.

படப்பிடிப்பின்போது நாங்கள் செட்டுக்குச் சென்று உடனிருந்து பார்ப்போம். ஒவ்வொரு நடிகருக்கும் கதாபாத்திரத்தின் தன்மையை விளக்கிச் சொல்லி, தானே நடித்தும் காண்பிப்பார்.

கதைப்படி சுந்தரராஜன் ராணுவத்தில் மேஜராகப் பணியாற்றி ஓய்வு பெற்றவர். அவருக்கு கண் தெரியாது. ஆனால் தன் வீட்டில் எந்தப் பொருள் எங்கிருக்கிறது என்பதை அறிந்து வைத்திருப்பார். மற்றவர்களின் உதவி இல்லாமல் மிடுக்காக நடந்து வீட்டுக்குள் வலம் வருவார். அவர் இருக்கும் இடத்திலிருந்து எத்தனை அடிகள் எடுத்து வைத்து நடந்தால் டைனிங் டேபிள் வரும், எத்தனை அடிகள் நடந்தால் அறைவாசல் வரும் என்றெல்லாம் சரியாக அளந்து தெரிந்து நடப்பார். இதை விளக்க, படப்பிடிப்பில் சுந்தரராஜன் எப்படி நடந்துவர வேண்டும் என்பதை பாலசந்தர் தானே நடந்து காண்பிப்பார்.

இந்தப் படத்திற்கு பின் சுந்தரராஜன் தன் பெயருக்கு முன்னால் கதாபாத்திரத்தின் பதவிப் பெயரைச் சேர்த்து 'மேஜர் சுந்தரராஜன்' என்று பிரபலமானார். அந்த அளவுக்கு இந்தப் படத்தில் அவரது கதாபாத்திரம் சிறப்பாக அமைந்திருந்தது.

படத்திற்கு வி. குமார் இசையமைத்தார். பாடல் பதிவின்போது மட்டும் நான் உடன் இருந்து பாடல்கள் சிறப்பாக அமைய உதவியாய் இருந்தேன்.

"ஒரு நாள் யாரோ...

என்ன பாடம் சொல்லித் தந்தாரோ...?

"கல்யாண சாப்பாடு போடவா? தம்பி கூடவா"

போன்ற பாடல்கள் சிறப்பாக அமைந்தன. டூயட் பாடல் எழுதும் போது கவிஞர் வாலி என்னிடம்,

"செல்வி ஜெயலலிதா அவர்களை சிறுவயதிலிருந்தே எனக்குத் தெரியும். நான் அன்று பார்த்தபோது இருந்த அந்த சின்னப் பொண்ணு இன்று பெரிய கதாநாயகி என்கிற அளவில் வளர்ந்திருக்கிறார். அதனால் அவரின் முன்னேற்றத்தைக் குறிப்பிடும் வகையில் பாடலை எழுதலாமா?" என்று கேட்டார்.

"ஓ... தாராளமாக எழுதலாமே!" என்று நான் சொன்னதுதான் தாமதம்.

"நேற்று நீ சின்ன பப்பா...

இன்று நீ அப்பப்பா..." என்றாரே பார்க்கலாம். அந்த வரிகள் பிடித்துப் போகவே தொடர்ந்து அப்படியே எழுதினார்.

'மேஜர் சந்திரகாந்த்' ஆரம்ப விழாவில் திரு.பாலசந்தர், மேஜர் சுந்தர்ராஜன், நடிகர்கள் ஏவி.எம்.ராஜன், முத்துராமன், இசையமைப்பாளர் வி.குமார் ஆகியோருடன் எவி.எம்.குமரன்.

எல்லாப் பாடல்களுமே மிகச் சிறந்த பாடல்களாக அமைந்தன. படப்பிடிப்பும் நல்லமுறையில் நடந்து முடிந்து ரிலீஸான எல்லா இடங்களிலுமே ரசிகர்களின் ஏகோபித்த ஆதரவைப் பெற்று படம் வெற்றியடைந்தது.

இப்படத்தின் வெற்றிக்கு முழுக்க முழுக்க கே. பாலசந்தர் அவர்கள்தான் காரணம். இந்த வெற்றியின் காரணமாக படக்குழுவினருக்குக் கிடைத்த எல்லாப்புகழும் கே. பாலசந்தர் அவர்களையே சாரும்.

அன்னையும் பிதாவும் (1969)

பக்த பிரகலாதா

(1967)

உலக நன்மைக்காக பகவான் ஸ்ரீமன் நாராயணன் எத்தனையோ அவதாரங்கள் எடுத்திருந்தாலும், குறிப்பிடும்படியாக புராணங்களில் பேசப்படும் தசாவதாரங்களில் ஒன்றான 'நரசிம்ம' அவதாரம் நிகழ்வதற்குக் காரணமாய் இருந்தவன் பிரகலாதன் என்னும் சிறுவன். அந்தச் சிறுவன் நாராயணன் மேல் கொண்ட பக்தியின் பெருமையைச் சொல்வதுதான் 'பக்த பிரகலாதா' திரைப்படம்.

இந்தக் கதையை ஆந்திராவில் பல நாடகக் கம்பெனிகள் "பிரகலாத சரித்திரம்" என்னும் பெயரில் வெற்றிகரமான நாடகமாக நடத்தி வந்தார்கள். இந்த நாடகத்தை திரைப்படமாக்க விரும்பி பிரபல எழுத்தாளர் டி.வி. நரசராஜ் என்பவரை அணுகினோம். புராணங்களைக் கற்றுத் தேர்ந்த அவரும் பிரகலாதனைப் பற்றி பல்வேறு புராணங்களில் சொல்லப்பட்ட விவரங்களையெல்லாம் நன்றாக ஆராய்ந்து, சினிமாவுக்கு ஏற்றதுபோல் எழுதித் தந்தார்.

நாடகத்தில் பெரியளவில் அனுபவம் வாய்ந்த அவர் பிற்காலத்தில் திரை உலகிலும் சிறந்த கதாசிரியராக பிரபலமானார். எம்.ஜி.ஆர். நடித்த "எங்க வீட்டுப் பிள்ளை" படத்தின் கதையும் அவர் எழுதியதுதான்.

டி.வி. நரசராஜ் எழுதித் தந்த கதைப்படி ராஜ தர்பார், அரண்மனை, கதாபாத்திரங்கள் அணியும் ராஜ உடைகள்,

அணிகலன்கள் என எல்லாமே பெரும் பொருட்செலவில் அமைய வேண்டி இருந்தது. அதனால் இப்படத்தை கலரில் எடுத்தால் கதையின் பிரம்மாண்டம் வெளிப்பட்டு மக்கள் மனதில் பதியும். ரசிகர்களின் கண்களுக்கு விருந்தாக அமையும் என்பதற்காக வண்ணப் படமாக எடுக்க முடிவு செய்தோம்.

மேலும் இப்படத்தை மற்ற மொழிகளிலும் 'டப்பிங்' செய்து வெளியிட வேண்டும் என்று எண்ணியதால் இந்தப் படத்தை பிரம்மாண்டமாக எடுக்க ஆரம்பித்தோம்.

'சந்திரலேகா' படத்தின் ஆர்ட் டைரக்டர் ஏ.கே. சேகர் அரங்கம் அமைக்க, வின்சென்ட் சுந்தரம் ஒளிப்பதிவு செய்தார். எஸ். ராஜேஸ்வர ராவ் இசையமைத்தார். டைரக்‌ஷன் பொறுப்பை சி.எச். நாராயணமூர்த்தி ஏற்றார். நடிக / நடிகைகள் எஸ்.வி. ரங்காராவ், (இரணிய கசிபு), அஞ்சலி தேவி, பிரகலாதனாக பேபி ரோஜாரமணி. (நாலு வயதான இவர் இந்தப் படத்தில்தான் முதன் முதலில் அறிமுகமானார்).

கர்நாடக இசையில் பெரும் புகழ் பெற்று விளங்கும் பாடகர் பாலமுரளி கிருஷ்ணா நாரத முனிவராக நடித்தார். இவர் நடிகராகத் திரையில் தோன்றிய முதல் படமும் இதுவே.

1960 களில் பெரும்பாலும் எல்லாப் படங்களுமே கருப்பு வெள்ளையில்தான் தயாரிக்கப்பட்டன. ஆனால் எல்லோராலும் கலர்ப் படம் எடுக்க முடியாத சூழ்நிலை. கலர்ப்படம் எடுக்க வேண்டுமென்றால், அதற்குண்டான நெகடிவ் ஃபிலிம் லண்டனிலிருந்துதான் வரவழைக்கப்பட வேண்டும். அந்நியச் செலாவணி வெளிநாட்டுக்குப் போய்விடக் கூடாது என்பதற்காக இந்திய அரசாங்கம் பல கட்டுப்பாடுகளை விதித்திருந்தது.

அதன்படி ஒரு நிறுவனம் எடுத்த படம் எதையாவது ஏற்கெனவே வெளிநாட்டிற்கு அனுப்பியிருந்தால் தான் அவர்கள் கலர் நெகடிவ் இறக்குமதி செய்து கொள்ளலாம். இதனால் இந்திப் படங்களுக்குக் கிடைத்த அளவுக்கு சலுகைகள் தென்னிந்திய மொழிகளான தமிழ், தெலுங்கு, மலையாளம், கன்னடம் ஆகியவற்றில் தயாராகும் படங்களுக்கு கிடைக்கவில்லை.

இந்தி பேசும் மக்கள் இங்கிலாந்து, அமெரிக்கா, ஆப்பிரிக்கா போன்ற நாடுகளில் அதிக அளவில் இருந்ததனால் இந்திப் படங்கள் அதிக அளவில் வெளிநாடுகளுக்குச் சென்றன.

பக்த பிரகலாதா (1967)

தமிழ், தெலுங்குப் படங்களுக்கு அப்படி இல்லை. மலேசியா, சிங்கப்பூர் போன்ற நாடுகளில்கூட இங்கே வெற்றி அடைந்த படங்களைத்தான் அங்கே வாங்கித் திரையிடுவார்கள்.

இதனால் தமிழ், தெலுங்குத் தயாரிப்பாளர்களுக்கு வண்ணப் படம் எடுப்பதில் இடைஞ்சல்களும் சிரமமும் இருந்தன. இப்படிப்பட்ட சிரமங்களுக்கிடையில்தான் நாங்கள் 'பக்த பிரகலாதா' படம் எடுக்க ஆரம்பித்தோம்.

மேலும், இந்தப் படத்தைத் தயாரிக்க ஆரம்பித்த போது, ஏ.பி. நாகராஜன் அவர்களிடம் 'நால்வர்' என்ற தமிழ் படத்தின் கதை உரிமையைப் பெற்று இந்தியில் "மெகர் பான்" என்ற பெயரில் தயாரித்துக் கொண்டிருந்தோம். இதில் அசோக்குமார், கிஷோர்குமார் போன்ற பெரிய நடிகர்கள் நடித்தார்கள். 'மெகர்பான்' இந்தி படமும் 'ஈஸ்ட்மென்' கலர். 'பக்த பிரகலாதா'வும் ஈஸ்ட்மென் கலர்.

ஒரே சமயத்தில் இரண்டு கலர்ப் படங்கள். லண்டனிலிருந்து இந்திப் படத்துக்கு கலர் ஃபிலிம் சுலபமாகக் கிடைத்துவிடும்.

ஆனால் 'பக்த பிரகலாதா'வுக்குக் கிடைக்க தாமதமாகும். 10 நாட்கள் படப்பிடிப்பு நடந்தால், அடுத்த 'லாட்' வரும்வரை ஃபிலிமுக்காக காத்திருக்க வேண்டும். அதனால் சில சமயங்களில் இந்திப் படத்துக்கு வந்த ஃபிலிமை, 'பக்த பிரகலாதா' விற்கு பயன்படுத்திக் கொள்வோம். ஒரே சமயத்தில் இரண்டு பிரம்மாண்ட படத்தயாரிப்பினால் பொருளாதார ரீதியில் சில இடைஞ்சல்கள் இருந்தாலும் கலர் ஃபிலிம் விஷயத்தில் அனுகூலமாகவே இருந்தது.

இரணிய கசிபு என்னும் அரக்கன் தனக்கு மரணமே நிகழக்கூடாது என்று தவமிருந்து இறைவனிடம் வரம் பெறுகிறான். அதன் பிறகு சர்வ வல்லமை படைத்தவன் தானே என்ற ஆணவத்தில் தேவர்கள், மானிடர்கள் எல்லோரும் துன்பப்படும் வகையில் அக்கிரமங்கள் செய்கிறான். அதோடு தானே கடவுள் என்றும், தன்னைத்தான் "இரண்யாய நம" என்று எல்லோரும் துதிக்க வேண்டும்" என்றும் கட்டளை யிடுகிறான். அப்படி துதிக்காதவர்களை இம்சித்துக் கொடுமைப் படுத்துகிறான். அதற்குப் பயந்தே அவனுடைய இராஜ்யத்தில் குடிமக்களும் தேவர்களும் அவனைத் துதி செய்கிறார்கள்.

ஆனால் இரணிய கசிபுவிற்கு மகனாகப் பிறந்த பிரகலாதன் தந்தையிடமே முரண்படுகிறான். தன் தொடக்கக் கல்வியின்

போது குருநாதர் "இரண்யாய நம" என்று சொல்லித்தர, அதை மறுத்த பிரகலாதன் "நாராயணாய நம" என்று சொல்கிறான். 'இந்த அகில உலகத்துக்கும் பரம் பொருளாகத் திகழ்பவன் ஸ்ரீமன் நாராயணனே, அவனைத்தான் வணங்க வேண்டும்" என்று குருவுக்கே உபதேசம் செய்கிறான்.

இதனை அறிந்த இரணிய கசிபு, மகனுக்கு எவ்வளவோ எடுத்துச் சொல்லியும் பிரகலாதன் கேட்கவில்லை. 'நாராயணாய நம' என்றே அவன் வணங்குவதால் ஆத்திரமுற்ற இரணிய கசிபு தன் மகனை சிறு குழந்தை என்றும் பாராமல் சிறையில் அடைத்து பாம்புகளை விட்டு கடித்துக் கொல்லும் படியும் மேலும் பல சித்திரவதைகளும் செய்ய ஆரம்பிக்கிறான்.

எத்தனை பெரிய துன்பம் நேர்ந்தாலும் இறைவன் அருளால் அதிலிருந்தெல்லாம் தப்பித்துவிடும் குழந்தை பிரகலாதனை, யானையை விட்டு மிதித்துக் கொல்லும்படி உத்திரவு பிறப்பிக்கிறான். அதன்படி குழந்தையைத் தரையில் கிடத்தி யானையை விட்டு மிதிக்க சொல்கிறார்கள். அதிலிருந்தும் தப்பிக்கிறான் பிரகலாதன்.

இக்காட்சியைப் படம் பிடிக்க, பாகன் சொல்வதை மறுக்காமல் சரியாகச் செய்யும் பயிற்சி பெற்ற ஒரு யானையை வைத்து படம் பிடிக்க வேண்டும் என்பதற்காக யானை ஒன்றை தேர்வு செய்தோம். அந்த யானை கேரளாவில் இருந்தது. யானையை இங்கு கொண்டு வருவதைவிட நாமே அங்கே போவோம் என்று படப்பிடிப்பு குழுவினருடன் கேரளா சென்றோம்.

கேரளாவில் படப்பிடிப்பு தொடங்கியது. ரோஜா ரமணியின் பெற்றோர் "என்னதான் பழகிய யானை என்றாலும், மிருகம்தானே! ஏதாவது கோளாறு செய்ய ஆரம்பித்துவிட்டால்; எங்கள் குழந்தையின் நிலைமை என்ன ஆவது?" என்று பயப்பட ஆரம்பித்து விட்டார்கள். டைரக்டர் சி.எச். நாராயணமூர்த்தி எவ்வளவோ சமாதானம் சொல்லியும் கேட்காமல் பதறினார்கள். இக்காட்சியை படம் பிடிப்பதற்காகவே இவ்வளவு தூரம் வந்துவிட்டு இப்போது இப்படி அடம் பிடிக்கிறார்களே, எப்படி படப்பிடிப்பு நடத்துவது என்று எங்களுக்கும் சங்கடமாகி விட்டது. அதனால் நாங்கள் அவர்களுக்கு விளக்கமாக ஆறுதல் சொன்னோம். பிறகு அவர்கள் அக்காட்சியை எடுக்க ஒப்புக்கொண்டார்கள். ஆனால் அந்தக் காட்சியை படம்

எடுக்கும்போது நாங்கள் அருகில் இருக்கமாட்டோம். எடுத்து முடித்த பிறகு சொல்லுங்கள் வருகிறோம் என்று சொல்லி நகர்ந்து சென்றுவிட்டார்கள்.

அதன் பிறகே நாங்கள் அந்தக் காட்சியை படம் பிடிக்க ஆரம்பித்தோம். ஆனால், 'இளங்கன்று பயமறியாது' என்பதற்கிணங்க, நாலு வயது குழந்தை ரோஜாரமணி எந்த பயமும் இல்லாமல் படுத்திருந்தாள். பாகன் சொல்வதை சரியாகக் கேட்டு யானை குழந்தையை மிதிக்க காலைத் தூக்கி பிள்ளையின் உடலுக்குமேல் நிறுத்தி பின்பு எடுத்துக் கொண்டது.

காட்சியை நல்ல முறையில் எடுத்து முடித்த பிறகு அங்கு வந்த பெற்றோர்கள் ரோஜாரமணியைத் தூக்கி அணைத்துக் கொண்டு நிம்மதியானார்கள். நாங்களும் நிம்மதியாக சென்னைக்குத் திரும்பினோம்.

அடுத்து, 'கிளைமாக்ஸ்' காட்சி படமாக்கப்பட்டது. தன் குழந்தை பிரகலாதனை எந்த விதத்திலும் அழிக்க முடியாமல் தோற்றுப்போன இரணியன் சிந்திக்கிறான். குழந்தையைக் காப்பாற்றுவதாகக் கருதப்படும் அந்த தெய்வ சக்தியுடனேயே மோதி அதனை அழிக்கும் நோக்கத்தில், "நீ வணங்கும் நாராய ணன் எங்கிருக்கிறான்?" என்று பிரகலாதனிடம் கேட்கிறான்.

"அவன் தூணிலும் துரும்பிலும் இருக்கிறான்" என்று பிரகலாதன் பதில் கூறுகிறான். உடனே இரணியன் தூண் ஒன்றைத் தாக்க அந்தத் தூணைப் பிளந்து கொண்டு நரசிம்மமாக வெளிப்படுகிறார் பகவான் நாராயணன். இரணிய கசிபுவை அப்படியே தூக்கிக் கொண்டு போய் வாயிற்படியில் அமர்ந்து தன் மடியில் அவனைக் கிடத்தி மார்பைப் பிளந்து வதம் செய்கிறார்.

இந்தக் காட்சியை எடுக்க வேண்டிய குறிப்பிட்ட நாளில் டைரக்டர் சி.எச். நாராயண மூர்த்திக்கு உடல்நிலை சரியில்லாததால் படப்பிடிப்பிற்கு வர முடியாமல் போய்விட்டது. எப்போது குணமாகும் என்றும் தெரியவில்லை. அதனால் கேமராமேன் வின்சென்ட் சுந்தரம். ஆர்ட் டைரக்டர் ஏ.கே. சேகர் ஆகியோருடன் எங்கள் மூத்த சகோதரர் முருகன் இந்த கிளைமாக்ஸ் காட்சியை படம் பிடித்து முடித்தார்.

'பக்த பிரகலாதா' படம் ஆந்திராவில் ரிலீஸாகி மக்களின் ஏகோபித்த ஆதரவைப் பெற்று மகோன்னத வெற்றி பெற்றது.

இந்த வெற்றியைத் தொடர்ந்து, தெலுங்கு மொழியில்

'பக்த பிரகலாதா' படத்துக்காக ஏவி.எம். அவர்களிடமிருந்து நினைவுப் பரிசு பெறுகிறார் அஞ்சலிதேவி.

தயாரிக்கப்பட்ட 'பக்த பிரகலாதா' படத்தை தமிழில் 'டப்' செய்தோம்.

தமிழ் மொழிக்கு ஏற்ப டி.எஸ். பாலையா, ஏ. கருணாநிதி ஆகியோரைச் சேர்த்து நகைச்சுவை காட்சிகளையும், நடனக் காட்சிகளையும் அதே அரங்க அமைப்பில் படம் பிடித்து சேர்த்தோம்.

மூன்று மொழிகளிலும் இப்படத்தை வெளியிட வேண்டும் என்று ஏற்கெனவே நாங்கள் முடிவு செய்திருந்த போதிலும், 'பெண்' திரைப்படத்தை ஒரே செட்டிங்கில் தமிழ், தெலுங்கு, இந்தி என்று மூன்று மொழிக் கலைஞர்களையும் ஒருவருக்குப் பின் ஒருவராக ஒரே சமயத்தில் நடிக்க வைத்து படம் எடுத்ததனால் ஏற்பட்ட சங்கடமான அனுபவத்தினால் அப்படிச் செய்யாமல், ஒன்றன் பின் ஒன்றாக ஒவ்வொரு மொழியிலும் அதற்கேற்றார் போல் எடுத்து வெளியிடலாம்" என்ற முடிவினால் தெலுங்கிற்குப் பிறகு தமிழில் 'பக்த பிரகலாதா'வை வெளியிட்டோம்.

அடுத்து இந்தியில் வெளியிடுவதற்கான வேலைகளை ஆரம்பித்தோம். அந்த நேரம் 'பேடர கண்ணப்பா' படத்தை இந்தியில் தயாரித்து வெளியிட்ட போது ஏற்பட்ட தோல்வியை அப்பாவிடம் சிலர் நினைவுபடுத்தினார்கள்.

"அது பக்திப் படம் என்றாலும் கடவுளின் திருவுருவை பக்தன் காலால் மிதித்ததை அவர்கள் ஏற்றுக் கொள்ளவில்லை. ஆனால் இந்தப் படத்தில் உறுதியான பக்தி கொண்ட ஒரு குழந்தையின் வாக்கை மெய்ப்பிப்பதற்காக தூணைப் பிளந்துகொண்டு பிரசன்னமான தெய்வத்தின் மகிமையையும் பக்தனின் மாண்பையும் சித்தரிக்கிறது. அதனால் யாரும் இதை வெறுக்க மாட்டார்கள். நிச்சயம் வெற்றி பெறும்" என்று நம்பிக்கையாக சொன்னார் அப்பா.

பிறகு தமிழில் எடுத்ததுபோல் நகைச்சுவைக் காட்சிகளையும் வேறுசில காட்சிகளையும் இந்திக்கு ஏற்றார்போல் எடுத்து ரிலீஸ் செய்தோம். அங்கும் அபார வெற்றி பெற்றது 'பக்த பிரகலாதா'.

இந்தப் படத்தின் படப்பிடிப்பின்போது, 'கிளைமாக்ஸ்' காட்சி எடுக்கும் தினத்தில் டைரக்டர் உடல்நிலை சரியில்லாமல் வரவில்லை என்று சொன்னேன் அல்லவா? அது பற்றிய ஒரு சுவாரசியமான விஷயத்தை இங்கே பகிர்ந்து கொள்கிறேன்.

கிளைமாக்ஸ் காட்சியைப் படமாக்குவதற்காக அரங்கம் அமைத்த போது 'தூண் எப்படி வெடிக்க வேண்டும். அப்படி வெடிக்கும் போது அதிலிருந்து புகை மூட்டம் வெளிவர பட்டாசுகளை எங்கு வைத்து அதனை எப்போது எப்படி வெடிக்க வேண்டும் என்றெல்லாம் ஆர்ட் டைரக்டர் ஏ.கே. சேகருக்கு ஆலோசனைகள் வழங்கினார் டைரக்டர்.

ஆனால் அக்காட்சியைப் படம் எடுக்கப் போகும் அன்று திடீரென 'உடல்நிலை சரியில்லை; என்னால் வர இயலாது' என்று சொல்லி அனுப்பிவிட்டார். அதன் பிறகுதான் எங்களுக்கு விவரம் புரிந்தது.

அந்தக் காலத்தில் நாடெங்கும் இந்த பிரகலாத சரித்திரம் நாடகமாக நடக்கும். அப்போது நரசிம்மராக நடிப்பவருக்கு நிஜமாகவே ஆவேசம் வந்து இரணியனாக நடிப்பவரைத் தாக்க ஆரம்பித்து விடுவார்.

உடனே நாடகம் பார்க்கும் மக்களும் பூசாரிகளும் ஓடிச் சென்று அவர்களைப் பிரித்து பூஜை செய்து நரசிம்மரின் ஆவேசத்தைத் தணிப்பார்கள். அதனால் மக்கள் பதை பதைப்போடுதான் நாடகம் பார்ப்பார்கள்.

அப்படி ஒரு பக்தி ஆவேசம் மிகுந்த காட்சியை படப்பிடிப்பு நடத்தப் போகிறோம். ஏதாவது விபரீதம் நடந்து விட்டால் என்ன செய்வது என்று நினைத்தாரோ என்னவோ! டைரக்டருக்கு உடல்நிலை சரியில்லாமல் போய்விட்டது. அதனால்தான் அவர் படப்பிடிப்பிற்கு வரவில்லை என்று கேள்விப்பட்டோம். எந்த அளவுக்கு புராணங்கள் அன்று மக்களின் உணர்வுகளைப் பாதித்திருக்கிறது பாருங்கள்.

காசேதான் கடவுளடா (1972)

அதே கண்கள்
(1967)

இங்கிலாந்தைச் சேர்ந்த 'ஆல்பிரட் ஹிட்ச்காக்' என்பவரின் திரைப்படங்கள் 'ஹாலிவுட்' திரைப்பட உலகில் ரசிகர்களிடம் மாபெரும் வரவேற்பையும் எதிர்பார்ப்பையும் பெற்று வெற்றி நடைபோடும். அவரது படங்கள் முழுக்க முழுக்க மர்மங்கள் நிறைந்ததாக இருக்கும்.

அவருடைய கதை அமைப்பில் முதலில் ஒரு கொலை நடக்கும். அந்தக் கொலையை செய்தது யார் என்கிற விஷயத்தை படம் பார்ப்பவர்கள் யாரும் கண்டுபிடிக்க முடியாதபடி திகில் காட்சிகளோடு ரசிகர்கள் சீட்டின் நுனியில் அமர்ந்து ஆர்வத்தோடு காண்கிற அளவுக்கு விறுவிறுப்பாக திரைக்கதையைக் கொண்டு செல்வார்.

தமிழில் அதைப் போன்றதொரு திரைப்படத்தை பிரம்மாண்டமான முறையில் தயாரிக்க வேண்டும் என்று என் தந்தையார் ஆசைப்பட்டார். கருப்பு வெள்ளையிலேயே நமது திரைப்படங்கள் வந்து கொண்டிருந்த அந்தக் காலகட்டத்தில் அந்தக் கதையை கலரில் எடுக்க வேண்டும் என்றும் முடிவு செய்தார்.

இதற்கு முன் டைரக்டர் வீணை எஸ். பாலசந்தர் அவர்களை வைத்து இதைப் போன்ற துப்பறியும் கதையை தமிழில் 'அந்த நாள்' என்ற பெயரில் எடுத்திருந்தோம். டைரக்டர் வீணை எஸ். பாலசந்தர் திறமையான முறையில் அப்படத்தை

அதே கண்கள் (1967)

இயக்கியிருந்ததால் பேரும் புகழும் கிடைத்தாலும் வியாபார ரீதியில் படம் தோல்வி கண்டது.

இப்போது நாம் எடுக்க விரும்பும் துப்பறியும் கதையும் அப்படி ஆகிவிடாமல் வியாபார ரீதியிலும் வெற்றி அடைய என்ன செய்ய வேண்டும் என்பதை அப்பா ஆழ்ந்து சிந்தித்துக் கொண்டிருந்தார்.

அந்த நேரத்தில் டைரக்டர் ஏ.சி. திருலோகசந்தர் என் தந்தையாரிடம் வந்து, தான் ஒரு துப்பறியும் கதை வைத்திருப்பதைத் தெரிவித்து அதைப் பற்றிச் சொன்னார். கதை நன்றாகவும் விறுவிறுப்பாகவும் இருந்தது. ஏ.சி. திருலோகச்சந்தர் நல்ல முறையில் படத்தை திறமையாக எடுத்துக் கொடுப்பார் என்ற நம்பிக்கை எங்களுக்கு இருந்ததால், அந்தக் கதையை "அதே கண்கள்" என்ற பெயரில் எடுக்கச் சம்மதித்தார் தந்தையார்.

இருந்தாலும், படம் வெற்றியடைய வெறும் த்ரில் மட்டும் போதாது என்று கருதினார். அப்போது சென்னை "மிட்லேண்டு" தியேட்டரில் மனோஜ்குமார், நந்தா, பிரான், ஹெலன் முதலியோர் நடித்து வெற்றிகரமாக ஓடிக்கொண்டிருந்த துப்பறியும் படமான "கும்நாம்' படத்தைப் பற்றிக் கேள்விப்பட்டு "அதைப்போய் பார்த்து விட்டு வந்து அதன் வெற்றிக்கு என்ன காரணம் என்பதை சொல்லுங்கள்" என்று எங்களை அனுப்பினார் அப்பா.

அதன்படி படத்தைப் பார்த்துவிட்டு வந்து, "படத்தில் பாடல்கள் எல்லாம் கேட்டு ரசிக்கும் படியாக இருக்கிறது. ஹெலன் டான்ஸ் அருமையாக இருக்கிறது. அதே சமயத்தில் மக்களைக் கவரும் வண்ணம் பொழுதுபோக்கு அம்சங்களோடு சஸ்பென்ஸ், த்ரில்லிங் காட்சிகளும் நிறைய இருக்கிறது.

அதுதான் அப்படத்தின் வெற்றிக்கு காரணம்" என்று சொன்னோம்.

இவற்றையெல்லாம் கேட்ட எங்கள் தந்தையார்; "நீங்கள் சொன்ன இந்த அம்சங்களோடு நகைச்சுவையும் சென்டிமென்ட் அம்சமும் சேர்ந்து இருப்பதுபோல் படத்தை எடுங்கள்" என்று சொன்னார். அதோடு, 'அந்த நாள்' படத்தின் தோல்வியின் மூலம் அவர் தமிழ்ப்பட ரசிகர்களின் ரசனையை ஆராய்ந்து அறிந்து வைத்திருந்த தன் கருத்தினையும் எங்களுக்குக் கூறினார். மேலும், "இந்த அடிப்படையில் நீங்கள் படம் எடுத்தால் சரியாக இருக்கும். படம் நிச்சயம் வெற்றி அடையும்" என்று சொல்லி எங்களை சுதந்திரமாக படம் எடுக்க அனுமதி அளித்தார்.

தந்தையார் கொடுத்த உற்சாகத்தில் முதலில் பாடல்கள் நன்றாக அமையவேண்டும் என நினைத்தோம்.

அந்தக் காலகட்டத்தில், "மாடர்ன் தியேட்டர்ஸ்" நிறுவனம் தயாரித்த பல படங்களுக்கு இசையமைத்த வேதாவை இப்படத்திற்கு இசையமைக்க தேர்வு செய்யலாம் என்று நானும் என் சகோதரர்களும் தீர்மானித்தோம். அவர் பல ஆங்கிலப்படப் பாடல்களைத் தழுவி புதுமையாக இசையமைத்துப் புகழ் பெற்றவர். அவரை இசையமைப்பாளராக ஒப்பந்தம் செய்தோம்.

ரவிச்சந்திரன், காஞ்சனா, நாகேஷ், எஸ்.ஏ. அசோகன், பாலாஜி, எஸ்.வி.ராமதாஸ், ஏ. கருணாநிதி, மாதவி மற்றும் எங்களின் எல்லாப் படங்களிலும் நடித்துவந்த குள்ள நடிகர் பி.டி சம்மந்தம் ஆகியோரை நடிக / நடிகைகளாக ஒப்பந்தம் செய்தோம்.

மேலும், கதையில் நடைபெறும் கொலைகளை செய்தது யார் என்பதைக் கண்டுபிடிக்க முடியாதபடி, கொலை செய்யப்படும் வீட்டில் உள்ளவர்களின் குடும்ப வைத்தியராக வரும் கதாபாத்திரத்திற்கு யாரைத் தேர்வு செய்யலாம் என்று யோசித்தோம். அப்போது நாங்கள் பார்த்த நாடகம் ஒன்றில், நன்றாக நடித்திருந்த ஒரு வாலிபர் எங்கள் நினைவுக்கு வந்தார். கதைக்குப் பொருத்தமாக அவருக்கு நல்ல அகன்ற கண்கள். அவரே பொருத்தமாக இருப்பார் என்று படத்தில் அவரை புதுமுகமாக அறிமுகப்படுத்த முடிவு செய்தோம்.

அதோடு படத்தில் ஏதேனும் புதுமையாக ஒரு விஷயத்தைப் புகுத்த வேண்டும் என்றும் விரும்பினோம். நாங்கள்

பிரம்மாண்டமான 'கேன் கேன்' நடன நிகழ்ச்சி

வெளிநாடுகளில் சுற்றுப்பயணம் மேற்கொண்ட போது ஃபிரான்ஸ் நாட்டின் பாரிஸ் நகரத்தில் நடந்த ஒரு நடன நிகழ்ச்சியைக் கண்டோம். அங்கு 'லிடோ' என்கிற ஒரு பிரம்மாண்டமான நடன அரங்கம் இருந்தது. அந்த அரங்கில் ஒரே நேரத்தில் 60 பெண் நடனக் கலைஞர்கள் பங்கேற்று 'கேன் கேன்' என்கிற பெயரில் நிகழ்ச்சி நடத்துவார்கள்.

கண்களைக் கொள்ளைக் கொள்ளும் அந்த நடனக் காட்சியைக் காண உலகம் முழுவதிலுமிருந்து ரசிகர்கள் திரண்டு வருவார்கள். அதைப் பார்ப்பதற்கு டிக்கெட் கிடைப்பது அவ்வளவு சுலபமல்ல. முன்கூட்டியே முன்பதிவு செய்தால்தான் உண்டு. அப்படி ஒரு பெருங்கூட்டம் கூடும்.

அந்த நடன நிகழ்ச்சியில் வாத்தியங்களின் இசை மட்டும்தான் இசைக்கப்படும். பாடல்கள் இருக்காது. அந்த பிரம்மாண்ட நடனக் காட்சியைக் கண்ட நான், அந்த நிகழ்ச்சியின் இசைத்தட்டு, ஃபோட்டோக்களை வாங்கி வந்திருந்தேன்.

அந்த "கேன்... கேன்" இசை நடனக் காட்சி போன்ற ஒன்றை இந்தப் படத்தில் வைக்கலாம். புதுமையாக இருக்கும் என்று அந்த இசைத்தட்டை இசையமைப்பாளர் வேதாவுக்கு

போட்டுக் காட்டினோம். அதைக் கேட்டு பிரமித்த வேதா, அதைப் போலவே மூன்று நிமிடத்திற்கு அற்புதமாக ரிக்கார்டிங் செய்து தந்தார். இதற்கு முன் வெளிவந்த ஜெமினியின் 'சந்திரலேகா' படத்தில் வந்த டிரம் நடனக் காட்சியின் பிரம்மாண்டத்திற்காகவே அப்படத்தை பலமுறைகள் பார்த்தவர்கள் உண்டு.

அதைப் போல நமது இந்த நடனக் காட்சி சிறப்பாக அமைய

'அதே கண்கள்' படத்தின் நடனக் காட்சி.

வேண்டும் என்று பிரம்மாண்ட அரங்கம் அமைத்தோம். அதில் கதாநாயகன் ரவிச்சந்திரன், கதாநாயகி காஞ்சனா இருவரையும் பங்கேற்க வைத்து அந்த இசை நடனக்காட்சியை மூன்று நிமிடத்திற்கு படமாக்கினோம்.

இதை தந்தையாருக்கு போட்டுக் காட்டினோம். அதைப் பார்த்த என் தந்தை “என்னப்பா இது? நடனக் காட்சி பொசுக்கென்று முடிந்து விட்டது? மிகவும் அருமையாக இருக்கிறது. அதனால் இந்த இசையை ஆறு நிமிடத்திற்கு ரிக்கார்டிங் செய்து படப்பிடிப்பை திரும்ப நடத்துங்கள். படத்தில் இது ஆறு நிமிடம் வந்தால்தான் ரசிகர்கள் மனதில் நன்றாகப் பதியும்” என்றார்.

அதனால் திரும்பவும் அந்த இசையை ஆறு நிமிடத்திற்கு மறு ஒலிப்பதிவு செய்து ஏராளமான பொருட்செலவில் மீண்டும் 15 நாட்கள் படப்பிடிப்பு நடத்தி இந்த நடனக்காட்சியை எடுத்து முடித்தோம். எங்கள் தந்தையார் சொன்னது போலவே படம் ரிலீஸானபோது, இந்த இசை நடனக் காட்சியைப் பார்த்த ரசிகர்கள் எழுந்து நின்று ‘ஒன்ஸ்மோர்’ என்று ஆரவாரம் செய்து, காட்சியை திரும்பப் பார்த்து ரசித்தனர்.

‘அதே கண்கள்’ படத்தின் வெற்றிக்கு இந்தக் காட்சியும் பெருமளவில் உறுதுணையாக இருந்தது. தமிழ் சினிமாவில் அன்று நாங்கள் செய்த இந்த பிரம்மாண்டமான நடனக்காட்சி போல இன்றுவரை எந்தத் தமிழ் சினிமாவிலும் ‘கேன்.. கேன்.. டான்ஸ்’ காட்டப்படவில்லை என்பது மறுக்க முடியாத உண்மை.

படத்தின் வெளிப்புறப் படப்பிடிப்பிற்காக ஊட்டி, மைசூர் சென்று பாடல் காட்சிகளை படமாக்கினோம்.

‘‘எத்தனை அழகு...
இருபது வயதினிலே...!”

என்ற பாடலை மைசூர் பிருந்தாவன் கார்டனுக்குச் சென்று படம் பிடித்தோம்.

கதாநாயகன், கதாநாயகி இருவரும் ஆடிவரும் காட்சியில் நீரூற்றில் இருந்து வரும் தண்ணீர் கலர்கலராக மாறுவது போல் எடுத்தால் நன்றாக இருக்கும் என்று நினைத்தோம். “இரவில் அப்படி கலர் மாறும். அதற்கேற்ப லைட்டிங் சிஸ்டமும் உண்டு”

என்றார்கள். ஆனால் நாங்கள் பகல் நேரத்தில் பாடல் காட்சியை எடுத்ததால், "நாங்கள் நினைத்த எஃபெக்ட் வேண்டும் என்பதற்காக கர்நாடக மாநிலத்தின் சுற்றுலாத்துறை அமைச்சரைச் சந்தித்து, அதற்குரிய அனுமதியைப் பெற்று வந்தோம்.

பிறகு பாடலைப் படமாக்கும் போது 'பம்பிங் ஸ்டேஷன்' சென்று நாங்கள் விரும்பும் கலர்ப் பொடிகளை 'பம்பிங்' மூலம் தூவினோம். கதாநாயகி ஆடிக்கொண்டே வந்து நீர் பீறிட்டுவரும் இடத்தில் கையைக் காட்டியதும் மஞ்சள் நிறத்திலும், சிவப்பு, பச்சை நிறங்களிலும் தண்ணீர் மாறி மாறி வருவது போல் அழகாக படம்பிடித்து வந்தோம்.

இந்தப் பாடல் ஒலிப்பதிவு செய்யப்பட்ட போது ஒரு சுவாரசியமான நிகழ்ச்சி நடைபெற்றது. பாடலை எழுதிய கவிஞர் வாலி, பாடலுக்கான ட்யூனை இசையமைப்பாளர் போட்டுக் காட்டிய போது,

"எத்தனை அழகு! எத்தனை அழகு!

இருபது வயதினிலே!"

என்று எழுதினார். அதில் எனக்கு ஒரு சந்தேகம் எழுந்தது.

"பொதுவாகப் பெண்கள் 16 வயதினில் தானே அழகாக இருப்பார்கள். நீங்கள் 20 வயதினிலே என்று எழுதுகிறீர்களே! சரிதானா..?" என்று கேட்டேன்.

"பெண்கள் பூப்படைவது 16 வயதினில்தான். ஆனால் பூப்படைந்த பின் அவர்களின் பருவம் முழுமையடைந்து, பார்ப்பதற்கு அழகாகத் தோன்றுவது 20 வயதில்தான்" என்றார்.

இருந்தும் நான் தயங்குவதைக் கண்ட வாலி, "குமரன் சார்..! நான் சொல்வது உண்மை. இதை யாரும் ஆட்சேபிக்க மாட்டார்கள். அப்படி யாரும் ஆட்சேபித்தால், அவர்களுக்கு நான் பதில் சொல்கிறேன். தைரியமாக இருங்கள். இசையமைப்பாளர் போட்டுத் தந்திருக்கும் மெட்டில் சரியாகப் பொருந்தி வந்து விழுந்திருப்பது இந்த வரிகள்தான். அதனால் பாடல் நன்றாக இருக்கும். கவலைப்படாதீர்கள்" என்றார்.

அவர் சொன்னது போல் இதுவரை யாரும், 'எத்தனை அழகு இருபது வயதினிலே' என்கிற வரிகளை ஆட்சேபித்து பேசி

நான் கேட்டதில்லை. இப்படியாக,

"பூம் பூம் பூம் மாட்டுக்காரன்
தெருவில் வந்தான்டி!
டும் டும் டும் மேளம் கொட்டி
சேதி சொன்னான்டி..!"

பாடலும்,

"பொம்பளை ஒருத்தி இருந்தாளாம்...
பூதத்தைப் பார்த்து பயந்தாளாம்...
ஆம்பிள ஒருத்தன் இருந்தானாம்...
அவளுக்குத் துணையா நடந்தானாம்..!"

போன்ற ரசிக்கும் படியான பாடல்களும், நாகேஷ், மாதவி சம்பந்தப்பட்ட நகைச்சுவைக் காட்சிகளும் பிரம்மாண்டமான நடனக் காட்சிகளும் குடும்பப் பகைக்கு காரணமான சென்டிமெண்ட் காட்சிகளும் அமையப்பெற்று இந்த துப்பறியும் படமான "அதே கண்கள்" மிகுந்த கவனத்துடன் எடுக்கப்பட்டது.

படம் ரிலீஸானதும் தமிழ்நாடு முழுவதும் "இப்படி ஒரு துப்பறியும் த்ரில்லிங் படமா...?" என்று பரபரப்பாகப் பேசப்பட்டு மாபெரும் வெற்றி கண்டது.

'ஹிட்ச்காக்' படத்தில் வருவதுபோல், 'அதே கண்கள்' கதையில் வரும் குடும்ப உறுப்பினர்களை "யார் கொலை செய்கிறார்கள்" என்பதை படம் முடியும் வரை யாராலும் கண்டுபிடிக்க முடியாதபடி, யூகித்து அறியமுடியாதபடி விறுவிறுப்பாக எடுக்கப்பட்டிருந்தது.

படம் ரிலீஸானபோது எனக்கு வேண்டியவர் ஒருவர் தியேட்டரில் படம் பார்த்துக் கொண்டு இருந்திருக்கிறார். அப்போது படத்தில் முதல் கொலை நடந்து முடிந்து அடுத்த கொலை நடக்கும். அந்த நேரத்தில் கதாபாத்திரங்கள் "இறந்தது யார்?" என்று காண ஓடிவருவார்கள்.

இந்தக் காட்சியை ரசிகர்கள் பார்த்துக் கொண்டிருந்தபோது, பக்கத்தில் படத்தை இரண்டாவது முறையாகப் பார்த்துக் கொண்டிருந்த ஒரு ரசிகர் வைத்தியர் கேரக்டரைக் காட்டி "இந்தக் கிழவன்தான் கொலை செஞ்சானப்பா" என்றது தான்

தாமதம்... படத்தைப் பார்த்துக்கொண்டிருந்தவர் "பளார்" என்று அவன் கன்னத்தில் ஒரு அறை விட்டார்.

"அடப்பாவி! யார் கொலை செய்யிறது என்பதை யூகித்துவிட வேண்டும் என்ற ஆர்வத்தில் படம் பார்த்துக்கிருக்கிற எனக்குத் தெரியும்படி ஏன்டா சொன்னே! உன்னை நான் கேட்டனா? நீ முன்னாடியே படம் பார்த்துட்டேங்கிற பெருமையை எங்க கிட்டே காட்டணுமா?" என்று உணர்ச்சி வசப்பட இருவருக்கும் மோதல் உருவாகி பெரிய அளவில் அடிதடி நடக்கப்போகும் வேளையில், "அமைதியா படத்தைப் பார்க்க விடுங்கப்பா" என்று மற்ற ரசிகர்கள் அவர்களை சமாதானப்படுத்தி வேறுவேறு இடத்தில் அமர வைத்திருக்கிறார்கள்.

இப்படியெல்லாம் நடக்கும் என்று எதிர்பார்த்தாரோ என்னவோ என் தந்தையார் படம் ஆரம்பிக்கும் முன்பாக, "இந்தப் படத்தைப் பார்த்துச் செல்லும் ரசிகர்கள் படத்தின் முடிவை புதிதாக படம் பார்க்க வரும் யாரிடமும் தயவு செய்து சொல்ல வேண்டாம்!." என்று எழுத்து வடிவமாகத் திரையில் காட்டி அதன் மேல் வாய்மொழியாகவும் பேச வைத்திருந்தார்.

இந்த வேண்டுகோளைக் கேட்காமல் ஆர்வத்தில் வெளியிட்ட ரசிகருக்கு கிடைத்த பரிசுதான் அவர் கன்னத்தில் விழுந்த அறை.

தமிழில் பெற்ற வெற்றிக்குப்பின் இந்த "அதே கண்கள்" படத்தை "அவே கள்ளு" என்ற பெயரில் தெலுங்கில் எடுத்தோம்.

அன்றைய கால கட்டத்தில் ஆந்திராவில் பேரோடும் புகழோடும் விளங்கிய கதாநாயகன் கிருஷ்ணாவும், கதாநாயகியாக காஞ்சனாவும் நடித்தார்கள்.

தமிழில் கிடைத்த அபார வெற்றியும் அமோக வரவேற்பும் ஆந்திராவில் கிடைக்கவில்லை. ஏனென்றால், அன்றைய நிலையில் தமிழ்த்திரையுலக தொழில்நுட்பக் கலைஞர்களின் திறமையும் தமிழ் ரசிகர்களின் ரசனையும் தெலுங்கை விடச் சற்று முன்னேறிய நிலையில் இருந்தது.

உயர்ந்த மனிதன்
(1968)

நடிகர் திலகம் சிவாஜி கணேசன் அவர்கள் தமது 125 வது படம் ஏ.வி.எம். நிறுவனத்தால் தயாரிக்கப்பட வேண்டும் என்ற தன்னுடைய விருப்பத்தை எங்கள் தந்தையாரிடம் தெரிவித்திருந்தார்.

அதனால், இந்தப் படத்தை சிறப்பாக எடுக்க வேண்டும் என்ற எண்ணத்தில் என் தந்தையார் டைரக்டர்கள் கிருஷ்ணன்பஞ்சு, கதாசிரியரும் நடிகருமான ஜாவர் சீதாராமன் ஆகியோருடன் எங்கள் நிறுவனத்தில் பணிபுரியும் உதவி இயக்குனர்கள், கதாசிரியர்களையெல்லாம் அழைத்து, "சிவாஜி அவர்களுக்கு ஏற்ற நல்ல கதை வேண்டும்" என்ற விவாதித்தார். நானும் என் சகோதரர்களும் உடன் இருந்தோம்.

அப்போது கல்கத்தாவிலிருந்து வி.ஏ.பி. ஐயர் வந்திருப்பதாக சொன்னார்கள். "வரச் சொல்லுப்பா" என்று சொன்ன என் தந்தையார் அவரையும் இந்த விவாதத்தில் கலந்து கொள்ளச் செய்தார்.

வி.ஏ.பி. ஐயர் என்பவர் கல்கத்தாவிலேயே தங்கி இருக்கும் தமிழ் நாட்டுக்காரர். அங்கு வங்க மொழியில் தயாராகும் திரைப்பட நிறுவனங்களுடன் நெருங்கிய தொடர்பு கொண்ட விநியோகஸ்தர். சென்னையிலும் 'வீனஸ் பிக்சர்ஸ்' போன்ற பட நிறுவன அதிபர்களின் நெருங்கிய நண்பர். வங்க மொழியில் சரளமாகப் பேசுவார்.

எங்களின் கதை விவாதத்தில் கலந்து கொண்ட அவர் “உத்தர் புருஷ்” என்று வங்க மொழியில் ஒரு படம் ரிலீஸ் ஆகி வெற்றிகரமாக ஓடிக் கொண்டிருக்கிறது. வேண்டுமானால் சொல்லுங்கள், அந்தப் படத்தின் பிரிண்ட் ஒன்றை வரவழைக்கிறேன், பாருங்கள்” என்றார்.

“உடனே அதற்கான ஏற்பாட்டைச் செய்யுங்கள்” என்றார், தந்தையார். மறுநாளே விமானத்தில் அந்த வங்க மொழிப்படம் சென்னைக்கு வரவழைக்கப்பட்டது. ஏ.வி.எம். ஏ.சி. தியேட்டரில் அமர்ந்து நாங்கள் படத்தைப் பார்த்தோம். படம் ஓடிக் கொண்டிருக்கும் போதே அந்த வங்கமொழி வசனங்களை மொழி பெயர்த்து என் தந்தையிடம் சொன்னார் வி.ஏ.பி. ஐயர். படம் முடிந்தது. அதன் கதை, எங்கள் எல்லோருக்கும் பிடித்திருந்தது.

“சிவாஜி நடிப்பதற்கு ஏற்ற கதைதான். ஆனால், இக்கதையை அப்படியே நாம் இங்கு எடுக்க முடியாது. தமிழ்நாட்டுக் கலாச்சாரத்திற்கு ஏற்ற வகையில் இந்தக் கதையை மாற்றி படமாக்கலாம்” என்றார்.

அந்தப் பொறுப்பை ஜாவர் சீதாராமன் ஏற்றுக்கொண்டு, டைரக்டர்கள் கிருஷ்ணன்பஞ்சு ஆகியோரின் ஆலோசனை யோடு கதையை அருமையாக அமைத்துக் கொடுத்தார்.

எம்.எஸ்.விஸ்வநாதன் இசையமைக்க, வி.என். சுந்தரம் கேமராமேன் என்று முடிவானது.

கதையைக் கேட்ட சிவாஜி உடனே கால்ஷீட் கொடுத்து விட்டார். சௌகார் ஜானகி, வாணிஸ்ரீ, பாரதி, சிவகுமார், அசோகன், மேஜர் சுந்தர்ராஜன் ஆகிய நடிக / நடிகைகளின் கால்ஷீட்டும் வாங்கி ‘ஷூட்டிங்’ தேதியை முடிவு செய்ததோடு கொடைக்கானலில் படப்பிடிப்பும் ஆரம்பமானது.

“வெள்ளிக் கிண்ணம்தான்.. தங்கக் கைகளில்...
வைரச் சிலைதான்... எந்தன் பக்கத்தில்..!”

என்று பாடிக்கொண்டு படகில் வருவதுபோல் சிவாஜி கணேசன், வாணிஸ்ரீ நடித்தார்கள். அடுத்து கொடைக் கானலிலேயே,

“என் கேள்விக்கென்ன பதில்..
உன் பார்வைக்கென்ன பொருள்..

உயர்ந்த மனிதன் (1968)

என்ற டூயட் பாடலை சிவகுமார், பாரதி பாடும்படியாகப் படம் எடுத்தோம்.

எப்போதும் போல் பாடல் காட்சியோ வசனக் காட்சியோ எடுக்கப்பட்ட உடனே அதை எடிட் செய்து என் தந்தையாருக்குப் போட்டுக்காட்டி, அவர் ஓ.கே. சொன்ன பிறகுதான் அடுத்த கட்ட வேலையை ஆரம்பிக்கும் எங்கள் வழக்கப்படி ஷூட்டிங் செய்து வந்த இந்த இரண்டு பாடல்களையும் எடிட்டிங் செய்து, தந்தையாருக்குப் போட்டு காட்டினோம்.

"வெள்ளிக் கிண்ணம்தான்.. தங்கக் கைகளில்...''

பாடல் பிரம்மாண்டமாக வந்திருக்கிறது. ரொம்ப நல்லா இருக்கு. இதில் ஏதும் மாற்றம் செய்யத் தேவை இல்லை" என்ற தந்தையார். **"என் கேள்விக் கென்ன பதில்!"**

பாடலை எடுத்த விதம் சரியில்லை. எனக்குப் பிடிக்கவில்லை" என்று கூறிவிட்டார்.

எதற்காக இப்படி சொல்கிறார் என்று புரியாமல் நாங்கள் குழம்பிப் போய், அடுத்து என்ன சொல்லப் போகிறார் என்று பார்த்திருந்தோம்.

படம் பார்த்த கதாசிரியர் ஜாவர் சீதாராமன், உதவியாளர்கள், டான்ஸ் மாஸ்டர் ஏ.கே.சோப்ரா ஆகியோரிடம் படத்தின் கதாபாத்திரங்களின் தன்மையைப் பற்றி கேள்வி கேட்க ஆரம்பித்தார் என் தந்தையார்.

"கதை அமைப்பின்படி சிவகுமார் யார்?"

"ஒரு ஏழை. அனாதை. செல்வந்தர் சிவாஜி வீட்டில் வேலை செய்பவர்" இது பதில்.

"பாரதியின் கேரக்டர் என்ன?"

"சிவாஜியிடம் வேலை பார்க்கும் டிரைவரின் மகள்".

"ஒரு டிரைவரின் மகளும் அனாதைப் பையனும் காதல் செய்வது போலவா இந்தப் பாடல் காட்சியை எடுத்திருக்கிறீர்கள்? செல்வச் செழிப்பில் திளைக்கும் இளம் பருவத்தினர்போல எந்தக் கவலையும் இல்லாமல் மாடர்ன் டிரஸ்ஸில் தொட்டுத் தடவி கட்டிப் பிடித்தல்லவா ஆடியிருக்கிறார்கள். இதை என்னால் ஏற்க முடியாது. ஏன் இப்படி படம் எடுத்தீர்கள்?" என்று டான்ஸ் மாஸ்டரிடம் கேட்டார் தந்தையார்.

"என்னிடம் யாரும் இந்த விவரத்தை தெரிவிக்கவில்லை. அதோடு, இந்தப் பாடலில் இங்கிலீஷ் மியூசிக் போல ட்ரம்பட் முதலான மாடர்ன் இசைக் கருவிகளைக் கொண்டு இனிமையாக இசை அமைத்திருக்கிறார் இசையமைப்பாளர். அந்த வாத்தியங்களின் இசைக்கேற்ப நான் மூவ்மென்ட்ஸ் கொடுத்து எடுத்தேன். இதில் என் தவறு எதுவும் இல்லையே!" என்று சொல்லிவிட்டார்.

உடனே, "எம்.எஸ்.வி.யைக் கூப்பிடுங்கள்" என்று சொன்னார் தந்தையார். அவரும் என்ன ஏது என்று ஒன்றும் புரியாமல் அங்கு வந்து சேர்ந்தார்.

"கதையின் பின்னணியை உணராமல் ஏன் இப்படி பாடல் பதிவு செய்தீர்கள்?" என்று தந்தையார் கேட்டதும், எம்.எஸ்.வி ட்யூன் ஓகே செய்தது குமரன்தான். கதையின் விவரத்தை பாடல் பதிவிற்கு முன்பே என்னிடம் சொல்லியிருந்தால் அதற்கேற்றார் போல் மாடர்ன் இன்ஸ்ட்ரூமென்ட்ஸை பயன்படுத்தாமல் செய்திருப்பேனே!" என்றார்.

அதைக் கேட்ட தந்தையார் "பாடலை கதைக்கேற்றபடி மாற்றிக் கொடுங்கள்" என்றார்.

"ட்யூன் நன்றாக இருக்கிறது. வேண்டுமானால் கதைக்கு ஏற்றபடி சித்தார், வீணை, புல்லாங்குழல் போன்ற வாத்தியங்களை வைத்து பாடலைப் பதிவு செய்து தருகிறேன். சிறப்பாக இருக்கும்" என்றார் எம்.எஸ்.வி.

கதையின் பின்னணியை உதவியாளர்களும், கதாசிரியர்களும் எடுத்துச் சொல்லாததுதான் காரணம் என்று இசையமைப்பாளரும் டான்ஸ் மாஸ்டரும் சொன்னதைக் கேட்ட என் தந்தையார்,

"சரி, விடுங்கள். கதைக்கேற்றபடி பாடலை மாற்றிக் கொடுங்கள்" என்று எம்.எஸ்.வி.யிடம் சொல்லிவிட்டு, "பாடல் காட்சியை புதிதாக ஒலிப்பதிவு செய்யப்படும் பாடலுக்கேற்ப மறுபடியும் நீங்கள் புதிதாக எடுத்துக் கொடுங்கள்" என்று டான்ஸ் மாஸ்டரிடமும் சொன்னார்.

அவரது ஆணைப்படி ஏ.வி.எம்.மில் அரங்கம் அமைத்து முன்பு எடுத்ததுபோல் அல்லாமல் நடிகர் சிவகுமார் கதையில் எப்போதும் உடுத்தும் சாதாரண பேண்ட் சட்டையும், நடிகை பாரதிக்கு மாடர்ன் டிரஸ் போடாமல் சாதாரண சேலையும் அணிவித்து இந்தப் பாடலை மறுபடியும் படம் பிடித்தோம். அதோடு பாடல் காட்சியில் காதலர்கள் இருவரும் தொட்டுக் கொள்ளாமல் கண்ணியத்தோடு விலகி நின்றே பாடுவதுபோல் அப்பாடல் காட்சியை அமைத்துக் கொடுத்தார் டான்ஸ் மாஸ்டர்.

ஒரு காட்சியில் செல்வந்தரான முதலாளி காரில் அமர்ந்திருக்க டிரைவர் மேஜர் சுந்தர்ராஜன் காரை ஓட்டிக் கொண்டு எஸ்டேட் பக்கமாக வருவார். மலையின் அழகை ரசித்தபடி வந்த சிவாஜி ஒரு இடத்திற்கு வந்ததும் காரை நிறுத்தச் சொல்வார்.

ஏன் என்று புரியாமல் சுந்தர்ராஜன் சிவாஜியைப் பார்க்க அவர் தனக்குத் தானே சிரித்துக் கொள்வார். காரணம் கேட்ட டிரைவரிடம், "இந்த வழியாக நாம் சிறுவயதில் பள்ளிக்குச் செல்லும்போது நடந்த நிகழ்ச்சிகள் ஞாபகத்துக்கு வந்துவிட்டன" என்று சொன்னபடி மீண்டும் சிரித்து அந்த நிகழ்ச்சிகளைப் பற்றி டிரைவரிடம் மனம் விட்டுப் பேசுவார்.

இந்தக் காட்சியைப் பற்றி நாங்கள் பேசிக் கொண்டிருந்தபோது, "இந்த இடத்தில் ஒரு பாடல் வந்தால் நன்றாக இருக்கும்" என்று டைரக்டர் கிருஷ்ணன் பஞ்சு சொன்னார்கள். நானும்

மற்றவர்களும் அந்தக் கருத்தை ஏற்றுக் கொண்டோம்.

உடனே எம்.எஸ்.வி. அவர்களை அழைத்து கம்போஸிங்கில் உட்கார்ந்தோம். எப்போதும் எங்கள் ஏ.வி.எம். படங்களுக்கு பாடல் பதிவு செய்வதற்கு கம்போஸிங்கில் நான்தான் முக்கிய பங்கெடுத்துக் கொள்வேன். ட்யூன் ஓ.கே. செய்யும் பொறுப்பும் என்னுடையதாக இருக்கும்.

அப்போது கதையில் பாடல் தேவைப்படும் இடத்தைச் சொல்லி, "சிவாஜிக்கு ஏற்றார்போல் ஒரு நல்ல மெட்டு அமைத்துக் கொடுங்கள்" என்றேன்.

"என்னங்க இது...? நண்பர்கள் பேசிக் கொள்ளும் இடத்தில் பாடலா? புரியவில்லையே..காதலர்கள் சந்திப்பில் ஒரு காதல் பாட்டு என்றால் மெட்டு அமைக்கலாம், இல்லை காமெடிப் பாட்டு என்றால் கூட நகைச்சுவை தோன்றும்படியாக ஏதேனும் செய்யலாம். சோகப் பாட்டு என்றால் "எங்கே நிம்மதி...?" என்று நான் ஏற்கெனவே சிவாஜிக்கு பாடல் போட்டதுபோல மெட்டுக்கள் அமைக்கலாம். நண்பர்கள் பேசிக் கொள்வதில் பாட்டு என்றால்..." என்று தயங்கினார். பிறகு, "எந்த மாதிரி பாட்டு அமைய வேண்டும் என்று ஒரு க்ளூ கொடுங்களேன்" என்று கேட்டார்.

அப்போது சஃபையர் தியேட்டரில் "மை ஃபேர் லேடி" என்ற ஆங்கிலப்படம் ஓடிக் கொண்டிருந்தது. அதை நான் பார்த்திருக்கிறேன். அது எனக்கு அப்போது நினைவுக்கு வரவே அதைப் பற்றி எம்.எஸ். வி.யிடம் விவரிக்க ஆரம்பித்தேன்.

"அந்தப் படத்தின் கதாநாயகன் கையில் ஒரு 'ஸ்டிக்' கை வைத்துக் கொண்டு அதை சுழற்றியபடியே பேசிக் கொண்டு வருவான், சிரிப்பான், பாடுவான், ஓடுவான்... பார்ப்பதற்கு நன்றாக இருக்கும். அந்தப் படம் கூட நம் சென்னையில்

இப்போது ஓடிக் கொண்டிருக்கிறது. வேண்டுமானால் என்னுடன் வாருங்கள், போய் பார்த்துவிட்டு வரலாம்" என்றேன்.

நான் விவரித்ததை ஆர்வமாகக் கேட்ட எம்.எஸ்.வி. "வேண்டாம்.. வேண்டாம்.. நீங்கள் சொன்னதே எனக்கு அக்காட்சியைப் பார்த்ததுபோல் இருக்கிறது. நல்ல மூடில் இருக்கிறேன். வாலியை வரச் சொல்லுங்கள். உட்கார்ந்து பேசி பாடலை கம்போஸ் பண்ணி விடுவோம்" என்றார்.

உடனே கவிஞர் வாலியை வரவழைத்தோம். வந்தவரிடம் பாடல் வரும் இடத்தைச் சொன்னோம். "சிறு வயதில் பள்ளி சென்றதும் விளையாடியதுமான அந்த நாள் ஞாபகங்களை நண்பரிடம் சொல்லி பாடுகிறார் சிவாஜி. இடைஇடையே அந்த நிகழ்ச்சிகளை வசனமாகவும் பேசுகிறார். இப்படி ஒரு பாடல் வேண்டும். இடையில் வரும் வசனங்களையும் நீங்கள் தான் எழுதவேண்டும்" என்றோம்.

இதைக் கேட்டவுடன் நாங்கள் சொன்ன முதல் வாக்கியத் தையே முதலடியாக வைத்து,

"அந்த நாள் ஞாபகம்

நெஞ்சிலே வந்ததே... நண்பனே... நண்பனே..!

என்ற பாடலைச் சொல்ல ஆரம்பித்தார் வாலி. உடனே எம்.எஸ்.வி. அந்த வரிகளைப் பாடலாக பாடிக் காண்பித்தார். நன்றாக இருந்தது. இப்படியாக வாலி எழுதவும் எம்.எஸ்.வி. பாடவும் கம்போஸிங் சிறப்பாக முடிந்தது.

ரிக்கார்டிங்கிற்கு சென்றோம். அந்தக் காலத்தில் இப்போது போல 'மல்டி ட்ராக்' ரிக்கார்டிங் சிஸ்டம் கிடையாது. சிங்கிள் ட்ராக் ரிக்கார்டிங் சிஸ்டம் தான்.

அதனால் ஒரே சமயத்தில் பாடலும் அதன் நடு நடுவே வரும் வசனங்களையும் பேசி ரிக்கார்டிங் செய்ய வேண்டும். இதற்காக சிவாஜி, மேஜர் சுந்தர்ராஜன் இருவரையும் ரிக்கார்டிங் தியேட்டருக்கு வரவழைத்தோம். டி.எம்.எஸ். ஒரு மைக்கில் நின்று பாட, சிவாஜியும் மேஜர் சுந்தர்ராஜனும் இன்னொரு மைக்கில் ஜோடியாக நின்று வசனம் பேச, இந்தப் பாடல் சிறப்பாக ஒலிப்பதிவு செய்யப்பட்டது. அதைப்போலவே அழகாகவும், அருமையாகவும் ஒளிப்பதிவும் செய்து படமாக்கப்பட்டது.

இன்றுவரை இதைப் போன்றதொரு பாடல் காட்சி எந்தப் படத்திலும் வந்ததில்லை. கவிஞர் வாலி அவர்களின் பாடல் வரிகள் இன்றும் மக்களின் மனதில் உயிரோட்டமாக நிறைந்து ரீங்காரமிடுகிறது என்பது உண்மை.

இதே போன்று இன்னொரு சிறந்த பாடல்,
"நாளை இந்த வேளை பார்த்து....ஓடிவா நிலா...
இன்று எந்தன் தலைவன் இல்லை, சென்று வா நிலா..!."

படத்தில் இந்தப் பாடலை மாலை வேளையில் மலைகளுக்கு இடையே எழுந்து வானவீதியில் உலாவரும் நிலவைப் பார்த்து ஒரு பருவப்பெண் (வாணிஸ்ரீ) பாடும்போது அந்தப் பாடலின் இனிமையில் மயங்கிய வாலிபன் (சிவாஜி), அப்பாடலைப் பாடுவது யார்? என்று தெரிந்து கொள்ள அவளைத்தேடுகிறான். ஆனால் அவள் அவன் பார்வையில் படாமல் மறைந்து மறைந்து செல்கிறாள்.

இந்தப் பாடல் காட்சியைக் கொடைக்கானலிலேயே எடுக்க முடிவு செய்திருந்தோம். ஆனால், அந்த நேரத்தில் அங்கு மழைக்காலம் ஆரம்பமாகி படப்பிடிப்பு நடத்த முடியாத சூழ்நிலை உருவானது. மலைப் பிரதேசங்களில்தான் இப்பாடலை படம் எடுத்தாக வேண்டும். அதனால் என்ன செய்யலாம் என்று விவாதிப்பதற்காக டைரக்டர்கள் கிருஷ்ணன்பஞ்சு, கேமராமேன் பி.என். சுந்தரம், ஆர்ட் டைரக்டர் ஏ.கே. சேகர், இவர்களுடன் எங்களையும் அழைத்து கொடைக்கானலின் பருவநிலையை விளக்கினார் தந்தையார்.

"மழைக்காலம் முடியும் வரை காத்திருந்து இப்பாடலை படம் பிடிக்கலாம் என்றால், ரிலீஸ் தேதி நெருங்கிவிட்டது. இந்த ரிலீஸ் டேட்டுக்கு முன்னால் கொடைக்கானலில் பருவநிலை மாற்றமடைய வாய்ப்பில்லை. காலம் தாழ்த்தாமல் நாம் சொன்ன தேதியில் படத்தை முடித்து வெளியிட வேண்டும் என்றால், ரிக்கார்டிங் செய்த இந்த அருமையான பாடல் படத்தில் இடம் பெறுவதை தவிர்த்துவிட வேண்டியதுதான். இதைத்தவிர வேறு வழி இல்லை, என்ன செய்யலாம்? பாடலை ஒரு முறை கேளுங்கள். பிறகு உங்கள் அபிப்பிராயங்களைச் சொல்லுங்கள்" என்றார் தந்தையார்.

ரிக்கார்டிங் செய்த பாடலை போட்டுக் கேட்டோம். பாடலைக் கேட்டபின் ஆர்ட் டைரக்டர் ஏ.கே. சேகர் எழுந்து

பவ்யமாக (எப்பொழுதும் அவர் என் தந்தையாரிடம் அப்படித்தான் பேசுவார்) ஒரு யோசனை சொன்னார்.

"கொடைக்கானல் மாதிரியே செட் போட்டு காண்பிக்கிறேன். அதில் இப்பாடலை படம் பிடிக்கலாம்" என்றார். அதற்குத் தந்தையார் "அது எப்படி முடியும்?" என்று கேட்டார்.

"என்மீது நம்பிக்கை வைத்து இதனைச் செய்யுங்கள்" என்றார் சேகர். இவர் 'சந்திரலேகா', 'வஞ்சிக் கோட்டை வாலிபன்' போன்ற பல வெற்றிப் படங்களுக்கு பிரம்மாண்டமான செட்கள் அமைத்துத் தந்தவர். அந்த நம்பிக்கையில் அவரின் வேண்டுகோளை ஏற்று, "சரி, செய்யுங்கள்" என்றார் தந்தையார்.

உடனே கொடைக்கானல் போலவே வரைபடம் தயாரித்து அந்த ஸ்கெட்சை எங்களிடம் காட்டினார். அதில் திருப்தி அடைந்த தந்தையார், "இதைப் போலவே செட் அமைய வேண்டும்" என்றார். மூன்றே நாட்களில் கொடைக்கானல் செட்டை ஏ.வி.எம்.மில் அமைத்துக் கொடுத்தார், சேகர்.

அந்த மலை செட்டில் பனிமூட்டங்கள் பரவிவர வானத்தில் தோன்றும் நிலவின் ஒளிவெளிச்சம் பனிமூட்டத்தில் ஊடுருவும் வகையில் மிக அற்புதமாக 'லைட்டிங்' அமைத்தார் கேமராமேன் பி.என். சுந்தரம்.

அந்த பாடல் காட்சியை பிரமாதமாக படமாக்கினார்கள் டைரக்டர்கள் கிருஷ்ணன்பஞ்சு. படத்தில் இப்பாடல் உண்மையிலேயே கொடைக்கானலுக்குச் சென்று எடுத்ததுபோலவே வெகு அற்புதமாக இருந்தது.

ஆர்ட் டைரக்டர் ஏ.கே.சேகர், கேமராமேன் பி.என்.சுந்தரம், டைரக்டர்கள் கிருஷ்ணன்பஞ்சு ஆகியோர் முழு மூச்சாக ஒத்துழைப்புத் தந்து இப்பாடலை முடித்திருக்கவில்லையென்றால்,

"நாளை இந்த வேளை பார்த்து ஓடிவா.... நிலா...!" பாடல் படத்தில் இடம் பெற்றிருக்காது.

அதனால் அந்த 1968 ம் ஆண்டிற்கான "அகில இந்திய சிறந்த பெண் பாடகர்" என்று ஜனாதிபதி அவர்களின் கரங்களால் பின்னணிப் பாடகி பி. சுசீலா அவர்கள் விருது பெற்றிருக்க முடியாது. ஆம்..! இந்தப் பாடலைப் பாடியதற்காகத்தான் பி. சுசீலாவுக்கு அவர்களுக்கு அந்த அவார்டு கிடைத்தது.

இதில் இன்னொரு சிறப்பும் உண்டு. அதுவரையில் அகில இந்திய அளவில் திரையுலகின் பல்வேறு துறைகளில் சிறந்த

கலைஞர்களைத் தேர்வு செய்து விருதுகள் வழங்கப்பட்டு வந்திருந்தாலும் பாடகர்களுக்கான விருது அதுவரை வழங்கப் படவில்லை. அந்தக் குறையைப் போக்கும் விதமாக பாடகர் களுக்கும் விருது வழங்கப்பட வேண்டும் என்று அப்போதுதான் இந்திய அரசு முடிவு செய்து அறிவித்திருந்தது. அந்த அறிவிப்பு வந்ததும் எடுத்த எடுப்பிலேயே 'சிறந்த பாடகர்' என்று தேர்வு செய்யப்பட்டு அகில இந்திய அளவில் பரிசு பெற்ற முதல் பாடகி பி. சுசீலா. அதற்கு காரணமாக இருந்தது ஏ.வி.எம். தயாரிப்பில் உருவான 'உயர்ந்த மனிதன்' படம். இதனால் நாங்கள் அனைவருமே பெருமை அடைந்தோம்.

படம் முடிந்து ரிலீஸானது. இப்படத்தில் பணியாற்றிய அனைவரது உழைப்புக்கும் பரிசாக ரசிகர்களும் மக்களும் மாபெரும் வெற்றியைத் தந்தார்கள்.

சிவாஜியின் 125 வது படத்தை வெற்றிகரமாக எடுத்து வெளியிட வேண்டும் என்ற எங்கள் தந்தையாரின் முயற்சி வெற்றிகரமாகவே அமைந்தது. ஆம். முயற்சி திருவினையாக அமைந்தது.

● ● ●

ஏ.வி.எம். தயாரிப்பில் சிவாஜி கணேசன் நடித்த 'உயர்ந்த மனிதன்' திரைப்படம், வெற்றிகரமாக அமைந்ததால் அந்தக் கதையை இந்தி நடிகர் திலீப்குமார் கதாநாயகனாக நடிக்க இந்தியில் எடுக்கலாம் என்று முடிவு செய்தார் தந்தையார்.

அதற்காக மும்பையில் ஏ.வி.எம் நிறுவனத்தில் மேனேஜராகப் பணிபுரியும் சின்னான் மேனனுடன் தொடர்பு கொண்டோம். அப்போது குலு (மனாலி) பள்ளத்தாக்கில் படப்பிடிப்பில் இருந்த திலீப்குமாரிடம் இது பற்றிப் பேச சின்னான் மேனன் சென்றார்.

"ஏ.வி.எம். நிறுவனத்தார் 'உயர்ந்த மனிதன்' என்ற தமிழ் படத்தை இந்தியில் உங்களை வைத்து தயாரிக்க விரும்புகிறார்கள். இதற்கு உங்களின் சாதகமான பதிலை எதிர்பார்க்கிறார்கள். அவர்களிடம் என்ன சொல்ல?" என்று கேட்டிருக்கிறார்.

"ஏ.வி.எம்' பற்றி எனக்கு நன்றாகத் தெரியும். அவர்கள் தயாரிக்கும் படத்தில் நடிக்க எனக்கு சந்தோஷம்தான். இருந்தாலும் அந்தப் படத்தைப் பார்த்துவிட்டு சொல்கிறேன். எப்படியிருந்தாலும் ஏ.வி.எம். நிறுவனத்தில் படம் செய்ய

பேஸிக்காக நான் சம்மதம் சொன்னேன் என்று சொல்லுங்கள்" என்று கூறியிருக்கிறார் திலீப்குமார்.

இதனை மேனேஜர் சின்னான் மூலமாகக் கேள்விப்பட்ட தந்தையார் குலுமனாலிக்கு 'உயர்ந்த மனிதன்' படத்தின் பிரிண்ட் ஒன்றை அனுப்பி வைக்கச் சொன்னார். படம் அனுப்பி வைக்கப்பட்டது. அங்கே தியேட்டரில் படத்தைப் போட்டுப் பார்த்திருக்கிறார் திலீப்குமார்.

"படத்தின் கதை எனக்கு ரொம்ப பிடிச்சுருக்கு. ஆனால் சிவாஜி கணேசன் அவர்கள் நடித்திருக்கிற அளவுக்கு என்னால் நடிக்க முடியுமா? என்றுதான் யோசிக்கிறேன். இருந்தாலும், விரைவில் சென்னை வர இருக்கிறேன். அப்போது செட்டியார் அவர்களை நேரில் பார்த்து இதுபற்றிப் பேசுகிறேன் என்று சொல்லுங்கள்" என்று கூறிவிட்டு. "டைரக்டர் யார்" என்று கேட்டிருக்கிறார்.

"அது பற்றி இன்னும் முடிவு செய்யவில்லை, கூடிய சீக்கிரம் டைரக்டர் யார் என்று சொல்லிவிடுவார்கள்" என்று பதில் சொல்லிவிட்டு, தந்தையாரிடம் திலீப்குமார் சொன்னதை யெல்லாம் சொல்லியிருக்கிறார் சின்னான்.

விவரங்களை அறிந்த என் தந்தையார், திலீப்குமார் சென்னை வருவதற்குள் டைரக்டரை முடிவு செய்துவிடலாம் என்று கே.பாலசந்தர் அவர்களை அழைத்து அடுத்து எடுக்கப் போகும் இந்திப்படம் பற்றிய விபரங்களைச் சொன்னார்.

டைரக்டர் பாலசந்தர், "உயர்ந்த மனிதன்" படத்தை பார்த்தி ருக்கிறேன். எனக்கும் படம் பிடித்திருந்தது. இப்போது திலீப் குமார் நடிக்க நீங்கள் தயாரிக்கும் இந்திப் படத்தை டைரக்ட் செய்வதில் எனக்கு சந்தோஷம்தான். இருந்தாலும் இந்தியில் படம் எடுக்கும்போது என்னுடைய பாணியில் சில மாற்றங்களை செய்து கொள்ள நீங்கள் அனுமதிக்க வேண்டும்" என்றார்.

"தாராளமாக.. செய்து கொள்ளுங்கள்" என்று அனுமதி அளித்தார். பிறகு, யார் டைரக்டர் என்கிற விஷயத்தை திலீப் குமாருக்கு தொலைபேசி மூலம் தெரிவித்தோம்.

அவர், "டைரக்டர் கே.பாலசந்தர் பற்றி நான் கேள்விப்பட்டி ருக்கிறேன். அவரின் படங்களைப் பார்த்திருக்கிறேன். அவர் சிறந்த டைரக்டர் என்பதை அறிவேன். சென்னை வரும்போது அவரையும் நேரில் சந்திக்கிறேன்" என்றார்.

சொன்னபடி 15 நாளில் சென்னைக்கு வந்த திலீப்குமார் என் தந்தையாரையும் டைரக்டர் பாலசந்தர் அவர்களையும் சந்தித்தார். "உயர்ந்த மனிதன்" படத்தை திரும்ப ஒருமுறை பார்க்க வேண்டும்:" என்றார்.

படத்தை மீண்டும் திரையிட்டுக் காட்டினோம். திலீப்குமார் மற்றும் டைரக்டருடன் நாங்களும் படத்தைப் பார்த்தோம். படத்தைப் பார்த்த பிறகு திலீப்குமார்,

"சிவாஜி சார் அளவுக்கு என்னால் நடிக்க முடியாது. அந்தக் கதாபாத்திரத்தில் நான் நடிப்பதற்கு ஏற்ற வகையில் என்ன செய்யலாம் என்பதை யோசிக்கிறேன். டைரக்டர் பாலசந்தர் அவர்களும் பெரிய டைரக்டர். அவர் என்ன சொல்கிறார் என்பதையும் அறிய விரும்புகிறேன். நாங்கள் இருவரும் கலந்து பேசியபின் முடிவெடுப்போம்" என்று கொஞ்சம் அவகாசம் கேட்டார்.

அதன்படி டைரக்டர் பாலசந்தர் அவர்களைத் தனியே சந்தித்துப் பேசிவிட்டு மும்பை சென்றார் திலீப்குமார். பிறகு என் தந்தையைச் சந்தித்த பாலசந்தர்,

"திலீப்குமார் ரொம்ப கெட்டிக்காரர். திரைப்படத் துறையின் எல்லாத் தொழில்நுட்பங்களும் அறிந்து வைத்திருக்கிறார். அவர் விரும்புகிற மாதிரி அந்தக் கதாபாத்திரத்தை செய்வதற்கு விட்டுவிடலாம். அவர் என்ன முடிவு சொல்கிறார் என்பதை பொறுத்திருந்து பார்க்கலாம்" என்றார்.

சில நாட்கள் கழித்து மும்பையிலிருந்து மேனேஜர் சின்னான் ஒரு விஷயத்தை எங்களிடம் போனில் தெரிவித்தார்.

ஏ.வி.எம். நிறுவனம் "பாபு" என்கிற படத்தையும் தயாரித் திருக்கிறது. அதிலும் சிவாஜி கணேசன்தான் நடித்திருக்கிறார். அந்தப் படமும் நல்ல கதையம்சம் கொண்டது என்பதாக கேள்விப்பட்டேன். அந்தப் படத்தையும் பார்த்துவிட்டால் நான் மீண்டும் சென்னை வரும்போது நாம் எடுக்கப்போவது, 'உயர்ந்த மனிதன்' படமா அல்லது 'பாபு' படமா என்பதை முடிவு செய்துவிடலாம்" என்று திலீப்குமார் சொன்னதாக சொன்னார்.

"பாபு" படத்தை திலீப்குமார் பார்க்க விரும்பும் விஷயம் தெரிந்தவுடன் அப்படத்தை மும்பைக்கு அனுப்பி வைத்தோம்.

மும்பையில் உள்ள தியேட்டர் ஒன்றில் இப்படத்தைப் போட்டுப் பார்த்த திலீப்குமார், சில நாட்களிலேயே சென்னை வந்து தந்தையைச் சந்தித்தார்.

"உயர்ந்த மனிதன், பாபு இரண்டு படங்களையும் பார்த்தேன். இரண்டிலும் சிவாஜி அவர்கள்தான் நடித்திருக்கிறார். உயர்ந்த மனிதன் படத்தில் அவர் நடித்திருப்பது போல் என்னால் நடிக்க முடியாது. எனக்குத் தகுந்தாற்போல் மாற்றம் செய்து நடித்தால் அதன் விளைவு எப்படி இருக்குமோ என்று சந்தேகப்படுகிறேன். அதனால் உயர்ந்த மனிதன் படத்தில் நடிக்க எனக்கு விருப்பம் இல்லை. ஆனால், பாபு படத்தின் கதை எனக்கு மிகவும் பிடித்திருக்கிறது. அதில் என்னால் சிறந்த முறையில் நடிக்க முடியும் என்ற நம்பிக்கையும் இருக்கிறது. அதனால் இந்தியில் நாம் பாபு படக்கதையையே எடுக்கலாம்" என்றார்.

"அப்பாடா... இதிலாவது நடிக்க ஒப்புக் கொண்டாரே" என்று திருப்தி அடைந்தார் தந்தையார். பாபு படத்தின் கதை யாருடையது? திருலோகச்சந்தர் என்று பெயர் வருகிறதே" என்று அக்கதையைப் பற்றிய விவரங்களை கேட்கத் துவங்கினார் திலீப்குமார்.

"உண்மையில் இந்த பாபு படத்தின் கதை பி.கேசவதேவ் என்பவர் எழுதியது. அதை படமாக 'ஓடையில் நின்னு' என்ற பெயரில் மலையாளத்தில் கே.எஸ். சேது மாதவன் டைரக்ஷன் செய்தார். கேரளத்தில் இந்தப் படம் பெரிய ஹிட்டானது. அந்தப் படத்தின் கதையை டைரக்டர் ஏ.சி. திருலோகச்சந்தர் உரிமை பெற்று பாபு என்று பெயரிட்டிருக்கிறார். அந்தக் கதையை தானே தயாரித்து இயக்கப் போவதாகவும் அதற்கு நிதி உதவி செய்ய வேண்டும் என்றும் என்னிடம் வந்து கேட்டார்.

கதையைக் கேட்ட எனக்குப் பிடித்திருந்ததால், நிதி உதவி செய்வதோடு திருலோகச்சந்தரின் "சினி பாரத் புரொடக்ஷன்ஸோடு" ஏ.வி.எம். நிறுவனமும் சேர்ந்து கூட்டுத் தயாரிப்பாக இப்படத்தை எடுத்தோம்". கேரளத்தில் ஹிட் ஆனது போலவே தமிழிலும் நன்றாக ஓடி வெற்றி பெற்றது. 'தி ரிக்ஷாமேன்' என்று ஜப்பானிய மொழியில் வெளிவந்து அங்கும் நல்ல வெற்றி பெற்ற கதையின் தழுவல்தான் மலையாளத்திலும் தமிழிலும் வெளிவந்த பாபு படத்தின் கதை. இப்போது ஹிந்திக்காக கதை உரிமையை திருலோகச்சந்தரிடம் இருந்து

நாங்கள் வாங்கிவிட்டோம்” என்று கதையின் வரலாற்றை விளக்கமாக திலீப்குமாரிடம் தெரிவித்தார் அப்பா.

டைரக்டர் பாலசந்தர் உடனிருக்க, மேலும் பல விஷயங்களை என் தந்தையாரிடம் விவாதித்தார் திலீப்குமார்.

“இந்தப் படத்தின் கதாநாயகன் ஒரு கை ரிக்ஷா இழுக்கும் தொழிலாளி. கை ரிக்ஷா இழுக்கும் வழக்கம் டில்லி, மும்பை முதலிய நகரங்களில் இல்லை. தமிழ்நாடு (அப்போது) மேற்கு வங்கம் (கொல்கத்தா) ஆகிய இரு மாநிலங்களில் மட்டும்தான் நடைமுறையில் உள்ளது. ‘பாபு’ படக் கதைப்படி ஏழைத் தொழிலாளியான கதாநாயகன் தன்னிடத்தில் அன்பு காட்டி ஆதரித்து வந்த ஒரு செல்வக் குடும்பத்தின் தலைவன் மரணம் அடைந்து விட்டதால் ஆதரவற்றுப் போன அந்த விதவைத் தாய்க்காகவும் அவருக்கு இருக்கும் ஒரே ஒரு சின்னஞ்சிறிய மகளுக்காகவும் உடல் வருந்த கை ரிக்ஷா இழுத்து உழைத்து அவர்களைக் காப்பாற்றுகிறான். தன் வாழ்வையே அவர்களுக்காக அர்ப்பணிக்கிறான். அப்படி ஒரு அருமையான கதா பாத்திரம் அது. அதனால் இந்தக் கதையை எந்த ஊரில் நடப்பது போல் நாம் காட்டுவது? கொல்கத்தாவில் நடப்பது போல் காட்டினால் கை ரிக்ஷா இல்லாத மும்பை, டில்லி நகரங்களில் இந்தக் கதை அந்நியப்பட்டுவிடும். என்ன செய்யலாம்?” என்று கேட்டார்.

தந்தையார், டைரக்டர் உட்பட எங்களுக்கும் அவர் சொல்வது சரி என்றே பட்டது. ’யோசிப்போம்’ என்று சொல்லிப் பிரிந்தோம். சில நாட்கள் கழித்து என் தந்தையாரிடம் வந்த டைரக்டர் பாலசந்தர், ‘நடிகர் திலீப்குமார் ஒரு மேதை. திரைப்படத்துறையில் அவர் ஒரு கிரியேட்டர். டைரக்டருக்குரிய அத்தனை தகுதிகளும் அவருக்கு இருக்கிறது. அதனால் அவரை டைரக்ட் செய்யும் போது எனக்கு சில சங்கடங்கள் வரும் என்று நினைக்கிறேன். ஒரு படத்தில் இரண்டு இயக்குனர்கள் வேலை செய்ய முடியாது. அதனால் தயவு செய்து என்னை விட்டு விடுங்கள்” என்று சொல்லி விலகிக் கொண்டார்.

அதன் பிறகு என் தந்தையாருக்கும், திலீப்குமாருக்கும் இடையே பல சந்திப்புகள் நிகழ்ந்தன. ஆனால் எந்த முடிவும் எடுக்கப்படவில்லை. அதனால், “உயர்ந்த மனிதன்” “பாபு” ஆகிய இரு படங்களையும் இந்தியில் நாம் தயாரிப்பதை கைவிட்டுவிட வேண்டியதுதான் என்று முடிவு செய்தார்

தந்தையார். மொத்தத்தில் இருவரும் நண்பர்களாக பிரிந்தனர்.

உயர்ந்த மனிதன் திரைப்படத்தை இந்தியில் எடுக்க முடியாமல் போனதுகூட நல்லதற்குத்தான் என்று நான் நினைத்தேன்.

காரணம், தமிழ் நடிக / நடிகைகளின் அளவுக்கு கதாபாத்திரங்களின் தன்மையை மெருகேற்றி நடித்து, ரசிகர்களின் உள்ளங்களைக் கவர்ந்திழுத்து அவர்களை கதையோடு ஒன்றச் செய்யும் திறமையான நடிக / நடிகைகள் இந்தியில் இல்லை என்பதை நாங்கள் அன்னை, சர்வர் சுந்தரம் போன்ற படங்களை இந்தியில் எடுத்தபோதே கண்டிருக்கிறோம்.

அதனால்தான் சிவாஜி கணேசன் அவர்கள் நடித்து பிரமாதமான வெற்றி கண்ட பல படங்களை இந்தியில் எடுக்க முடியாமல் போனது. அந்த எண்ணிக்கையில் உயர்ந்த மனிதன் படமும் சேர்ந்து கொண்டது.

அந்த வகையில், தமிழ் நடிகர்களின் மேம்பட்ட திறமையை நினைத்தால் பெருமையாகவே இருக்கிறது.

பூ கைலாஸ் (தேலுங்கு) (1958)

நோமு

(1974) (தெலுங்கு)

ஜிதேந்திரா இரட்டை வேடத்தில் நடித்த "ஜெய்ஸோ கோ தைஸா" என்ற படத்தை அண்ணன் முருகனும் நானும் சேர்ந்து டைரக்ஷன் செய்தோம். எங்கள் தயாரிப்பில் நாங்கள் டைரக்ஷன் செய்த இந்த முதல் படமே பெரும் வெற்றிப்படமாக அமைந்தது.

இதன் பிறகு நாங்கள் இருவரும் சேர்ந்து இந்தி, தெலுங்கு ஆகிய மொழிகளில் நான்கு படங்களை டைரக்ஷன் செய்து வெற்றி பெற்றோம்.

அடுத்ததாக, 'நோமு' என்ற தெலுங்கு படத்தைத் தயாரிக்க ஆரம்பித்தோம். இதில் ஹீரோவாக ராமகிருஷ்ணாவும் ஹீரோயினாக சந்திரகலாவும் நடித்தார்கள். தெலுங்கு மொழியில் பிரபலமாக இருந்த நடிகர்களுடன் ஜெயசுதாவும் நடித்தார். சத்யம் என்பவர் இசையமைத்தார். இந்தப் படத்தை அண்ணன் முருகனும் நானும் டைரக்ஷன் மேற்பார்வை செய்தோம். கிருஷ்ணன்பஞ்சு அவர்களிடம் உதவியாளராக இருந்த பட்டு (பட்டாபிராமன்) டைரக்ஷன் செய்தார்.

சிவகுமார், ஜெய்சித்ரா நடிக்க தேவர் பிலிம்ஸ் சாண்டோ சின்னப்ப தேவர் தயாரித்து வெளிவந்து வெற்றி கண்ட 'வெள்ளிக்கிழமை விரதம்' படத்தின் கதைதான் இது.

தேவரிடம் படத்தின் கதை உரிமையை வாங்கித்தான் 'நோமு' படத்தைத் தெலுங்கு மொழியில் தயாரித்தோம். ஆந்திர

மாநிலத்தில் இந்தப் படம் மாபெரும் வெற்றி கண்டது. அப்போது ரஷ்யத் தலைநகர் மாஸ்கோவில் 'உலகத் திரைப்பட விழா' நடப்பதற்கான ஏற்பாடுகள் நடந்தன.

அந்த விழாவில் திரையிட்டுக் காட்டுவதற்காக இந்திய மொழிகளில் தயாரிக்கப்பட்ட திரைப்படங்களைத் தேர்வு செய்ய ஒரு குழு ரஷ்ய தூதரகத்தின் வாயிலாக இந்தியா வந்தது.

அந்தத் தேர்வுக்குழு பிரதிநிதிகள் பார்த்து தேர்வு செய்யும் படங்களுடன் இந்தத் திரைப்படத்தையும் அனுப்பி வைப்போமே என்று அண்ணன் முருகன் சொன்ன ஆலோசனையின் படி 'நோமு'வையும் அனுப்பி வைத்தோம். பல படங்களைப் பார்த்த தேர்வுக் குழுவினர் தமிழ், தெலுங்கு, மலையாளம், கன்னடம் ஆகிய நான்கு தென்னிந்திய மொழிகளிலும், மொழிக்கு ஒரு படமாக நான்கு படங்களைத் தேர்ந்தெடுத்தார்கள். அதில், தெலுங்கு மொழிப் பிரிவில் எங்களின் 'நோமு' திரைப்படம் தேர்வு செய்யப்பட்டது, எங்களுக்கெல்லாம் இன்ப அதிர்ச்சியாக இருந்தது.

பிறகு தேர்வு செய்யப்பட்ட படங்களில் சம்பந்தப்பட்ட நடிக, நடிகைகள், டைரக்டர், தயாரிப்பாளர்களுக்கெல்லாம் ரஷ்யாவில் நடைபெறும் உலகத் திரைப்பட விழாவின் சார்பாக அழைப்பு வந்தது. அதனுடன் மாஸ்கோ செல்வதற்கான விமான டிக்கெட்டுகளும் அனுப்பி வைத்திருந்தனர்.

நானும், சகோதரர் முருகனும், நடிகர் ராமகிருஷ்ணாவும் புறப்பட்டோம். கதாநாயகி சந்திரகலா வரமுடியாத காரணத்தினால் அவர் சார்பாக நடிகை மஞ்சுளா எங்களுடன் வந்தார்.

எங்கள் நால்வருடன் தெலுங்கு டைரக்டர் டி. பிரகாஷ் ராவ், சென்னை ரஷ்ய தூதரகத்தின் சார்பாக வெங்கட்ராமன், கன்னட டைரக்டர் ராமமூர்த்தி ஆகியோரும் வந்தார்கள். சென்னையிலிருந்து கொல்கத்தா சென்று, அங்கே மும்பை கொல்கத்தாவிலிருந்து வருபவர்களுடன் ஒன்று சேர்ந்து திரைப்பட விருது பெறுவதற்காக இந்தியாவிலிருந்து செல்லும் குழுவாக மாஸ்கோ பயணமானோம்.

ரஷ்யத் தலைநகர் மாஸ்கோவில் ஹோட்டல் ருசியா (Russia) என்ற ஆயிரம் படுக்கைகள் கொண்ட ஹோட்டலில் தங்க வைத்தார்கள். அந்த ஹோட்டல் நான்கு பெரிய சாலைகள்

சந்திக்கும் இடத்தில் கட்டப்பட்டு நான்கு சாலைகளுக்கும் தனித் தனியாக நுழைவு வாயில் இருந்தது. அவ்வளவு பெரிய ஹோட்டலில்தான் உலகம் முழுவதும் இருந்து விருதுபெற வந்திருந்த கலைஞர்கள் தங்க வைக்கப்பட்டிருந்தார்கள்.

அந்த ஹோட்டலின் கீழ்த்தளத்தில், விருது பெறத் தேர்ந்தெடுக்கப்பட்ட படங்களைத் திரையிட்டுக் காண்பிப்பதற்காக ஒரு சினிமா தியேட்டர் இருந்தது. முதல் நான்கு நாட்கள் ஜப்பான், சீனா போன்ற பல நாடுகளின் படங்கள் திரையிடப்பட்டன.

ஐந்தாவது நாள் எங்கள் 'நோமு' திரைப்படம் திரையிடப் பட்டது. உலகத் திரைப்படக் கலைஞர்கள், தொழில்நுட்பக் கலைஞர்கள் என எல்லோரும் பங்கெடுத்துக் கொண்டார்கள்.

'நோமு' படத்தில் கதாநாயகி பாம்பை அம்மனாகக் கருதி பக்தியுடன் பூஜித்து வருவாள். அப்போது ஒருநாள் பாம்பு ஒன்று, படுத்துத் தூங்கிக் கொண்டிருக்கும் கதாநாயகிமேல் ஊர்ந்து வந்து அவளது நெஞ்சின் மீது வந்தவுடன் தலையைத் தூக்கி படம் எடுக்கும். அந்த நேரத்தில் கதாநாயகி கண் விழித்துக் கொள்வாள். கண்ணெதிரே பாம்பு ஒன்று படம் எடுத்து ஆடுவதோடு அல்லாமல் தன் நெஞ்சின் மேல் அது இருக்கிறது என்ற பதற்றம் துளி கூட இல்லாமல் தெய்வத்தைக் கண்ட பரவசத்தில் கையெடுத்து வணங்குவாள். உடனே அந்தப் பாம்பு சாதுவாக இறங்கி போய்விடும்.

இந்தக் காட்சியில் வெள்ளிக்கிழமை விரதம் தமிழ்ப் படத்தில் ஜெயசித்ரா மிக அருமையாக நடித்திருப்பார். இதை அப்படியே தெலுங்கில் எடுக்கும்போது "ஜெயசித்ராவை விட நன்றாக செய்ய வேண்டும்" என்று சந்திரகலாவிடம் சொல்லி உற்சாகப் படுத்தினோம். இக்காட்சியில் சந்திரகலாவும் துணிச்சலுடன் ஜெயசித்ராவை விட வெகு அற்புதமாக ஒருபடி மேலேயே போய் நடித்திருந்தார்.

இந்தக் காட்சியைப் பார்த்த வெளிநாட்டு கலைஞர்கள் எல்லோரும் பிரமித்துப் போய் கைதட்டி ஆரவாரம் செய்து வரவேற்றார்கள். காட்சி முடிந்ததும், இந்தப் படத்தில் சம்பந்தப்பட்ட கலைஞர்களை மேடைக்கு வருமாறு அழைப்பு விடுத்தார்கள்.

எனது அண்ணன் முருகன், நடிகர் ராமகிருஷ்ணாவுடன் நானும் மேடைக்குச் சென்றோம். நாங்கள் மேடை ஏறும்

போதே உலகத் திரைக்கலைஞர்கள் அத்தனை பேரும் கைதட்டி மகிழ்ச்சி ஆரவாரம் செய்தார்கள்.

நாங்கள் மேடைக்கு வந்ததும் படம் பார்த்த வெளிநாட்டுக் கலைஞர்கள், படத்தைப் பற்றி கேள்விகள் கேட்க ஆரம்பித்தார்கள்.

"ஹீரோயின் மீது ஊர்ந்து வந்தது நிஜமான பாம்பா?"

"ஆமாம்" என்றோம்.

"அப்படியென்றால் கேமராவில் ஏதாவது 'ட்ரிக்' செய்து அந்தப் பெண்ணின் உடல்மேல் பாம்பு ஊர்வது போல எடுத்தீர்களா?

"அதெல்லாம் எந்த 'ட்ரிக்' வேலையும் இல்லை. நிஜமாகவே பாம்பை அந்தப் பெண்மேல் ஊர்ந்து செல்லவிட்டுத்தான் எடுத்தோம்" என்றோம்.

"அப்படியென்றால் அந்த பாம்பு, எப்படி படம் எடுத்து அந்தப் பக்கம் இந்தப் பக்கம் பார்த்துத் தலையை ஆட்டியது? அந்தப் பெண்ணைக் கடிக்காமல் உடலை விட்டு இறங்கிச் சென்றது?"

"பாம்புக்கென்று இருக்கும் பயிற்சியாளரின் ஒத்துழைப்புத்தான் காரணம். அவர் கேமராவின் பின் பக்கம் இருந்து சிவப்புத் துணி ஒன்றை கையில் வைத்துக்கொண்டு ஆட்டியபடி அங்கும் இங்கும் செல்வார். அவர் துணியை ஆட்டும் திசைப் பக்கமெல்லாம் பாம்பு திரும்பிப் பார்க்கும். அது படம் பார்ப்பவர்களுக்கு பாம்பு தானே இங்குமங்கும் பார்த்து ஆடுவதுபோல் தோன்றும். தவிர, பாம்பின் வாயை பயிற்சியாளர் நூல் கொண்டு தைத்துவிடுவார். அதனால் அது கடிக்க முயன்றாலும். கடிக்க முடியாது" என்று நாங்கள் சொன்னோம்.

நாங்கள் சொல்லச் சொல்ல, ஒவ்வொரு விஷயத்தையும் கை தட்டி வரவேற்றார்கள். என்னதான் வாயைக் கட்டியிருந்தாலும் பாம்பு ஊர்ந்து செல்லும்போது துணிவோடு படுத்திருந்த சந்திரகலாவையும், பால் குடிப்பது போன்ற பாம்பின் செயல்களையும் எல்லோரும் வெகுவாகப் பாராட்டி ரசித்தார்கள்.

எங்களுக்கு விருது கொடுத்துக் கௌரவித்தார்கள். மறுநாள், விழாக் குழுவினர் எங்களை வேறு ஒரு ஊருக்கு அழைத்துச்

சென்றார்கள். "டுஷம்பே" என்ற சிறு நகரம் அது. மாஸ்கோவிலிருந்து விமானத்தில் ஐந்து மணி நேரம் பிரயாணம் செய்து டுஷம்பே சென்றோம்.

இங்கு 'நோமு' திரைப்படத்தை பொது மக்கள் பார்க்கும் படியாக பொதுவான ஒரு தியேட்டரில் திரையிட்டுக் காண்பித் தார்கள்.

பொதுமக்கள், பாம்பு வரும் போதெல்லாம் மிகுந்த உற்சாகத்தோடு கரவொலி எழுப்பி ஆரவாரம் செய்து வரவேற்ற காட்சியை எங்களால் மறக்கவே முடியாது. பாடல் காட்சிகளில் எழுந்து நடனமாட ஆரம்பித்து விட்டார்கள். அப்படி ஒரு மகத்தான வரவேற்பு கிடைத்தது. படம் முடிந்ததும் எங்களை மேடைக்கு அழைத்தார்கள். கை கூப்பிய படியே மேடையில் ஏறிய எங்களை ரசிகர்கள் கரகோஷம் செய்து வரவேற்றார்கள்.

"நடிகர்கள் நடனமாடிக் கொண்டே பாடுகிறார்களே, அவர்க ளால் எப்படி அவ்வாறு செய்ய முடிகிறது". என்று வியப்பாகக் கேட்டார்கள்.

"வேறு ஒருவர் பாடி ரிக்கார்டிங் செய்த பின்னால் அவர்கள் வாயசைத்து நடிப்பார்கள்" என்றோம்.

இந்தியாவிலிருந்து நாங்கள் வந்திருக்கிறோம் என்பதனால், அங்கே கூடியிருந்த மக்கள் மிகவும் ஆர்வமாக இந்தி நடிகர் 'ராஜ் கபூர்' பற்றி விசாரித்தார்கள்.

ராஜ் கபூரைப் பற்றி கேட்டதால் அவர்களிடம் என் அண்ணன் முருகன் "ராஜ் கபூரை பார்த்திருக்கிறீர்களா? என்று கேட்டார்.

'சினிமாவில் பார்த்திருக்கிறோம்" என்று ஆர்வமாக பதில் அளித்தார்கள். அவரது நலம் விசாரித்தார்கள். அண்ணார் முருகன், "இந்தியா சென்றதும் உங்கள் அன்பை அவரிடம் தெரிவிப்பேன்" என்றார். சந்தோஷப்பட்ட ரசிகர்கள், எங்களைப் பாடும்படி கேட்டார்கள்.

"ஆவார கூ...(ம்)

ஆவார கூ...(ம்) என்ற பாடலை நான் பாடினேன்.

மகிழ்ச்சி ஆரவாரம் செய்த மக்கள், எங்களிடம் 'ஆட்டோஃகிராப்' வாங்கினார்கள். ஃபோட்டோ எடுத்துக் கொண்டார்கள்.

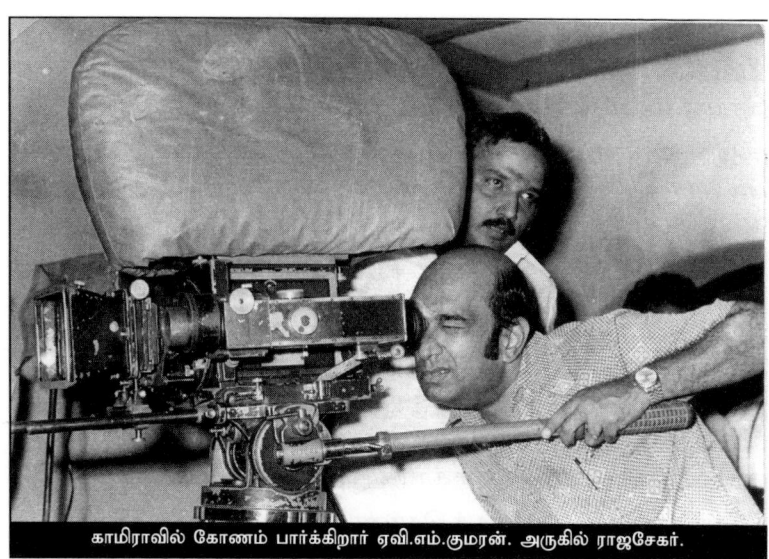

காமிராவில் கோணம் பார்க்கிறார் ஏவி.எம்.குமரன். அருகில் ராஜசேகர்.

மேடையில் தோன்றி நாங்கள் பேசியதற்காக எங்களுக்கு அன்பளிப்பாக ஒரு தொகையும் கொடுத்தார்கள்.

இப்படி சந்தோஷமாக நிகழ்ச்சி முடிந்ததும், விருது பெற்ற மற்ற திரைப்படக் கலைஞர்களோடு சேர்த்து எங்களுக்கும், எங்களுடன் விழாவில் கலந்து கொண்ட உள்ளூர் நடிக / நடிகைகள் இரவு விருந்து தந்தார்கள். அதோடு அவர்கள் ஆடிப்பாடி எங்களை மகிழ்வித்தார்கள். எனக்கு அந்த ஊர் தொப்பியெல்லாம் வைத்து என்னை அவர்களுடன் சேர்ந்து ஆடவும் வைத்துவிட்டார்கள்.

இப்படியாக, மகிழ்ச்சியான மனநிலையில் இனியதொரு ஆட்டம் பாட்டத்துடன் 'நோமு'வுக்காக விருது பெறும் நிகழ்ச்சியில் பங்கேற்றுத் திரும்பினோம்.

ரஷ்யாவின் ஒரு மூலையில் இருக்கும் நகரத்தில்கூட பொதுமக்கள் மத்தியில் பரவியிருக்கும் ராஜ்கபூரின் புகழும் இந்தியக் கலாச்சாரத்தின் மேல் அவர்கள் கொண்டுள்ள பற்றும் பாசமும் எங்களை பெரும் வியப்பில் ஆழ்த்தியது.

புன்னமிநாகு
(1980) (தெலுங்கு)

தமிழ், தெலுங்கு, கன்னடம், இந்தி ஆகிய பல மொழிகளில் எத்தனையோ திரைப்படங்களைத் தயாரித்து அகில இந்திய அளவில் பேரும் புகழும் நன்மதிப்பும் பெற்று விளங்கியவர் எங்கள் தந்தையார் ஏ.வி.எம். அவர்கள்.

ஏ.வி.எம். ஸ்டுடியோவை நிறுவி, சகோதரர்களாகிய நாங்கள் திரைப்படத் துறையில் ஈடுபட விரும்பியபோது எங்களுக்கு ஒரு நல்ல ஆசானாகவும் இருந்து பயிற்சி தந்தார். 1979 ஆம் ஆண்டு அவர் இந்தப் பூவுலகைவிட்டுப் பிரிந்து புகழுடம்பை ஏற்றார்.

அவருக்குப் பின் இந்த புகழ்வாய்ந்த நிறுவனத்தை நாம் எப்படி கட்டிக் காப்பது... எவ்வாறு படத் தயாரிப்பில் ஈடுபடுவது என்று தெரியாமல் கலங்கிப் போனோம். அதனால் சில மாதங்கள் அமைதியாக இருந்து, திரை உலகத்தை உன்னிப்பாகக் கவனித்து வந்தோம்.

அப்போது டைரக்டர் ராஜசேகர், டைரக்டர் இராம நாராயணன் இருவரும் சேர்ந்து 'பௌர்ணமி நிலவில்' என்ற பெயரில் கதை எழுதி எம்.ஏ.காஜா டைரக்ஷனில் ஒரு படம் தயாரித்து வெளியிட்டிருந்தார்கள். அது தமிழ்நாட்டில் நல்ல வரவேற்பைப் பெற்று வெற்றி கண்டது. அதனைத் தொடர்ந்து அதே படத்தை கன்னடத்தில் டைரக்டர் ராஜசேகரே டைரக்ஷன் செய்து வெளியிட்டார். அங்கும் இந்தப் படம் வெற்றிகரமாக ஓடியது.

அதனால், அந்தக் கதையின் உரிமையை வாங்கி, ராஜசேகர் டைரக்‌ஷனிலேயே தெலுங்கில் தயாரிக்கலாம் என்று சகோதரர்கள் நாங்கள் முடிவு செய்தோம். முதன் முதலாக எங்களின் சோதனைக்களமாக தெலுங்குப்படத் தயாரிப்பில் இறங்கினோம்.

அந்த நேரத்தில் ஆந்திராவில் ரசிகர்களின் வரவேற்பைப் பெற்று வளர்ந்து வரும் நடிகராக இருந்தார் சிரஞ்சீவி. அவருடைய கால்ஷீட் கிடைப்பது அரிதாக இருந்த போதிலும் அவரிடம் தேதி வாங்கிவிட்டோம். ரத்தி அக்னிஹோத்ரி கதாநாயகியாக நடித்தார். இராம நாராயணன் ராஜசேகருக்கு கதையிலும் டைரக்ஷனிலும் உதவியாக இருந்தார்.

'புன்னமி நாகு' என்ற பெயரில் படப்பிடிப்பை ஆரம்பித்தோம். படப்பிடிப்பு நல்லமுறையில் நடந்து முடியும் தருவாயில் இருந்தபோது ஒரு நாள், வழக்கப்படி நான் மாலை ஐந்தரை மணிக்கு மெரினா கடற்கரையில் நடைப்பயிற்சி செய்து கொண்டிருந்தேன். எங்கள் நிறுவன மேனேஜர் கே. வீரப்பன் திடீரென அங்கு வந்து என்னை மடக்கி நிறுத்தினார்.

"உடனே புறப்பட்டு ஸ்டுடியோவுக்கு வாங்க, டைரக்‌ஷன் பண்ணனும்" என்றார்.

"ஏன்? டைரக்டர் என்ன ஆனார்?" என்று கேட்டதற்கு "அவருக்கு உடல்நிலை சரியில்லை. படுத்த படுக்கையாக இருக்கிறார். அவரால் எழுந்து வரமுடியாது. இராம நாராயணன் அவர்களைப் போய் பார்த்தேன். அவரும் ஊரில் இல்லை. முக்கியமான ஒருவரின் கல்யாணத்துக்காக வெளியூர் போயிருக்கிறாராம். இன்று 'ஷூட்டிங்' நடத்தியே ஆக வேண்டும். சிரஞ்சீவி கால்ஷீட் நமக்கு இன்றோடு கடைசி. நம்ம சீன்ல நடிச்சிட்டு உடனே புறப்பட்டு ஹைதராபாத் போகிறார். இப்போது விட்டால் அப்புறம் அவர் 'கால்ஷீட்' எப்போது கிடைக்கும் என்று சொல்ல முடியாது" என்று ஒரே மூச்சாக சொல்லி முடித்தார் மேனேஜர்.

நிலைமையைப் புரிந்து கொண்ட நான் "நீங்கள் புறப்படுங்கள். நான் உங்கள் பின்னாலேயே வருகிறேன்" என்று சொல்லிவிட்டு ஸ்டுடியோவுக்குப் புறப்பட்டேன். செட்டுக்கு வந்ததும் உதவி இயக்குனர்களை அழைத்து, எடுக்கப் போகும் காட்சியைப் படிக்கச் சொன்னேன். தெலுங்கு வசனங்களைப் படித்து, அதைத் தமிழில் சொன்னார்கள்.

கதாநாயகன் சிரஞ்சீவி, பாம்பின் அம்சமாக இருப்பார். கீரிப்பிள்ளை அவரைப் பார்த்துவிட்டால் அவர்மீது பாய்ந்து கடிக்க ஆரம்பித்துவிடும். அப்போது, சிரஞ்சீவி ஒரு சிறிய வீட்டுக்குள் நுழைகிறார். அங்குள்ள கீரி அவர்மீது பாய்ந்து குதற ஆரம்பிக்கிறது. சிரஞ்சீவி பாம்பாக மாறி அந்தக் கீரிப் பிள்ளையோடு போரிட்டு வெல்கிறார். பின்பு மனிதனாகி வெளியேறுகிறார். இதுதான் அப்போது எடுக்க வேண்டிய காட்சி என்பதை அறிந்தேன்.

கேமராமேன் கேசவனிடம் சீன் விவரத்தை சொல்லி, 'ஷாட்' அமைப்புகளையும் சொன்னேன்.

"வீட்டுக்குள் சிரஞ்சீவி வருவது ஒரு ஷாட். அவர் வருவதைப் பார்த்துவிட்ட கீரியின் ஷாட். அதன் பார்வையில் சிரஞ்சீவி பாம்பாகத் தெரிவது. உடனே கீரி அவர்மேல் பாய்வது. அது கேமராவில் வந்து விழுவதைப் போல், பிறகு கேமரா சைடிலிருந்து சிரஞ்சீவி மேல் கீரி விழுவது. இந்த இரண்டு ஷாட்டும் ஹை ஸ்பீடில் எடுக்க வேண்டும். சிரஞ்சீவி பாம்பாக மாறும் ஷாட். கீரியைப் பாம்பு கொன்ற பின், பாம்பு சிரஞ்சீவியாக மாறி வெளியே செல்லும் ஷாட்." என்று நான் சொன்ன ஷாட்ஸ் பிரிவுகளைக் கேட்ட கேமராமேன் கேசவன் லைட்டிங் பண்ண ஆரம்பித்தார். சிரஞ்சீவி வந்ததும் மளமளவென்று காட்சியில் அவர் சம்பந்தப்பட்ட ஷாட்களை எடுத்து முடித்தோம்.

படப்பிடிப்பு விரைவாக நடந்து முடித்தது குறித்து சந்தோஷப்பட்ட சிரஞ்சீவி ஹைதராபாத்துக்குப் புறப்பட்டார். அதன் பிறகு பாம்பும் கீரியும் சண்டையிடும் காட்சியை எடுக்க ஆரம்பித்தோம்.

பாம்பு, கீரி இரண்டின் வாய்களையும் கருப்பு நூலால் கட்டிய பயிற்சியாளர், பிறகு இரண்டையும் ஒரு அளவுக்கு இடை வெளிவிட்டு கயிற்றால் கட்டிவிட்டார்.

"இந்த இணைப்புக் கட்டு எதற்கப்பா?" என்று கேட்டேன்.

இரண்டும் ஒன்றை ஒன்று பார்த்தால் பயந்து கொண்டு தப்பித்து ஓட முயற்சிக்கும். அவை ஓடி விடாமல் இந்தக் கட்டு தடுக்கும். அப்போது ஒன்றோடு ஒன்று பின்னும். அதுதான் கீரி பாம்பு சண்டை. இப்படித்தான் தேவர் பிலிம்ஸ் படங்களிலும் நாங்கள் எடுப்போம்" என்றார் பயிற்சியாளர்.

"சரி, சண்டை விடு" என்று சொல்லிவிட்டு இரண்டு கேமராக்

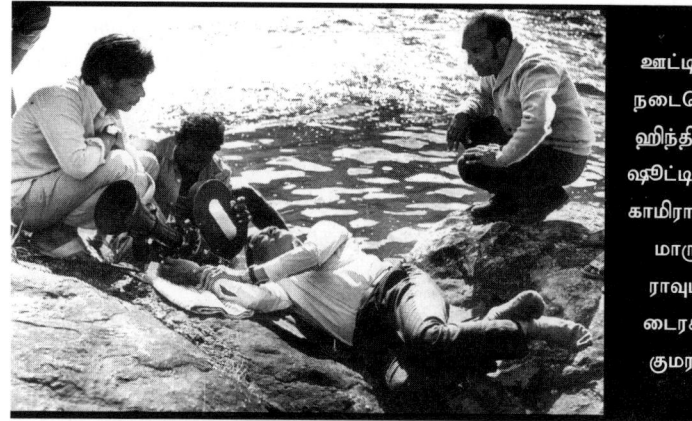

ஊட்டியில் நடைபெற்ற ஹிந்திப்பட ஷூட்டிங்கில் காமிராமேன் மாருதி ராவுடன் டைரக்டர் குமரன்.

களை வைத்து கீரி, பாம்பு சண்டையைப் படம் பிடிக்க ஆரம்பித்தோம்.

அந்த இரண்டு ஜீவன்களும் ஒன்றிடமிருந்து மற்றொன்று தப்பிக்க நடத்திய போராட்டத்தைப் பார்த்த எனக்கு தாங்க முடியவில்லை. உடம்பெல்லாம் கதகதப்பாகி ஜுரமே வந்து விட்டது. எப்படியோ சகித்துக்கொண்டு அந்தக் காட்சியையும் எடுத்து முடித்தேன். ஆனால் கொஞ்சநாள் அந்த வேதனை தாளாமல் மிகுந்த சஞ்சலத்துக்குள்ளானேன்.

இறுதிக்கட்ட வேலைகள் முடிந்து ஆந்திராவில் படம் ரிலீஸாகி பெரிய அளவில் வெற்றி பெற்றது.

தந்தையாரின் மறைவுக்குப் பிறகு, அவரின் வழி காட்டுதல் இல்லாமல், நாம் எப்படி படத் தயாரிப்பில் ஈடுபடுவது, அப்படி ஈடுபட்டால் வெற்றி அடைவோமா என்று கலங்கிப் போயிருந்த எங்களுக்கு, இந்தத் தெலுங்குப் படத்தின் வெற்றியினால் தைரியம் ஏற்பட்டது.

சோதனைக் களமாக நினைத்து நாங்கள் ஈடுபட்ட முதல் முயற்சி திருவினை ஆனதால் தமிழிலும் திரைப்படத் தயாரிப்பில் இறங்கலாம் என்ற துணிவு பிறந்தது. ஆனாலும் ஒரு சிறு தயக்கம் இருந்தது. அன்றைய நிலையில் நாங்கள் தமிழில் படம் எடுத்தால், சகோதரர்களான எங்களைப் பொருத்தவரை அது முதல்படம். சின்ன நடிகர்களை வைத்து சிறிய அளவில் படம் பண்ணுவதா? பெரிய நடிகர்களை வைத்து பிரம்மாண்டமாக படம் பண்ணுவதா? என்ற குழப்பத்தில் ஆழ்ந்தோம்.

முரட்டுக்காளை

(1980)

எங்கள் தந்தையாரின் மறைவுக்குப் பின் சகோதரர்கள் நாங்கள் படம் எடுக்க ஆரம்பித்த முதல் முயற்சியிலேயே 'புன்னமி நாகு' தெலுங்கு படம் பெரிய வெற்றி பெற்றிருந்தாலும் தமிழில் எப்படி, யாரை வைத்து படம் பண்ணுவது என்ற குழப்பத்தில் இருந்த நாங்கள் நன்றாக ஆலோசித்து ஒரு முடிவுக்கு வந்தோம்.

சாதாரண நடிகர்களை வைத்து சிறிய அளவில் படம் எடுப்பதைவிட, தெலுங்கில் பாப்புலராகி வந்த சிரஞ்சீவி கால்ஷீட் கிடைத்து தெலுங்கு படம் எடுத்ததைப்போல, தமிழிலும் பிரபலமாகி வரும் நடிகரின் கால்ஷீட் வாங்கி பெரிய அளவில் படம் எடுக்க ஆரம்பித்தால், நமது தயாரிப்பு பற்றிய செய்தி மக்களிடம் சுலபமாக சென்றடையும். அது படத்தின் ரிலீஸ் சமயத்தில் உதவியாக இருக்கும் என்று எங்கள் மனதில் பட்டது.

இந்த எண்ணத்தை, "அப்பா இருந்த போது எங்கள் நிறுவனத்தில் பணியாற்றி வந்தவரும், எங்களுடன் நெருக்கமான பழக்கம் உள்ளவரும் அந்த நேரத்தில் ஃபரீலேன்சராக வெளி கம்பெனிகளில் டைரக்ஷன் செய்து வருபவரும், எங்கு வேலை செய்தாலும் எங்கள் நிறுவனத்துடன் என்றும் தொடர்பில் இருந்தவருமான எஸ்.பி. முத்துராமனிடம் தெரிவித்து ஆலோசனை செய்தோம்.

முரட்டுக்காளை (1980) ரஜினி, ரத்தி.

"நல்ல யோசனைதான். அதற்கான ஏற்பாட்டை நான் செய்கிறேன்" என்றார் முத்துராமன். அவரது முயற்சியினால் நாங்கள் ரஜினிகாந்த் அவர்களை வைத்து படம் எடுக்கும் சூழ்நிலை உருவானது. இரண்டு கதாநாயகிகள் தேர்வு செய்யப்பட்டார்கள். ஒருவர் 'புன்னமி நாகு'வில் நடித்த ரத்தி அக்னிஹோத்திரி. மற்றவர் சுமலதா. ஜெய்சங்கர், சுருளிராஜன், ஒய்.ஜி. மகேந்திரன் ஆகிய நடிகர்களையும் ஒப்பந்தம் செய்தோம்.

புதுமுக நடிகர்களின் வரவால் சில காலம் ஒதுங்கி இருந்த ஜெய்சங்கர் இந்தப் படத்தின் மூலம் திரை உலகில் 'மறு பிரவேசம்' செய்தார். இதில் விசேஷம் என்னவென்றால், அதுவரை கதாநாயகனாகவே நடித்து வந்த ஜெய்சங்கர் எங்களுடன் கொண்டிருந்த நட்பின் காரணமாக முதல்முறையாக படத்தில் வில்லனாகவும் நடிக்க ஒப்புக் கொண்டார்.

பஞ்சு அருணாசலம் கதை வசனம் எழுத, இளையராஜா இசையமைத்தார். பாபு, சலம், விட்டல், இவர்கள் முறையே கேமராமேன், ஆர்ட் டைரக்டர் மற்றும் எடிட்டராகப் பணியாற்றினார்கள். எஸ்.பி. முத்துராமன் டைரக்ஷன் செய்தார்.

கதையில் வரும் காட்சிகளுக்கேற்ப ஸ்டுடியோவிலேயே பிரம்மாண்டமான அரங்கம் அமைக்க ஆரம்பித்தார் சலம்.

ரிக்கார்டிங் பூஜை நடந்தது. ரிக்கார்டிங் நடந்த விதம் எனக்குப் புதிராக இருந்தது. அதுவரை எங்கள் படத்தயாரிப்பில் பாடல் ரிக்கார்டிங் ஆகிறது என்றால், படத்தில் மொத்தம் எத்தனை பாடல்கள், அதில் எந்தப் பாடல் எந்த இடத்தில் வருகிறது, முதல் பாடலுக்கும் இரண்டாவது பாடலுக்கும் உள்ள இடைவெளி எவ்வளவு, பாடலை எந்த கேரக்டர் எந்த சூழ்நிலையில் பாடுகிறார், அந்தப் பாடலில் என்னென்ன

கருத்துக்கள் இடம் பெற வேண்டும், இசைக் கருவிகளின் இசை பாடல்வரிகளை ஆதிக்கம் செய்யாமல் எப்படி அமைக்கப்பட வேண்டும் என்றெல்லாம் டைரக்டர், இசையமைப்பாளர், பாடலாசிரியர் மற்றும் உதவியாளர்கள் எல்லோரும் ஒன்றாக அமர்ந்து விவாதித்து பாடல் எழுதப்படுவதைத்தான் நான் பார்த்திருக்கிறேன்.

இருபதுக்கும் மேற்பட்ட இசையமைப்பாளர்களுடன் அமர்ந்து இப்படித்தான் அவர்களிடம் பாடல் வாங்கியிருக்கிறேன்.

ஆனால் இன்று இசையமைப்பாளர் தனியாக அமர்ந்து மெட்டுப் போட்டுக் கொண்டிருக்கிறார். பாடல் எழுதுவது யார் என்று தெரியவில்லை. நான் டைரக்டர் முத்துராமனிடம் சென்று இதுபற்றி கேட்டேன். "பஞ்சு அருணாசலம் தான் எழுதுகிறார். ஆனால் அவர் ஊரில் இல்லை. வெளியூர் போயிருக்கிறார்" என்றார் முத்துராமன்.

"பாடல் எழுதாமல் எப்படி ரிக்கார்டிங்" என்று பதற்றத்துடன் கேட்டேன்.

"பஞ்சு அண்ணன் இப்ப சொல்லிடுவார். கொஞ்சம் பொறுங்க" என்றார் டைரக்டர்.

பிறகு பஞ்சுவுக்கு ஃபோன் போட்டு தன் கையில் வைத்திருந்த டேப் ரிக்கார்டில் உள்ள ட்யூனை பஞ்சு சார் கேட்கும் படி செய்தார். போனில் கேட்ட மெட்டை அவர் தன்னுடைய டேப்பில் அங்கு பதிவு செய்து கொண்டு, "கொஞ்ச நேரத்தில் பாடலைச் சொல்கிறேன்" என்று சொல்லி தொடர்பைத் துண்டித்தார். எனக்கு இந்த செயல்பாடு வியப்பாக இருந்தது.

"என்ன இப்படி செய்கிறீர்கள்? இது சரியாக வருமா?" என்று முத்துராமனிடம் கேட்டேன்.

"எல்லாம் சரியா வரும்" என்று அவர் என்னை சமாதானப் படுத்தினார்.

கொஞ்ச நேரம் கழித்து பஞ்சு அருணாசலம் ஃபோன் செய்து டைரக்டரிடம் ஃபோனிலேயே பாடல் வரிகளைக் கூறினார். அவர் சொல்லச் சொல்ல, இவர் எழுதிக் கொண்டு வந்து இசையமைப்பாளரிடம் கொடுத்தார்.

"எந்தப் பூவுக்கும் வாசம் உண்டு.
எந்தப் பாட்டிலும் ராகம் உண்டு.

புதுவரவு... புது உறவு!".
என்பதுதான் பல்லவி. எஸ்.ஜானகி இந்தப் பாடலைப் பாடினார்.

இதே போன்ற முறையில் தான் அடுத்தடுத்த பாடல்களும் பதிவு செய்யப்பட்டன.

இந்தப் படத்தில் வரும் ஜல்லிக்கட்டுக் காட்சியை படம் பிடிப்பதற்காக மாடு பிடிக்கும் நிகழ்ச்சியில் பெரும் புகழ் பெற்ற மதுரை அலங்காநல்லூருக்கு, அந்நிகழ்ச்சி நடைபெறும் தருணத்திலேயே சென்று படம் பிடித்தோம். அதுவரை யாரும் கண்டிராத அளவுக்கு மூன்று கேமராக்கள் வைத்து மூன்று கோணங்களில் பிரம்மாண்டமாக எடுத்தோம். மாடு பிடிக்கும் காட்சியில் 'டூப்' இல்லாமல் ரஜினியை வைத்தே படமாக்கினார் முத்துராமன். ரஜினியும் எந்தத் தயக்கமும் இல்லாமல் ஆர்வத்தோடு இந்தக் காட்சியில் நடித்தார்.

இப்படத்தில் ரயில் ஓடிக்கொண்டிருக்கும் போதே நடைபெறும் சண்டைக் காட்சி இடம்பெற்றிருந்தது. அதற்காக ரயில்வே துறையிடம் சிறப்பு அனுமதி வாங்கி 5 மணி நேரத்துக்கு ஒரு கூட்ஸ் ரயிலை வாடகைக்கு எடுத்து நான்கு கேமராக்கள் மூலம், ஒரு கேமராவை இயக்கும் ஆட்கள் அடுத்த கேமராவின் கோணத்தில் வந்துவிடாமல் உன்னிப்பாக கவனித்து ஷாட் வைத்து பிரம்மாண்டமாக படம் எடுத்தோம்.

படம் ரிக்கார்டிங்கிற்கு வந்த போது இசையமைப்பாளர் இளையராஜா மற்ற காட்சிகளுக்கு இசை அமைத்ததுபோல் இந்த ரயில் சண்டை காட்சிக்கு பின்னணி இசை அமைக்க மறுத்துவிட்டார்.

அப்போது நான் இளையராஜாவிடம் "சார், படத்தில் இந்த சண்டைக்காட்சி 850 அடி நீளம் வருகிறது. அவ்வளவு நீளத்துக்கு பின்னணி இசை இல்லாமல் படம் பார்ப்பது நன்றாக இருக்காது.

பின்னணி இசை வாசியுங்கள்” என்றேன். ஆனால் அவர் வாசிக்கவில்லை.

“சரி, அவருக்குப் பிடிக்கவில்லை” என்று அப்போதைக்கு அமைதியாக இருந்து விட்டேன்.

ஆனால், அவ்வளவு விறுவிறுப்பான சண்டைக் காட்சிக்கு பின்னணி இசை இருந்தே ஆகவேண்டும் என்ற நிர்ப்பந்தம் எனக்கு. அதனால் இந்தப் படத்தின் வேறு காட்சிகளுக்கு இளையராஜா வாசித்த மியூசிக் ட்ராக்கை எடுத்து இந்த சண்டைக்காட்சியில் தேவையான அளவுக்கு ‘மிக்ஸிங்’ செய்து சேர்த்தேன்.

அதன் பிறகு படத்தைப் பார்த்த இளையராஜா அது பற்றி கருத்து ஏதும் தெரிவிக்கவில்லை. ரஜினி சிறப்பாக ஒத்துழைத்து நடித்துக் கொடுத்தார்.

ஜெய்சங்கர் எந்த ஈகோவும் இல்லாமல் வில்லன் பாத்திரத்தில் சிறப்பாக நடித்தார். பம்பாய் நடிகை ரத்தி அக்னி ஹோத்ரியும், சுமலதாவும் கதைக்கேற்ப நன்றாக நடித்தார்கள்.

சுருளிராஜன் இப்படத்தில் நடித்துக் கொண்டிருந்தபோதே பாதியில் இறந்துவிட்டார். அதனால் அவரது கதாபாத்திரம் இருந்தே ஆக வேண்டும் என்ற காட்சிகளில், வேறு ஒருவரைப் போட்டு முகம் தெரியாத அளவுக்கு அவருடைய ‘கெட்அப்’ பின்புறம் தெரிவது போல் படம் எடுத்து, சுருளிராஜன் போலவே பேசும் மிமிக்ரி ஆர்ட்டிஸ்ட்டை வைத்து டப்பிங் செய்தோம்.

இப்படியாக நல்ல முறையில் படப்பிடிப்பு செய்து ‘முரட்டுக் காளை’ யை ரிலீஸ் செய்தோம். படம் பிரம்மாண்டமான வெற்றி அடைந்தது.

பிரம்மாண்டமாக எடுக்கப்பட்ட ஜல்லிக்கட்டுக் காட்சியும், இங்கிலீஷ் படத்தில் பார்ப்பது போல் சிறப்பாக இருந்த பின்னணி இசை சேர்க்கப்பட்ட ரயில் சண்டைக்காட்சியும் ரஜினியின் வளர்ச்சியில் புதியதொரு பரிமாணத்தை தோற்றுவித்தது. சூப்பர் ஹிட்டான ,

“பொதுவாக என் மனசு தங்கம் ஒரு

போட்டியின்னு வந்துவிட்டா சிங்கம் !”

என்ற பாடலும், பாடல் காட்சியும் சிறந்த கதை அமைப்பும் இப்படத்தின் வெற்றிக்குக் காரணங்களாக அமைந்தன என்பதில்

எல்லோருக்கும் மகிழ்ச்சிதான். இருந்தாலும், இந்தப் படத்தின் தயாரிப்பாளர் என்ற முறையில் இந்த வெற்றி எனக்கு முழுமையான திருப்தியை அளிக்கவில்லை. ஏனென்றால், நாங்கள் படம் எடுக்க ஆரம்பித்ததிலிருந்து 1970 வரை படம் எடுத்தபோது எங்களுக்கு ஏற்பட்ட அனுபவத்திற்கும், ஏறத்தாழ பத்து ஆண்டுகள் இடைவெளிக்குப் பிறகு எங்களின் தந்தையார் மறைவுக்குப் பின் 1980ல் திரைப்படத் தயாரிப்பில் ஈடுபட்டபோது ஏற்பட்ட அனுபவங்களுக்கும் பெருத்த வித்தியாசம் இருந்தது.

டைட்டிலிலிருந்து 'சுபம்' போடுகிற வரை கதை முழுவதையும் முழுமையாக எழுதி முடித்து, முடிவு செய்யப்பட்ட காட்சி களுக்குத்தான் நடிக / நடிகைகளிடம் கால்ஷீட் வாங்கி படம் எடுப்பது எங்கள் வழக்கம்.

இன்னதை இப்படித்தான் படமாக எடுக்கப் போகிறோம் என்று தீர்க்கமாக முடிவு செய்து படப்பிடிப்பில் இறங்க வேண்டும் என்கிற ஒழுங்கு முறையைத்தான் எங்கள் தந்தை எங்களுக்கு கற்றுத் தந்தார்.

அந்தப் பாடத்தின்படி நடந்து பழக்கப்பட்ட எனக்கு 'முரட்டுக்காளை' திரைப்படம் அமோக வெற்றி அடைந்தி ருந்தாலும் தயாரிப்பாளர் என்ற முறையில் ஏற்பட்ட அனுபவம் ஏமாற்றமாகவே இருந்தது. காலமாற்றம் எனக்கு வியப்பைத் தந்தது.

சகலகலாவல்லவன்

(1982)

'முரட்டுக் காளை' படத்தின் வெற்றியைத் தொடர்ந்து உலகநாயகன் கமலஹாசன் நடிக்க ஒரு படம் தயாரிக்கலாம் என்று நாங்கள் விரும்பினோம். எங்களின் விருப்பத்திற்கு இசைந்து ஏ.வி.எம். நிறுவனத்திற்கு படம் செய்து தர கமலஹாசனும் ஒப்புக் கொண்டார்.

கதாநாயகியாக அம்பிகா மற்றும் சில்க் ஸ்மிதா, துளசி, ரவீந்திரன் வி.கே. ராமசாமி, தேங்காய் சீனிவாசன், ஓய்.ஜி. மகேந்திரன் ஆகியோர் இந்தப் படத்தில் நடித்தார்கள்.

பஞ்சு அருணாசலம் கதை வசனம் எழுதினார். பாபு ஒளிப்பதிவு செய்ய, சலம் அரங்கம் அமைத்தார். விட்டல் எடிட்டிங் செய்ய, இளையராஜா இசையமைத்தார். எஸ்.பி. முத்துராமன் டைரக்ஷன் செய்தார்.

நான்கு வயதுச் சிறுவனாக வந்து எங்கள் தந்தையார் முன் நடித்துக் காட்டி எங்களால் அறிமுகப்படுத்தப்பட்ட கமலஹாசன் இன்று பெரிய நடிகனாக வளர்ந்துவிட்ட நிலையில், எங்கள் படத்தில் கதாநாயகனாக நடிக்க வந்தது எங்களுக்கெல்லாம் த்ரில்லிங்காக இருந்தது. அவரும் எங்களிடம் சகஜமாகப் பழகினார்.

எப்போதும் வெற்றி பெறக்கூடிய கருத்தை மையமாகக் கொண்டு அமைந்த அந்தக் கதைக்கு பாடல்கள் எல்லாமே சிறப்பாக அமைந்திருந்தன.

"நேத்து ராத்திரி யம்மா!

தூக்கம் போச்சுடி யம்மா!"

என்ற பாடலை கம்போஸிங் செய்தபோது கமலஹாசன் வந்து இளையராஜாவுடன் உட்கார்ந்து விட்டார். இந்தப் பாடலில் தன்னுடைய உடை அலங்காரம் எப்படி இருக்க வேண்டும், நடன அசைவுகள் எவ்வாறு அமைய வேண்டும், அதற்கேற்றபடி இசையமைப்பும் பாடல்வரிகளும் எந்த வகையில் பொருந்தி வரவேண்டும் என்றெல்லாம் இசையமைப்பாளர், பாடலாசிரியர் வாலி டைரக்டர் எஸ்.பி. முத்துராமன் உட்பட என்னுடனும் கலந்துரையாடினார். அதோடு அந்தப் பாடலின் ரிக்கார்டிங்கின் போதும் உடனிருந்து பாடல் நன்றாக வர ஒத்துழைத்தார். படப்பிடிப்பின் போது கமலஹாசனுடன் சில்க் ஸ்மிதாவும் பிரமாதமாக நடனமாடினார். மற்ற பாடல்களும் நன்றாக அமைய சிரத்தை எடுத்துக் கொண்டார் கமல்.

"கட்ட வண்டி கட்ட வண்டி...

கடையாணி கழண்ட வண்டி"

என்று அம்பிகா கமலை பரிகசித்துப் பாடுவதும், அதன் பிறகு,

"கட்ட வண்டி கட்ட வண்டி...

காப்பாத்த வந்த வண்டி"

என்று கமலஹாசன் அம்பிகாவுக்கு புத்தி புகட்டிப்பாடும் பாட்டுக்கும்,

"நிலா காயுது! நேரம் நல்ல நேரம்!

நெஞ்சில் பாயுது! காமன் விடும் பாணம்!

என்ற பாடலுக்கும் கமலஹாசன் நல்ல ஒத்துழைப்புத் தந்தார். அவருடைய அருமையான நடன அமைப்பில் சிறப்பாக படம் பிடிககப்பட்டது.

அடுத்த மிகச் சிறப்பான ஒரு அம்சம்,

"இளமை! இதோ! இதோ"!

என்ற பாடல். இந்தப் பாடல் ஒவ்வொரு புத்தாண்டின் போதும் ஒலி / ஒளி பரப்பாத வானொலி தொலைக்காட்சி சேனல்கள் இருக்கவே முடியாது. புத்தாண்டைக் கொண்டாடும் விழாக்களும் இந்தப் பாடலைத் தவற விடுவதில்லை. அந்த

அளவுக்கு இந்தப் படம் வெளியானதிலிருந்து இன்று வரை ஒரு மறக்க முடியாத பாடலாகத் திகழ்ந்து வருகிறது.

இதற்குக் காரணம், இளையராஜாவின் இசையும், பஞ்சு அருணாசலத்தின் பாடல் வரிகளும், கமலஹாசனின் ஈடுபாடுமே ஆகும்.

இந்தப் பாடலுக்காக பிரம்மாண்டமான அரங்கம் அமைக்கப்பட்டு ஏ.வி.எம். ஸ்டுடியோவில் படப்பிடிப்பு நடந்து கொண்டிருந்தது.

சூப்பர் 'கெட்அப்'பில் கமல், ஒரு கண்ணாடிக் கதவை உடைத்துக் கொண்டு உள்ளே நுழைந்து, "ஹேப்பி நியு இயர்" என்று பாட ஆரம்பிக்க வேண்டும். அதற்கான ஏற்பாடுகளை டைரக்டர் முத்துராமன், ஆர்ட் டைரக்டர் சலம், கேமராமேன் பாபு, டான்ஸ் மாஸ்டர் புலியூர் சரோஜா ஆகியோர் கவனித்துக் கொண்டிருந்தனர்.

அப்போது இரவு 11 மணி என்பதால் நாங்கள் வீட்டில் இருந்தோம். அந்த நேரத்தில் எனக்கு ஃபோன் வந்தது. எங்கள் மேனேஜர் கே. வீரப்பன் பேசினார்.

"சார்! கமலுக்கு கண்ணில் அடிபட்டு ரத்தம் கொட்டுகிறது. டைரக்டர் முத்துராமன் உட்பட எல்லோரும் என்ன செய்வதென்று புரியாமல் திகைச்சுப் போய் நிக்கிறாங்க" என்று பதறினார்.

அதிர்ச்சியடைந்த நான்,"என்ன நடத்தது?" என்று விசாரித்தேன்.

"கமல், பைக்கில் கண்ணாடியை உடைத்துக்கொண்டு வரும்போது உடைந்த கண்ணாடித் துண்டுகள் அவர் மேல் குத்திவிட்டன. கண்ணில் குத்தியிருக்கிறதா, அதற்கு அருகில் குத்தியிருக்கிறதா என்று தெரியவில்லை. அந்த அளவுக்கு ரத்தம் கொட்டுகிறது" என்றார்.

அவர் சொன்னதையெல்லாம் கேட்ட எனக்கு சமயோசிதமாக ஒரு யோசனை தோன்றியது.'பிளாஸ்டிக் சர்ஜரி' செய்வதில் நிபுணத்துவம் வாய்ந்த பெண் மருத்துவர் டாக்டர் மாதங்கி ராமகிருஷ்ணன் அவர்கள் என் நினைவிற்கு வந்தார்.

உடனே வீரப்பனிடம், "இன்னும் சிறிது நேரத்தில் கூப்பிடுகிறேன்" என்று போனை 'கட்' செய்துவிட்டு டாக்டர் வீட்டுக்கு ஃபோன் போட்டேன். டாக்டரே போனை எடுத்தார்.

சகலகலாவல்லவன் (1982)

"இந்த ராத்திரி நேரத்தில் ஃபோன் பண்றதுக்கு மன்னிச்சிடுங்க" என்றேன். அவர் எங்கள் குடும்ப டாக்டர் என்பதால் "பரவாயில்ல, சொல்லுங்க. ஏதும் சீரியஸ் விஷயமா?" என்று அவரே அக்கறையோடு கேட்டார்.

"படப்பிடிப்பில் நடிகர் கமலஹாசனுக்கு கண்ணாடி உடைந்து கண்ணிலோ அல்லது கண்ணுக்கு அருகிலோ குத்திக் கிழித்திருக்கிறது. காயத்தின் தன்மை சரியாகத் தெரியவில்லை. ரத்தம் கொட்டிக் கொண்டிருக்கிறது. அவரை உங்களிடம் அனுப்பலாமா என்று கேட்கத்தான் ஃபோன் செய்தேன். தொந்தரவு கொடுக்கிறேன் என்று தப்பா நெனைக்காதீங்க" என்று சொன்னேன்.

டாக்டர், "பரவாயில்ல... உடனே கூட்டிவரச் சொல்லுங்க" என்றார். இந்த விவரத்தை உடனே டைரக்டர் முத்துராமனுக்கு ஃபோன் போட்டு சொன்னேன்.

ஷூட்டிங்கை கேன்சல் செய்து விட்டு மேனேஜர் வீரப்பனோடு கமலஹாசனைக் கூட்டிக் கொண்டு டாக்டரிடம் போனார்.

டாக்டர் வீட்டிலேயே 'கிளினிக்' வைத்திருந்ததால், அங்கேயே கமலஹாசனுக்கு சிகிச்சை செய்யப்பட்டது.

எங்களுக்கு ஒரே பதட்டமாக இருந்தது. காயம் கண்களில் பட்டிருந்தாலும், கன்னத்தில் பட்டிருந்தாலும் முகமாயிற்றே? முகம் தானே ஒரு நடிகருக்கு முக்கியம். அங்கு ஏதாவது மாற்ற முடியாத காயம் ஏற்பட்டிருந்தால் என்ன ஆவது? என்கிற அச்சம்.

"நம்மால் அறிமுகம் செய்யப்பட்ட கமலுக்கு, நம்மாலேயே ஏதும் ஆகிவிடுமோ? என்று வேறு தவித்துக் கொண்டிருந்தோம்.

நல்ல வேளையாக கண்ணில் ஏதும் காயமாகவில்லை. ஆனால் கண்ணை ஒட்டியுள்ள பகுதியில் கண்ணாடி குத்தி கிழித்திருக்கிறது.

"பெரிய நடிகர். காயம் முகத்தில் பட்டிருக்கிறது. காயத்தை ஆற்றினாலும் அதன் தழும்பு வடுவாக இருந்து விட்டால், சரியாக இருக்காதே!" என்று நினைத்த டாக்டர் மிக நுணுக்கமாகத் தையல் போட்டிருக்கிறார்.

இந்த விவரத்தை டாக்டர் மாதங்கி ராமகிருஷ்ணன் எனக்கு ஃபோன் செய்து சொன்னார்.

"கவலைப்படும்படியான காயம் இல்லை. காயம்பட்ட இடத்தில் நுணுக்கமாக தையல் போட்டிருக்கிறேன். காயம் ஆறுவதற்கு இரண்டு நாட்கள் ஆகும். அதன் பிறகு அந்தக் காயத்தின் வடுகூடத் தெரியாமல் சதையோடு சதையாக மறைந்துவிடும்" என்றார்.

திறமையான டாக்டர் என்பதால் ஜாக்கிரதையாக சிகிச்சை செய்திருக்கிறார். ஆபத்து நீங்கியது என்றதும் நாங்கள் நிம்மதியடைந்தோம். காயம் ஆறுவதற்கு இரண்டு நாட்கள் ஆகும் என்பதால், கமல் ஓய்வெடுக்கட்டும் என்று ஷூட்டிங்கை இரண்டு நாட்கள் கேன்சல் செய்தோம்.

மறுநாள் காலை 'ஷூட்டிங் கேன்சல்' என்பதைக் கேள்விப்பட்ட கமலஹாசன், டைரக்டர் முத்துராமன் அவர்களைத் தொடர்பு கொண்டு,

"ஏன் சார் ஷூட்டிங்கை கேன்சல் செஞ்சீங்க? எனக்கு ஒண்ணுமில்ல. நல்லாத்தான் இருக்கேன். முகத்துல உள்ள காயத்தின் தையல் தெரியாம இரண்டு நாள் 'லாங் ஷாட்', 'மிட்

ஷாட்' வச்சு படப்பிடிப்பை நடத்துங்க. 'க்ளோஸப் ஷாட்ஸ்' வேணும்னா மூணாவது நாள் எடுத்துக் கங்க" என்று ஆர்வத்தோடு சொல்லியிருக்கிறார்.

அவர் சொன்னபடியே மூன்று நாட்கள் படப்பிடிப்பு நடத்தி 'இளமை இதோ! இதோ! பாடலை மிகச் சிறப்பாக எடுத்து முடித்தோம்.

டாக்டர் சொன்னபடி, மூன்றாம் நாள் கமல் முகத்தில் தையல் போட்ட தடயமே தெரியவில்லை.

இன்றும் ஒவ்வொரு ஆண்டுப் பிறப்பின் முதல் தேதியிலும் அந்தப் பாடலைக் கேட்கும் போதெல்லாம் கமலுக்கு ஷூட்டிங்கில் நடந்த அந்த விபத்தும், காயத்தையும் பொருட்படுத்தாமல் அவர் அந்தப் பாடலுக்கு ஆர்வத்தோடு நடனமாடிக் கொடுத்த பண்பையும் மறக்க முடியாது. அந்த நினைவுகள் என் நெஞ்சில் எப்போதும் நிழலாடிக் கொண்டே இருக்கும்.

கடைசியாக, கிளைமாக்ஸ் காட்சியை எடுத்தோம். 'த்ரிலிங்'கான ஃபைட். இந்த சண்டைக் காட்சியில் 'டூப்' நடிகரைப் பயன்படுத்தாமல் தானே ரிஸ்க் எடுத்து பிரமாதமாக சண்டை செய்தார் கமல்.

இப்படி அவர் ரிஸ்க் எடுத்து நடிக்கும் போதெல்லாம் அவருக்கு ஏதும் ஆகி விடுமோ என்ற பதைபதைப்பு படம் முடியும் வரை எங்களுக்கு இருந்தது.

படப்பிடிப்பில் ஈடுபட்டுவிட்டால் அவருடைய ஆர்வத்திற்கும் தைரியத்திற்கும் ஈடு இணை கிடையாது என்றுதான் சொல்ல வேண்டும். அப்படி ஒரு துணிவோடு எதையும் செய்வார். அப்போது செய்தது என்ன? அந்தப் படத்திற்கு பின்னால் வந்த படங்களில் கமல் செய்த சண்டைக் காட்சிகளையும் சாகசங் களையும் பார்க்கும்போது இதெல்லாம் ஒன்றுமில்லையென்றே

தோன்றும். இதற்கு தசாவதாரம், விஸ்வரூபம் போன்ற படங்களே சான்று.

உண்மையிலேயே தான் ஒரு உலக நாயகன்தான் என்பதை ஒவ்வொரு படத்திலும் அவர் தொடர்ந்து நிரூபித்து வருகிறார்.

இப்படிப்பட்ட கமலஹாசனை அன்று நாங்கள் 'சகலகலா வல்லவன்' என்று அடையாளம் காட்டி படம் எடுத்தோம்.

படப்பிடிப்பெல்லாம் முடிந்து, பின்னணி இசை சேர்க்கப்பட்டு முதல் காப்பி தயார் ஆனது. இதனை எங்களுக்கு மிகவும் வேண்டியவர்கள், பேங்க் நண்பர்கள் என்று முக்கியமான பிரபலங்களுக்குக் காட்டுவதற்காக ஒரு சிறப்பு காட்சிக்கு ஏற்பாடு செய்தோம்.

வந்து படம் பார்த்தவர்கள், "என்ன இப்படி ஒரு படம் எடுத்திருக்கிறீர்கள்?" என்று கேட்டு எங்களுக்கு அதிர்ச்சி தந்தார்கள். ஆம்! "கமலஹாசனை வைத்து "16 வயதினிலே..!" "மூன்றாம் பிறை", "சிவப்பு ரோஜாக்கள்" என்றெல்லாம் எப்படி கிளாஸாக படம் எடுத்திருக்கிறார்கள். அப்படிப்பட்ட நடிகரை வைத்து நீங்கள் ஏ.வி.எம்.மில் இப்படி ஒரு படம் எடுத்திருக்கிறீர்களே!" என்றார்கள்.

'இந்தப்படம் நன்றாகத்தானே இருக்கிறது. ஏன் இவர்கள் இப்படி சொல்கிறார்கள்' என்று எங்களுக்கு ஏதும் புரியாமல்,

சாதாரண பாமர மக்கள் விரும்பிப் பார்க்கும் படங்களைப் பார்த்திராத இவர்களைப் போன்ற மேல்தட்டு மக்களுக்கு இப்படம் கசப்பாக இருக்கும் போலிருக்கிறது என்று நினைத்து", அமைதியாக இருந்தோம்.

இருந்தாலும் எங்கள் மனம் கோணாமல் இருக்க வேண்டும் என்பதற்காக;

"Anyway, Best of luck" என்று வாழ்த்தி விட்டுச் சென்றார்கள்.

அவர்கள் அப்படி சொல்லிச் சென்றது எங்களுக்கு கொஞ்சம் நெருடலாகவே இருந்தாலும், "பார்க்கலாம்" என்று படத்தை ரிலீஸ் செய்தோம்.

ரிலீஸான அன்று தியேட்டருக்குச் சென்று படம் பார்த்தோம். விசில் பறக்கிறது. கை தட்டல்களால் தியேட்டர் அதிர்கிறது. படம் பார்த்துக் கொண்டிருந்த ரசிகர்கள் மத்தியில் உற்சாகம் கரைபுரண்டு ஓடுகிறது.

பாடல் காட்சிகளில் ரசிகர்கள் எழுந்து ஆட ஆரம்பித்து விட்டார்கள். சண்டைக் காட்சிகளில் விசில் அடிக்க ஆரம்பித்து விட்டார்கள். அத்தனை வரவேற்பு. நாங்கள் மிகுந்த மகிழ்ச்சியும் மன நிறைவும் அடைந்தோம்.

கண்டிப்பாக இது ஒரு வெற்றிப் படம் தான் என்று கணித்தோம். ஆனால் எங்களின் கணிப்பையும் மீறி 175 நாட்கள் அரங்கு நிறைந்த காட்சிகளாக ஓடி மாபெரும் வெற்றிப் படமாக அமைந்தது.

இந்த வெற்றிக்கு இளையராஜாவின் பாடல்களும், கமலஹாசன் தந்த முழு ஒத்துழைப்பும்தான் காரணங்கள் என்பது மறுக்க முடியாத உண்மை. அதேபோல, சாதாரண பாமர மக்களையும் இந்தப் படத்தின் மூலமாகத்தான் கமலஹாசன் தன் பக்கம் ஈர்த்தார் என்பதும் உண்மை.

எது எப்படியோ, காரில் வந்து படம் பார்த்துச் செல்பவர்களின் ரசனை வேறு. சாதாரண பாமர மக்களின் ரசனை வேறு என்பதையும் இந்தப் படத்தின் மூலமாக நாங்கள் தெரிந்து கொண்டோம்.

மூகநோமு (தெலுங்கு) (1969) ஜமுனா, நாகேஸ்வரராவ்.

தமிழ்த் திரையிசையில் ஒரு மௌனப்புரட்சி

எங்கள் அப்பாவின் வழிகாட்டுதலின்படி சகோதரர்களாகிய நாங்கள் திரைப்படத் தயாரிப்பில் பயிற்சி பெற்றுவந்த நேரம் அது.

1940 ஆம் ஆண்டுகளில் எம்.கே. தியாகராஜ பாகவதர், பி.யூ. சின்னப்பா போன்றவர்கள் சொந்தக் குரலில் பாடி முன்னணி நட்சத்திரங்களாக விளங்கி வந்தார்கள். அதன்பிறகு 1950 - 60 களில் அன்று பிரபலமாக இருந்த கதாநாயகர்கள், பின்னணிப் பாடகர்கள் குரல் கொடுக்க அதற்கு வாயசைத்து நடித்து வந்தார்கள்.

அப்போது தமிழ்த் திரைப்பட இசையமைப்பாளர்கள் எல்லோரும் தாங்கள் இசை அமைக்கும் படங்களில் வரும் பாடல்களை பெரும்பாலும் இந்திப் படங்களில் வந்த ஹிட்டான பாடல்களைத் தழுவியே பாடல் கம்போஸிங் செய்து கொண்டிருந்தார்கள்.

அன்று பிரபலமாக விளங்கிய ஸ்டுடியோ நிறுவனங்கள் ஒவ்வொன்றுக்கும் சொந்தமாக இசையமைப்பாளர்கள் இருந்தார்கள்.

ஜெமினி ஸ்டுடியோவுக்கு ஈ. மணி சங்கர சாஸ்திரி, எஸ். ராஜேஸ்வரி ராவும், வாஹினி ஸ்டுடியோவுக்கு கண்டசாலாவும் டி.சலபதி ராவும், ஏ.வி.எம். ஸ்டுடியோஸுக்கு ஆர். சுதர்சனமும் இசையமைப்பாளர்களாக இருந்து வந்தனர்.

ஆர். சுதர்சனம் அவர்கள் ஒரு சிறந்த இசையமைப்பாளர். இசை மேதை. இன்று, தொலைக்காட்சிப் பெட்டி இல்லாத வீடுகளையே பார்க்க முடியாது.

டி.வி. யில் பெரும்பாலும் திரைப்படங்கள் ஒளிபரப்பாகின்றன. அப்படி ஒளிபரப்பாகும் திரைப்படங்களில் நாங்கள் தயாரித்த படங்கள் திரையிடப்படுகிறது என்றால், தெருவில் நடந்து செல்பவர்கள்கூட அது 'ஏ.வி.எம். எடுத்த படம்', என்று சொல்லி விட முடியும்.

அதற்குக் காரணம், படத்தின் ஆரம்பத்தில் எங்கள் நிறுவனத்தின் சின்னம் "ஏ.வி.எம். புரொடக்ஷன்ஸ்" என்ற எழுத்துக்கள் திரையில் தோன்றி முன் வரும்போது அமைக்கப்பட்டிருக்கும் பின்னணி இசை அந்த அளவுக்கு மக்கள் மத்தியில் பிரசித்தி பெற்றது.

அந்த பிரபலமான இசையை அமைத்தவர் ஆர். சுதர்சனம் அவர்கள்தான். இதை அமைப்பதற்கு அவருக்கு உந்துதலாக இருந்தது, இன்று டி.வி. போலவே அன்று பிரபலமாக இருந்த வானொலி இசைதான். ஆம். அன்றைய காலகட்டத்தில் வானொலி நிகழ்ச்சிகள் காலை 6 மணிக்கு துவங்கும். அப்போது ஒரு ரம்மியமான இசையை ஒலிபரப்பி அதன் பிறகுதான் 'அகில இந்திய வானொலி நிலையம்' என்று அறிவித்து நிகழ்ச்சிகளை வழங்குவார்கள். அந்த இனிமையான இசையைத் தழுவித்தான் எங்கள் ஏ.வி.எம். சின்னத்திற்கு இசையமைத்துள்ளார் ஆர். சுதர்சனம்.

இப்படி என்றென்றும் நிலைத்திருக்கும் புகழ்மிகுந்த இசையமைத்த ஆர். சுதர்சனம் அவர்கள் எங்களின் மதிப்பிற்கும், மரியாதைக்கும் உரியவர். அவரை என்றைக்குமே நாங்கள் மறக்க முடியாது.

அப்படிப்பட்ட இசை அமைப்பாளர் ஆர். சுதர்சனம் அவர்களின் இசையமைப்பில் நாங்கள் 'களத்தூர் கண்ணம்மா' படத்தை எடுக்க ஆரம்பித்தோம். ஜாவர் சீதாராமன் கதை வசனம் எழுத, டி. பிரகாஷ்ராவ் டைரக்ஷன் செய்தார்.

படத்தின் ஆரம்ப பூஜையைப் பாடல் பதிவுடன் ஆரம்பிக்க முடிவு செய்தோம். அதற்காக பாடல் கம்போஸிங்கில் கதாசிரியர், டைரக்டர், இசையமைப்பாளர் ஆகியோர் உட்கார்ந்தார்கள். அந்த கம்போஸிங்கில் என்னையும் கலந்து கொள்ளச் சொல்லி

மும்பையில் ஒரு பாடல் பதிவின் போது பிரபல பாடகி லதா மங்கேஷ்கருடன் ஏவி.எம்.குமரன் மற்றும் ஏவி.எம்.முருகன்.

அப்பா அறிவுறுத்தியபடி முதல் முதலாக நானும் கலந்து கொண்டேன்.

அப்போது ஜாவர் சீதாராமன், இசையமைப்பாளர் சுதர்சனத்திடம், "ஜெமினி கணேசன், சாவித்திரி இருவரும் காதலர்கள். ஒரு பசுமையான தோட்டத்தில் சந்தித்து இனிமையாகப் ஆடிப்பாடி மகிழ்கிறார்கள். இதுதான் பூஜையன்று நாம் பதிவு செய்யப்போகும் காதல் டூயட் பாடல்" என்று பாடலுக்கான சூழ்நிலையை விளக்கினார்.

அதைக் கேட்ட சுதர்சனம் "செஞ்சிடுறேன் சார்" என்றார். உடனே டைரக்டர், "அப்போ நீங்க ட்யூனை ரெடி பண்ணிட்டு சொல்லி அனுப்புங்க, வந்து கேட்கிறோம்" என்று கூறிவிட்டு விடை பெற்றார். அவருடன் ஜாவர் சீதாராமனும் சென்றார்.

அவர்கள் இருவரும் சென்றதும் இசையமைப்பாளர் என்னிடம், "தம்பி! இப்போ நாம மௌன்ட் ரோடு (அண்ணா சாலை) போறோம். வாங்க" என்று எழுந்தார்.

நான், கதாசிரியர் சொன்ன சிச்சுவேஷனைக் கேட்ட சுதர்சனம் மெட்டுப் போடப் போகிறார் என்று பார்த்தால் இவர் நம்மை மௌன்ட் ரோட்டுக்கு கூப்பிடுகிறாரே! ஒரு வேளை அங்கு போய்த்தான் ட்யூன் கம்போஸ் பண்ணுவாரோ?" என்று மனதிற்குள் நினைத்து "ஏன் சார்?" என்றேன்.

மெல்லிசை மன்னர் எம்.எஸ்.விஸ்வநாதனைக் கௌரவிக்கிறார் ஏவி.எம்.

"பேசாம வாங்க, சொல்றேன்" என்றபடி கிளம்பிவிட்டார். எதுவும் புரியாமல் நானும் அவரைப் பின் தொடர்ந்தேன்.

மௌன்ட் ரோட்டில் இப்போது அண்ணா சிலை இருக்கும் இடத்திற்கு கொஞ்சம் முன்னால் வலது பக்கமாக அப்போது, "முகமது இப்ராஹீம் அண்ட் கம்பெனி" என்று ஒரு நிறுவனம் இருந்தது. அங்குதான் சுதர்சனம் என்னை அழைத்துச் சென்றார்.

அந்த நாளில் இசைத்தட்டு வியாபாரம் செய்து வந்த கம்பெனி அது. அங்கு நூற்றுக்கணக்கில் இந்திப் படங்களின் இசைத் தட்டுகள் இருக்கும். ஏர்கண்டிஷன் செய்யப்பட்ட அந்தக் கம்பெனிக்குள் நானும் அவரும் சென்றோம்.

அங்கிருந்த ஒருவர் எங்களை வரவேற்று, "எந்த மாதிரி இசைத்தட்டு வேணும் சார்" என்று கேட்டார். அதற்கு சுதர்சனம், "காதல் காட்சிக்கு ஏற்றமாதிரி, இந்தியில் சமீபத்தில் வெளிவந்து ஹிட்டானதா எடுங்க.." என்றார்.

உடனே அவர் பல இசைத் தட்டுகளை எடுத்து வந்து ஒவ்வொன்றாக 'கீ (Key) கொடுக்கக்கூடிய கிராமஃபோன் ரெக்கார்ட் பிளேயரில் போட்டுக் காண்பித்தார். எல்லாவற்றையும் பொறுமையாகக் கேட்ட சுதர்சனம், ஐந்து இசைத் தட்டுக்களைத் தேர்ந்தெடுத்து வாங்கிக் கொண்டார்.

இதையெல்லாம் உடனிருந்து பார்த்துக் கொண்டிருந்த நான் அவருடன் அமைதியாக ஸ்டுடியோவுக்கு திரும்பினேன்.

ஸ்டுடியோவுக்கு வந்த பிறகும், வாங்கி வந்த அந்த ஐந்து ரெக்கார்டுகளையும் ஒவ்வொன்றாகத் திரும்பத் திரும்பப் போட்டுக் கேட்டபடியே இருந்தார். அவர் செய்வது ஒன்றும் எனக்குப் புரியவில்லை.

முதல் முறையாக நான் பாடல் கம்போஸிங்கில் கலந்து கொள்வதால், அவர் செய்வதையெல்லாம் உன்னிப்பாகக்

'அதே கண்கள்' படப்பிடிப்பைப் பார்ப்பதற்காக கல்கத்ததவிலிருந்து வந்திருந்த வங்காள நடிகர், நடிகைகள்.

கவனித்துக் கொண்டு என்னதான் செய்யப் போகிறார் என்பதை அறிந்து கொள்ளும் ஆவலில் ஆர்வமாய் அதே நேரம் அமைதியாய் இருந்தேன். அப்போது கிராமஃபோன் ரிக்கார்டில் பாடல்களைக் கேட்டுக் கொண்டிருந்த சுதர்சனம்,

"ம்... செலக்ஷன் பண்ணியாச்சு. இந்தப் பாடல்தான், நாம பூஜை அன்னிக்கி ரெக்கார்டு பண்ணப் போறோம்" என்று என்னிடம் சந்தோஷமாகக் கூறினார்.

எனக்கு ஆச்சர்யமாகப் போய்விட்டது. "இவர் இவ்வளவு பிரயத்தனப்பட்டு ரெக்காட்ஸ் வாங்கி வந்து கேட்டது எல்லாம் நம்ம படத்தின் பாட்டுக்காகத்தானா? இதுக்குப் பேர்தான் பாடல் கம்போஸிங்கா! இப்படித்தான் செய்வாங்களா?" என்று எனக்குப் பிரமிப்பாகிவிட்டது.

அவர் செலக்ஷன் செய்த பாட்டு, 'சங்கர் ஜெய் கிஷான்' இசையமைப்பில் வெளிவந்து வெற்றிகரமாக ஓடிய "அனாடி" என்னும் இந்திப் படத்தில் ராஜ் கபூர், நூதன் பாடி நடித்த "டூயட் பாடல்".

அந்தப் பாடலை என்னைக் கேட்கும்படி செய்து, "இதுதான் தம்பி பாட்டு. நம்ம கவிஞர்கள் எழுதுற வார்த்தைகளுக்கு ஏத்த மாதிரி சில இடங்களில் ட்யூனை மாத்திப் பண்ணிக்கலாம்" என்றார் சுதர்சனம்.

"ஏன் ஸார்! நீங்க சொந்தமா ட்யூன் போடக் கூடாதா?" என்று நான் கேட்டேன்.

"அது பழக்கம் இல்லையே தம்பி! இந்தப் பாட்டக் கேட்டீங்கல்ல... எப்படி இருக்கு?" என்று கேட்டார்.

"எனக்கு திருப்தி இல்லை. நாம சொந்தமா ட்யூன் போட்டா என்ன? ஏன் இந்திப் பாட்டைக் காப்பி அடிக்கணும்" என்று கேட்டேன்.

"நீங்க அப்படியெல்லாம் சொல்லாதீங்க தம்பி! இந்த மாதிரி பாட்டு கம்போஸ் பண்றது நான் மட்டுமில்ல. எல்லா படத்திலயும் இப்படித்தான் பாட்டு எடுக்கிறாங்க. நாம ஒண்ணும் அப்படியே இந்தப் பாட்ட எடுக்கப் போறதா சொல்லலியே! இந்தப் பாட்டத்தழுவி எடுக்கப்போறோம். அவ்வளவுதான்" என்றார் சுதர்சனம்.

"எல்லோரும் செய்யறமாதிரி இல்லாம, ஒரு மாறுதலுக்கு நம்ம படத்துல நீங்களே ட்யூன் போட்டா என்ன சார்" என்று நான் கேட்க,

அவரோ "வழக்கத்த நாம கெடுத்துடக் கூடாது தம்பி. நீங்க புதுசா இருக்கிறதுனால விஷயம் புரியாமப் பேசுறீங்க. ஏன்? நம்ம ஏ.வி.எம். ல எடுத்த ஓர் இரவு, செல்லப்பிள்ளை, வாழ்க்கை, பெண் படங்களிலெல்லாம் கூட இந்திப் படத்துல இருந்துதானே பாட்டு எடுத்து வச்சோம்.

வாழ்க்கை படத்துல,

"எண்ணி எண்ணிப் பார்க்கும் மனம்

இன்பம் கொண்டாடுதே !"

பாட்டெல்லாம் எவ்வளவு பெரிய ஹிட். இந்திப் படத்துல இருந்துதான் பாட்டுக்கள கம்போஸ் பண்ணி வைப்போம். செட்டியார் வந்து பாத்துட்டு "நல்லா இருக்கு ஓ.கே".ன்னு சொல்லுவார். நாங்க ரெக்கார்டு பண்ணுவோம். வேணுன்னா பாருங்க, இந்த 'ட்யூனைக்' கூட நான் ஹார்மோனியத்தில் வாசித்துக் காட்டுறேன். செட்டியார் வந்து கேட்டுட்டு என்ன

சொல்றாருன்னு பாருங்க” என்று அப்பாவின் பெயரைச் சொல்லி என் வாயை அடைத்துவிட்டார்.

டைரக்டர், கதாசிரியர் எல்லோரும் வந்து ட்யூனைக் கேட்டு ஓ.கே. சொன்னார்கள். யாரை பாடல் எழுத வைக்கலாம் என்று யோசித்து கு.மா. பாலசுப்ரமணியம் அவர்களை முடிவு செய்தார்கள். அவர் வந்து பாடல் எழுதினார்.

“ஆடாத மனமும் ஆடுதே !

ஆனந்த கீதம் பாடுதே !

பாடலை ஏ.எம்.ராஜாவும், பி.சுசீலாவுடன் இணைந்து பாடினார்கள். எல்லோரும் பாடலைக் கேட்டு “பிரமாதம்” என்றார்கள். அப்பாவும் பாடலைக் கேட்டு “நன்றாக இருக்கிறது” என்றார். உடனே இசையமைப்பாளர் சுதர்சனம் அவர்களுக்கு பெருமை பிடிபடவில்லை. சந்தோஷத்தில் என்னைப் பார்த்து, “பாத்தீங்களா?” என்று பரவசமாகக் கையைக் காட்டி சைகை செய்தார்.

பூஜையன்று இந்தப் பாடல் பதிவு செய்யப்பட்டு மறுநாளே படப்பிடிப்பும் ஆரம்பமானது. பாடலைக் கேட்ட ஜெமினி கணேசனும், சாவித்திரியும் கூட பாடல் பிரமாதம் என்று சொல்லிவிட்டனர்.

அதனால் சுதர்சனம் என்னிடம் வந்து கைகொடுத்து “சக்ஸஸ் ஆகிட்டோம் பாத்தீங்களா? இதுதான் முறை. தெரிஞ்சுக்கிட்டீங்களா? அடுத்த பாடலையும் இதே மாதிரி சக்ஸஸ் பண்ணிடுவோம்” என்றார். என்னால் எதுவும் பேசமுடியவில்லை. அப்போதும் அமைதியாகத்தான் இருந்தேன்.

அடுத்த பாடல் கம்போஸிங்கிற்காக உட்கார்ந்தார்கள். நானும் உடன் இருந்தேன். கதாசிரியர் ஜாவர் சீதாராமன்,

“இதுவும் ஒரு காதல் பாட்டுதான். ஜமீன்தாரின் மாந்தோப்பில் ஒரு மண்டபம் இருக்கும். அதில் ஊஞ்சல் அமைத்து ஜமீன்தார் மகன் ஜெமினி கணேசனும் ஏழைப்பெண் சாவித்திரியும் பாடுகிறார்கள்” என்று காட்சியைப் பற்றி சொன்னார்.

அதனைக் கேட்டுக் கொண்ட சுதர்சனம், டைரக்டரும் கதாசிரியரும் சென்றதும் என்னைப் பார்த்து “வாங்க தம்பி மௌன்ட் ரோட்டுக்குப் போகலாம்” என்றார்.

“முடியாது சார். நான் வர மாட்டேன்” என்றேன்.

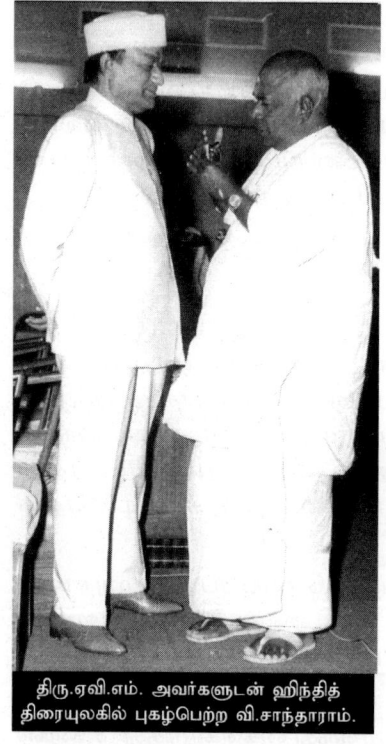

திரு.ஏவி.எம். அவர்களுடன் ஹிந்தித் திரையுலகில் புகழ்பெற்ற வி.சாந்தாராம்.

அதிர்ச்சியான மியூசிக் டைரக்டர்,

"ஏன் தம்பி?" என்றார்.

"இந்த முறை சொந்தமா நீங்க தான் ட்யூன் போடணும்" என்றேன்.

"என்ன தம்பி, நீங்க மறுபடியும் மக்கர் பண்றீங்க? வழக்கத்த மாத்தக்கூடாதுங்க தம்பி. தப்பா யிடும்" என்றார்.

"நீங்க என்ன சொன்னாலும் சரி, நான் மௌண்ட் ரோடுக்கு வரமுடியாது. நீங்களே சொந் தமா ட்யூன் போட்டுத்தான் ஆகணும்" என்று கண்டிப்புடன் சொல்லிவிட்டேன்.

சங்கடப்பட்ட மாஸ்டர் சுதர்சனம், "சரிங்க தம்பி" என்று உட்கார்ந்து வேண்டா வெறுப் பாகட்யூன் போட ஆரம்பித்தார்.

நான்கைந்து ட்யூன்கள் போட்டுக் காண்பித்தார். "எந்த ட்யூனும் எனக்குப் பிடிக்கவில்லை" என்றேன்.

அதற்கு சுதர்சனம், "சொன்னா கேளுங்க தம்பி! இப்படி யெல்லாம் நாம ட்யூன் போட்டு செலக்ஷன் பண்றது ஆகாத காரியம். நீங்க ஓ.கே. பண்ணினாலும் அதை டைரக்டரும், செட்டியாரும் பிடிக்கலைன்னு சொல்லிட்டாங்கன்னா? அப்புறம் அவங்களுக்காக மறுபடியும் ட்யூன் போடணும். அதனாலதான் சொல்றேன். சக்ஸஸான பாட்டைத் தழுவி நாம மெட்டமைச்சா யாருக்கும் சந்தேகம் இல்லாம ஓ.கே. ஆகிடும்" என்றார்.

"நாம செலக்ட் பண்ற ட்யூனை அவங்க சரியில்லேன்னு சொன்னா அவங்ககிட்ட நான் பேசிக்கிறேன். நீங்க மேற்கொண்டு சொந்தமா ட்யூன் போடுங்க மாஸ்டர்" என்றேன். "சரிங்க தம்பி! நாளைக்குப் பாத்துக்கலாம்" என்று ஆர்மோனியத்தை மூடி வைத்துவிட்டார் சுதர்சனம். அவருடன் கம்போஸிங்கில் இருந்த

திரு.ஏவி.எம். அவர்களுடன் கே.பி.சுந்தராம்பாள்.

வாத்தியக் குழுவினருக்கு விடை கொடுத்துவிட்டு மியூசிக் டைரக்டரும் சென்றுவிட்டார்.

கம்போஸிங் ரூமை விட்டு நான் வெளியில் வந்து கொண்டிருந்தேன். அப்போது மியூசிக் டைரக்டருக்கு உதவியாக இருந்த சிறந்த வயலினிஸ்ட் செங்கல்வராயன் என்னை நெருங்கி,

“தம்பி! என்கிட்ட ஒரு ட்யூன் இருக்கு. விருப்பப்பட்டீங்கன்னா சொல்லுங்க! எங்கே எப்போ வந்து வாசிக்கச் சொன்னாலும் நான் வாசிச்சுக் காமிக்கிறேன்” என்றார்.

எல்லோரும் சென்று விட்டதால், “இங்கேயே வாசிச்சுக் காட்டுங்களேன்” என்றேன்.

திரும்பவும் நாங்கள் இருவர் மட்டுமே இருக்க, செங்கல்வராயன் தான் சொன்ன ட்யூனை வயலினிலேயே வாசித்துக் காட்டினார்.

அது எனக்கு மிகவும் பிடித்திருந்தது. “நல்ல ட்யூன், இதையே நாம வச்சுக்கலாம்” என்றேன்.

அதற்கு செங்கல்வராயன், “இங்கு நான் உங்களிடம் ட்யூன் வாசித்துக் காட்டியது மாஸ்டருக்குத் தெரிந்தால் என்னிடம் கோபித்துக் கொள்வார். அதனால் அவர் என்னைத் தப்பாக நினைக்காத அளவுக்கு இந்த விஷயத்தை நீங்கள்தான் நாசூக்காகக் கையாள வேண்டும்” என்று கேட்டுக் கொண்டார்.

“நான் பார்த்துக் கொள்கிறேன்” என்று அவரைத் தேற்றி அனுப்பி வைத்தேன்.

மறுநாள் கம்போஸிங்கில் உட்கார்ந்தோம். மாஸ்டர் சுதர்சனம், “புதுசா ரெண்டு ட்யூன் புடிச்சிருக்கேன், கேளுங்க தம்பி!” என்று வாசிக்க ஆரம்பித்தார். அந்த இரண்டு ட்யூன்களுமே எனக்குப் பிடிக்கவில்லை என்றேன். அவருக்கு

தேவர் பிலிம்ஸ் அதிபர் திரு.சின்னப்பா
தேவருடன் ஒரு நிகழ்வில்...

ஒரு மாதிரி ஆகிவிட்டது. சமாளித்துக் கொண்டு, "நேற்று போட்ட ட்யூன் களை வேணும்னா இன்னொரு முறை கேக் குறீங்களா?" என்றார்.

"வேணாங்க மாஸ்டர், வேற புதுசா ஏதாவது போடுங்களேன்" என்றேன்.

"அப்படியா?" என்றவர், வெறுத்துப் போன வராக ஏதோ ஒரு சிந்தனையில் ஆழ்ந்தார். நாங்கள் ஒருவரை ஒருவர் பார்த்துக் கொண்டோம். சற்று நேர அமைதிக்குப் பின் செங்கல்வராயன் மெல்ல பேச ஆரம்பித்தார்.

"மாஸ்டர்! எங்கிட்ட ஒரு ட்யூன் இருக்கு. கேக்குறீங்களா?" என்ற அவரது வார்த்தைகளை காதில் வாங்கிக் கொள்ளாதது போலவே இருந்தார் மியூசிக் டைரக்டர்.

உடனே நான் குறுக்கிட்டேன். "மாஸ்டர், அவர் என்னவோ சொல்றாரே கேளுங்க" என்றேன்.

சுதர்சனம், "என்னப்பா..!" என்று கேட்டார். செங்கல்வராயன் திரும்பவும் சொன்னார், "எங்கிட்ட ஒரு ட்யூன் இருக்கு, வாசிச்சுக் காட்டட்டுமா மாஸ்டர்?."

அதற்கு சுதர்சனம், "ஓ... தாராளமாக வாசிங்க... யார் வாசிச்சா என்ன... அது மட்டும் ஓ.கே. ஆயிடுமா என்ன? வாசிங்க.. வாசிங்க.." என்று எகத்தாளமாக சொன்னார்.

உடனே செங்கல்வராயன் அப்போதுதான் புதிதாக வாசிப்பதுபோல வயலினிலேயே ட்யூனை வாசித்துக் காட்டினார்.

நானும் அந்த ட்யூனை அப்போதுதான் புதிதாகக் கேட்பதுபோல், "பிரமாதமா இருக்கு மாஸ்டர்" என்று ஆர்வத்தோடு சொன்னேன். சுதர்சனம், "அப்படியா... எனக்கு ஒன்றும் பிரமாதமாகத் தோணலையே..! சரி உங்களுக்குப் பிடிச்சிருந்தா சரிதான்" என்று விட்டேற்றியாகச் சொன்னார்.

முந்தானை முடிச்சு (1983) கே.பாக்யராஜ், ஊர்வசி.

"இதையே ஓ.கே. பண்ணிக்கலாம் மாஸ்டர்" என்றேன். அவரும் ஒப்புக் கொண்டார். டைரக்டரும் கதாசிரியரும் வந்து ட்யூனைக் கேட்டார்கள். அவர்களுக்கும் பிடித்துப்போகவே பாடலை யாரை அழைத்து எழுத வைக்கலாம் என்று யோசித்துப் பார்த்தபோது. முதல் பாடலை கு.மா. பாலசுப்ரமணியம் எழுதியதால், இந்தப் பாடலை கவிஞர் கண்ணதாசனை எழுத வைக்கலாமே என்று சொல்ல, எல்லோரும் ஏற்றுக் கொண்டனர்.

மறுநாள் காலை 10 மணிக்கு கவிஞர் கண்ணதாசன் வந்தார். மியூசிக் டைரக்டர், செங்கல்வராயனையே ட்யூன் வாசித்துக் காட்டச் சொன்னார். அவர் வாசிப்பதைக் கேட்ட கண்ணதாசன்,

"கண்களின் வார்த்தைகள் புரியாதோ..?
காத்திருப்பேன் என்று தெரியாதோ..?
ஒரு நாளில் ஆசை எண்ணமே.. மாறுமோ..?"

என்று பல்லவி சொன்னார்.

எல்லோரும் நன்றாக இருப்பதாகச் சொல்லவே, அடுத்தடுத்து வரும் மெட்டுக்கேற்ப பாடலை எழுதிக் கொடுத்தார் கண்ணதாசன். மறுநாள் ரெக்கார்டிங் ஏற்பாடானது. பாடல் முழுமைக்கும் வாசிக்கப்படும் இசையும் பல்லவி, சரணங்களுக்கு இடையே வரும் இசையும் (பி.ஜி.எம்) எல்லாமே செங்கல்வராயன் அவர்களின் மேற்பார்வையிலேயே நடந்தது. மியூசிக் டைரக்டர் சுதர்சனம் பட்டும் படாமலுமே இருந்தார்.

பாடலை ஏ.எம். ராஜாவும், பி. சுசீலாவும் பாடினார்கள். அப்பா, டைரக்டர், கதாசிரியர் உட்பட யாருக்குமே இந்தப் பாடல் ஒரிஜினலாக தமிழுக்காகவே மெட்டமைக்கப்பட்டதா? அல்லது இந்திப் பாடலைத் தழுவி மெட்டமைக்கப்பட்டதா என்று தெரியாது. அதைப் பற்றி யாரும் கேட்கவே இல்லை. ஆனால், “பாடல் சிறப்பாக அமைந்திருக்கிறது. இதுவரை கேட்காத அளவுக்கு புதுமையாக இருக்கிறது” என்று எல்லோரும் பாராட்டினார்கள்.

இந்தப் பாராட்டுகளைக் கேட்ட சுதர்சனம் முகத்தில் ஈயாட வில்லை. செங்கல்வராயன் முகத்தில் பூத்த மகிழ்ச்சியை வெளிக்காட்டிக் கொள்ள முடியவில்லை.

எனது பிடிவாதமான தேடலுக்கும், முயற்சிக்கும் கிடைத்த வெற்றியை நினைத்து எனக்குள் நான் பெருமைப்பட்டுக் கொள்ளாமலிருக்கவும் முடியவில்லை. அடுத்த பாடலுக்கான சூழ்நிலையை ஜாவர் சீதாராமன் விளக்கினார். “நாலு வயது அனாதைச் சிறுவன், ஆசிரமத்தில் தன் வயது சிறுவர்களுடன் சேர்ந்து இறைவணக்கப் பாடலை முருகனை நினைத்துப் பாடுகிறான்.”

இந்தக் காட்சியின் சூழலைக் கேட்ட சுதர்சனம் என்னிடம், “தம்பி! வழக்கத்த மாத்தி நாம போட்ட ஒரு ட்யூன் ஏதோ அசம்பாவிதமா நல்லா அமைஞ்சிடுச்சி. அது போலவே எல்லாம் அமையும்னு நெனைச்சிடாதீங்க. வாங்க மௌன்ட் ரோட்டுக்கு” என்றார்.

“மன்னிச்சிடுங்க மாஸ்டர். இந்திப் படத்துப் பாடல்களை காப்பியடிச்சு யார் வேண்டுமானாலும் தமிழ்ப் படங்களை எடுக்கட்டும். அதைப் பத்தி நாம கவலைப்பட வேண்டாம். நம்ம ஏ.வி.எம். காம்பவுண்ட்ல எடுக்கிற தமிழ்ப் படங்களுக்கு இனிமே இந்திப் பாட்டு ட்யூன் காப்பி கிடையாது. தமிழுக்குன்னு

சொந்தமாத்தான் மெட்டமைக்கணும். இதை நீங்க செஞ்சே ஆகணும்” என்று முடிவாக சொல்லிவிட்டேன்.

“என்னடா இது, இப்படி உயிரை வாங்குறானே!” என்று நினைத்தாரோ என்னவோ, கம்போஸிங்கில் உட்கார்ந்து ட்யூன் மேல் ட்யூன் போட்டுக்கொண்டே வந்தார். பத்து ட்யூன் போட்டார். ஒன்றில் கூட என் மனம் ஒன்றவில்லை.

“சரி... நாளைக்குப் பார்க்கலாம்” என்று அன்றைய கம்போஸிங்கை முடித்துக் கொண்டு விடை பெற்றார்.

நான் கம்போஸிங் ரூமை விட்டு வெளியே வந்தபோது அன்று அழைத்தது போலவே செங்கல்வராயன் என் பின்னால் வந்து அழைத்தார். “இந்த சூழ்நிலைக்கு ஏற்றாற் போலவும் நான் மெட்டமைத்து வைத்திருக்கிறேன். கேட்கிறீர்களா”? என்று கேட்டார்.

“இங்கு வேண்டாம் சார். முதல் பாடலுக்கு நாம் செய்தது வெளியில் தெரியாமல் போய்விட்டது. இரண்டாம் பாடலுக்கும் இங்கு நீங்கள் வாசித்தால், யாராவது சுதர்சனம் மாஸ்டருக்கு வேண்டப்பட்டவர்கள் உங்களைப் பற்றி அவரிடம் தவறாக சொல்லிவிடுவார்கள். அதனால் நாளை அதிகாலையில் நீங்கள் எங்கள் வீட்டுக்கு வந்துவிடுங்கள். அங்கு வைத்து வாசிக்க கேட்கிறேன்” என்றேன். அதற்குச் சம்மதித்து செங்கல்வராயன் சென்று விட்டார். மறுநாள் காலை நாலு மணிக்கெல்லாம் நான் குளித்து ரெடியாகி விட்டேன். செங்கல்வராயனும் வந்தார். நாலைந்து ட்யூன்களை வயலினிலேயே வாசித்துக் காண்பித்தார். எல்லா ட்யூன்களுமே நன்றாக இருந்தாலும், அதில் ஒரு ட்யூன் எனக்கு மிகவும் பிடித்திருந்தது. அந்தக் குறிப்பிட்ட ட்யூனை தேர்வு செய்தேன். பிறகு அவரிடம்,

“இன்று நாம் கம்போஸிங்கில் உட்காரும்போது இசையமைப்பாளர் முன்னிலையில் நானே உங்களிடம் ட்யூன் கேட்கிறேன். அப்போது நீங்கள் இங்கு நான் தேர்வு செய்த மெட்டை வாசிக்க வேண்டும். வேறு எதையும் வாசித்து விடாதீர்கள்” என்றேன். அவரும் ஒப்புக் கொண்டார்.

நானும் செங்கல்வராயனும் 10 மணிக்கு தனித்தனியே ஸ்டுடியோவுக்கு வந்தோம். கம்போஸிங்கில் உட்கார்ந்ததும் சுதர்சனம், “தம்பி! நேற்று நான் போட்டுக் காட்டிய ட்யூன்களை திரும்பவும் கேக்குறீங்களா?” என்று என்னிடம் கேட்டார்.

போக்கிரி ராஜா (1982) ரஜினி. ஸ்ரீதேவி

"வேணாம் மாஸ்டர்" என்று நான் சொன்னதும், வேறு ட்யூன் போடும் சிந்தனையில் மாஸ்டர் இருக்க. நான் செங்கல்வராயனிடம்,

"சார்... உங்ககிட்ட இந்த சிச்சுவேஷனுக்குப் பொருத்தமா ஏதாவது ட்யூன் இருந்தா வாசிச்சுக் காட்டுங்களேன்" என்றேன்.

அவர் மியூசிக் டைரக்டரைப் பார்க்க, மியூசிக் டைரக்டரும் "இருந்தா வாசிச்சுக் காட்டுப்பா" என்றார்.

உடனே செங்கல்வராயன் நான் வீட்டில் ஓ.கே. செய்த ட்யூனை வாசித்தார். "சார்..! இது பிரமாதமா இருக்கு" என்றேன். சுதர்சனம் மாஸ்டரும் ஒப்புக் கொண்டார்.

ட்யூன் கேட்ட டைரக்டர், கதாசிரியர் எல்லோருக்கும் பிடித்துப் போனது. யாரை பாடல் எழுத வைக்கலாம் என்று யோசித்தோம். கண்ணதாசன் அவர்களையே எழுத வைக்கலாம் என்று தீர்மானித்தபோது அப்பா சொன்னார்.

"நம்ம ஸ்ரீ வள்ளிக்கு பாட்டு எழுதியவர். டிராமாவுக்கெல்லாம் கூட பாடல் எழுதுவதில் கெட்டிக்காரர். அதுவும் குழந்தைகளுக்கு

என்றால் ரொம்ப நல்லா எழுதுவார். அவரை எழுதச் சொல்லுங்க, நல்லா வரும்" என்றார். அதன்படி டி.கே. சுந்தர வாத்தியார் வரவழைக்கப்பட்டார்.

"அம்மாவும் நீயே... அப்பாவும் நீயே!
அன்புடனே ஆதரிக்கும்... தெய்வமும் நீயே"!

என்ற பாடலை எழுதினார். யாரைப் பாடவைப்பது என்று யோசித்த போது, இசையமைப்பாளர் சுதர்சனம், "எம்.எஸ். ராஜேஸ்வரி வாய்ஸ் பொருத்தமாக இருக்கும்" என்றார்.

அதன்படி மறுநாள் ரிக்கார்டிங்கிற்கு எம்.எஸ். ராஜேஸ்வரி வந்தார். குழந்தை பாடுவதுபோல ஹஸ்கியாக, மெலிந்த குரலில், மென்மையாகப் பாடவேண்டும்! என்று சொல்லித் தந்தபடி அவர் அருமையாகப் பாட, ரிக்கார்டிங் செய்யப்பட்டது.

இந்தப் பாடலைத்தான் இன்றைய உலகநாயகன் கமல்ஹாசன் அன்றைய நாலு வயது சிறுவனாக, குழந்தை நட்சத்திரமாக இருந்தபோது 'களத்தூர் கண்ணம்மா' படத்தில் பாடி நடித்தார்.

இந்தப் பாடலைக் கேட்ட பின் "இனிமேல் நாம் எடுக்கின்ற படங்களில் குமரன் எந்த ட்யூனை ஓ.கே. செய்கிறானோ அதனைத்தான் பதிவு செய்ய வேண்டும்" என்று சொல்லிவிட்டார் அப்பா.

'களத்தூர் கண்ணம்மா' படத்தை நாங்கள் இந்தியில் எடுத்தபோது அதற்கு இசையமைத்த சித்ரகுப்தா, இந்தித் திரை உலகில் பெரிய அளவில் புகழ் பெற்றவர். அவர் படத்திற்கான இந்திப் பாடல்களை 'கம்போஸ்' செய்தபோது, இந்த **"அம்மாவும் நீயே! அப்பாவும் நீயே!"** பாடலின் ட்யூனை மட்டும் மாற்றாமல் அப்படியே இந்தி வார்த்தைகளைப் போட்டு ரெக்கார்டிங் செய்து கொண்டார்.

இதற்கு முன் நம் தமிழ் படத்துக்காக இந்திப் பாடல்களை காப்பி அடித்த நிலை மாறி, தமிழ்ப் பாடலின் மெட்டை இந்தியில் காப்பி அடிக்கும் அளவுக்கு நிலைமை மாறியது. இதற்குப் பிறகு தான் நம் தமிழ்த் திரை உலகில் அன்று இருந்த இசை அமைப்பாளர்கள் இந்திப் பாடல்களைக் காப்பி அடிக்காமல் தமிழில் சொந்தமாக பாடல்களை இசையமைக்க ஆரம்பித்தார்கள்.

இப்படி ஒரு மௌனப்புரட்சி ஆரவாரமில்லாமல் நடந்தேறியதை நினைத்து இன்றும் நான் பெருமைப்படுகிறேன்.

கவிஞர் வாலியுடன் திரு.ஏவி.எம்.குமரன், திரு.ஏவி.எம்.கே.ஷண்முகம்.

அதற்குக் காரணமான மெட்டுகளை அமைத்துக் கொடுத்தவர் வயலின் கலைஞர் செங்கல்வராயன் தான் என்பது இன்றுவரை யாருக்குமே தெரியாது. நான் மட்டுமே அறிந்த உண்மை அது.

அது மட்டுமல்ல... பிறகு நாங்கள் தயாரித்த 'நானும் ஒரு பெண்' என்ற படத்திலும்

"கண்ணா! கருமை நிறக் கண்ணா!
உன்னைக் காணாத கண்ணில்லையே..!

என்ற பிரபலமான பாடலுக்கு இசையமைத்தவரும் இவர்தான். அப்படிப்பட்ட செங்கல்வராயன் அவர்களின் திறமையை முழுமையாக உணர்ந்த நான், சரியான வகையில் அவருக்கு வாய்ப்பளித்து பெரிய இசையமைப்பாளராக அவரை முன்னுக்கு கொண்டுவர வேண்டும் என்று கருதினேன். ஆனால் துரதிருஷ்டவசமாக அவர் நோய்வாய்ப்பட்டு இயற்கை எய்திவிட்டார்.

இந்த நூலை எழுதுவதின் மூலமாக அன்று அவர் செய்த சாதனையை வெளிப்படுத்தி, மாபெரும் இசைக் கலைஞர் செங்கல்வராயன் அவர்களுக்கு மனமார அஞ்சலி செலுத்து கிறேன்.

என் டைரக்ஷன் அனுபவங்கள்

ஏ.வி.எம். நிறுவனம் தமிழ், தெலுங்கு, இந்தி முதலிய மூன்று மொழிகளிலும் பல திரைப்படங்களை எடுத்து வெளியிட்டு வெற்றி கண்டு வந்த நேரத்தில் சகோதரர்களாகிய நாங்கள் தயாரிப்பு நிர்வாகத்தில் பங்கெடுத்துக் கொண்டதுடன், கதைகளைத் தேர்வு செய்வது, திரைக்கதை அமைப்பது, படத்தில் வரும் பாடல்களுக்கு மெட்டுக்களைத் தேர்ந்தெடுப்பது போன்ற பணிகளிலும் பங்கெடுத்து வந்தோம். அதே போல் படப்பிடிப்புகள் நடந்து கொண்டிருக்கும்போது தவிர்க்க முடியாத சில சூழ்நிலைகளில் சில காட்சிகளை டைரக்ஷன் செய்தும் வந்தோம்.

பக்த பிரகலாதா, நோமு (தெலுங்கு) முதலிய படங்களில் சில காட்சிகளை எங்களது மூத்த சகோதரர் முருகனும், நானும் டைரக்ஷன் செய்ததோடு, 'அன்பே வா' படத்தில்

"ராஜாவின் பார்வை ராணியின் பக்கம்"

என்ற பாடலில் எம்.ஜி.ஆர்; சரோஜாதேவி இருவரும் குதிரை பூட்டிய சாரட்டில் மேக வீதியில் பவனி வரும் கற்பனைக் காட்சிகளையும் படமாக்கினோம்.

ஒரு காலகட்டத்தில் நாங்களே நேரடியாக சில படங்களை டைரக்ஷன் செய்யத் துவங்கினோம். அப்போது ஜாவர் சீதாராமன் அவர்களால் எழுதப்பட்டு தெலுங்கு மொழியில் எடுக்கப்பட்ட "புல்லம்மா புல்லோடு" என்ற படம் ஆந்திராவில்

ஏவி.எம்.முருகன், ஏவி.எம்.குமரன்.

நன்றாக ஓடிக் கொண்டிருந்தது. அந்தப் படத்தின் கதை உரிமையை வாங்கி அதை இந்தியில் "ஜெய்ஸோ கோ தைஸோ" என்ற பெயரில் எடுத்தோம்.

நானும் அண்ணார் முருகனும் சேர்ந்து டைரக்ஷன் செய்தோம். ஆர்.டி. பர்மன் இசையமைத்தார். இரட்டை வேடங்களில் ஜிதேந்திரா நடித்தார். கதாநாயகியாக ரீனாராய் என்ற புதுமுகத்தை அறிமுகம் செய்தோம்.

நாங்கள் முதல் முதலாக எங்கள் பெயரிலேயே டைரக்ஷன் செய்த இந்திப் படம், பெரிய அளவில் வெற்றி கண்டது. இதனைத் தொடர்ந்து நாங்களே டைரக்ஷன் செய்த இரண்டு இந்திப் படங்களும் இரண்டு தெலுங்குப் படங்களும் நல்ல வெற்றி பெற்றன.

அடுத்ததாக, தெலுங்கில் பல வெற்றிப் படங்களுக்குக் கதை எழுதிய ஜி. நாராயணதாஸ் என்பவரின் கதையை வாங்கி அதை இந்தியில் படமாக்க முடிவு செய்தோம்.

அந்த நேரத்தில் இந்தியில் பிரபல நடிகர் ராஜ் கபூர் தன் மகன் ரிஷி கபூரையும், டிம்பிள் கபாடியாவையும் வைத்து சொந்தமாக "பாபி" (Bobby) என்கிற படத்தை எடுத்து வெளியிட்டிருந்தார். அது மிகப் பெரிய வெற்றிப் படமாக அமைந்தது.

எனவே நாங்கள் எடுக்க நினைத்த ஜி.நாராயணதாஸின் கதைக்கு ராஜ்கபூரின் மகன் ரிஷிகபூரைக் கதாநாயகனாக வைத்து எங்கள் டைரக்ஷனில் படம் எடுக்கலாம் என்று விரும்பினோம்.

எங்கள் விருப்பத்தை அப்பாவிடம் தெரிவித்தோம். ஏற்கனவே ராஜ்கபூர், நர்கீஸ் நடித்த "சோரி.. சோரி" என்கிற வெற்றிப் படத்தை ஏ.வி.எம். எடுத்த போது அப்பாவிடம் ராஜ்கபூர் நெருங்கிப் பழகி நட்பு கொண்டவர். அப்பாவின் மேல் நல்ல மரியாதை வைத்திருப்பவர் என்பதால் அப்பா எங்களிடம் சொன்னார்,

திரு.வி.கே.ராமசாமி, சிவாஜிகணேசன், ஜெயலலிதா, ஏ.சி.திருலோகசந்தர், திரு.ஏவி.எம். 'எங்க மாமா' படப்பிடிப்பின் போது.

"நல்ல விஷயம்தான். செய்யுங்கள். நான் ராஜ்கபூருக்குப் ஃபோன் செய்து சொல்கிறேன். நீங்கள் மும்பை சென்று நேரில் பாருங்கள்" என்று சொல்லி என்னையும் என் அண்ணார் முருகனையும் மகிழ்ச்சியுடன் அனுப்பி வைத்தார். நாங்கள் கதாசிரியர் நாராயணதாஸையும் அழைத்துக் கொண்டு மும்பைக்குப் பயணமானோம்.

ராஜ்கபூரின் வீட்டிற்குச் சென்று அவரைச் சந்தித்தோம்.ஏ.வி.எம். மிலிருந்து வந்திருக்கிறோம் என்றதும் ரொம்பவும் மரியாதையாக மகிழ்ச்சியோடு வரவேற்று, தகப்பனார் பற்றியும் எங்களைப் பற்றியும் நலம் விசாரித்துப் பேசினார்.

அவரிடம் நாங்கள் வந்த விஷயத்தைச் சொன்னோம். சந்தோஷப்பட்ட ராஜ்கபூர், வீட்டுக்குள் இருந்த மகன் ரிஷிகபூரை அழைத்து, எங்களை அறிமுகம் செய்து வைத்துவிட்டு,

"அன்று இவர்களின் அப்பா திரு. ஏ.வி.எம். அவர்கள் என்னை வைத்து படம் எடுத்திருக்கிறார்கள். அவருடைய பிள்ளைகள் இன்று உன்னை வைத்துப் படம் எடுக்க வந்திருக் கிறார்கள். ஏ.வி.எம். நிறுவனத்தில் நாம் நடிக்கிறோம் என்றால் அது நமக்குப் பெருமை. அதனால் அவர்களுக்கு நல்ல முறையில் ஒத்துழைப்புக் கொடுத்து படத்தை முடித்துக் கொடு" என்று வாஞ்சையோடு மகனிடம் சொன்னார்.

பிறகு எங்களிடம், "மற்ற விபரங்கள் எதுவாக இருந்தாலும் இவனிடமே பேசிக் கொள்ளுங்கள்" என்று கூறிவிட்டு உள்ளே சென்றார்.

ரிஷி கபூரிடம் நாங்கள் பேச ஆரம்பித்தோம். சம்பளம் பற்றியும், கால்ஷீட் எப்போது தரமுடியும் என்பது பற்றியும் கேட்டோம். அதற்கு அவர், "சம்பளம் பற்றி என் மேனேஜரிடம் பேசுங்க. முதலில் நான் கதையைக் கேட்கணுமே" என்றார்.

"கதாசிரியரை நாங்கள் கூட்டி வந்திருக்கிறோம். இவர்தான் நாராயணதாஸ், தெலுங்கில் மிகப்பெரிய ரைட்டர். எப்போது கதையைக் கேட்க விருப்பப்படுகிறீர்களோ,. அப்போது இங்கேயே இருந்து கதையை சொல்லிவிட்டு நாங்கள் புறப்படுகிறோம்" என்றோம்.

"எங்கே தங்கியிருக்கிறீர்கள்" என்று கேட்டார்.

"ஷாலிமார் ஹோட்டல்" என்றோம்.

உடனே ரிஷி கபூர், "அந்த ஹோட்டலுக்கு வந்து நான் கதை கேட்டால் அவ்வளவு நன்றாக இருக்காது. அதனால் ஃபைவ் ஸ்டார் ஹோட்டலான ஓபராயில் ரூம் போடுங்க, அங்கே வந்து கதை கேட்கிறேன்" என்றார்.

"சரி! என்றைக்கு கேட்பீர்கள் என்று உறுதியாக சொன்னால்,

ரிஷிகபூருடன் திரு.ஏவி.எம்.முருகன், திரு.ஏவி.எம்.குமரன்.

அன்றைக்கு ரூம் புக் பண்ணி விடுகிறோம்" என்று சொன்னோம். ஒரு நாளை குறிப்பிட்டு சொன்னார். அது ஒரு வெள்ளிக்கிழமை. அதனால் அவரிடம்,

"நாங்கள் ஒரு செயலை ஆரம்பிக்கிறோம் என்றால், நாள், கிழமை, நேரம் பார்த்துதான் ஆரம்பிப்போம். நாங்கள் அதிலெல்லாம் ஆழ்ந்த நம்பிக்கை உடையவர்கள். அந்த விதத்தில் வெள்ளிக்கிழமை என்பது நல்ல நாள்தான். ஆனால் அன்று காலை 10 மணியிலிருந்து 12 மணி வரை ராகு காலம். அது நல்ல நேரம் இல்லை. அதனால் நீங்கள் 9 மணிக்கு கதை கேட்க ஆரம்பிக்க வேண்டும். அல்லது 12 மணிக்கு மேல் கேட்க வேண்டும். உங்களால் எத்தனை மணிக்கு வரமுடியும்?" என்று கேட்டோம்.

"9 மணிக்கே வந்து விடுகிறேன்" என்று சொல்ல, அதன் பிறகு நாங்கள் விடை பெற்றோம்.

ஃபைவ் ஸ்டார் ஹோட்டல் ஓபராயில் ரூம் புக் செய்து அதிகாலையிலேயே நாங்கள் தயாராகி டிபன் சாப்பிட்டுவிட்டு எழுதிவைத்த கதை ஃபைலை டேபிள்மீது வைத்துக் கொண்டு ரிஷி கபூருக்காக காத்திருந்தோம்.

ஆந்திராவில் ராஜமுந்திரியில் 'ஜீவன் ஜோதி' இந்திப் படப்பிடிப்புத் தளத்தில் நடிகர் விஜய் அரோரா, கேமரா மேன் இசான் ஆர்யா ஆகியோருடன் ஏவி.எம்.குமரன், எவி.எம்.முருகன்.

காலை 9 மணிக்கெல்லாம் ரிஷி கபூரின் ஆபீஸுக்கு ஃபோன் செய்து அவருடைய மேனேஜருக்கு அன்றைய புரோக்கிராமை நினைவுபடுத்தினோம்.

"சொன்ன நேரத்துக்கு கரெக்டா வந்துடுவார். கவலைப்படாதீங்க" என்றார் மேனேஜர். அடுத்தடுத்து ஃபோன் பண்ணும் போதுகூட அதையேதான் சொன்னார்.

மணி 9, 10, 10.30 ஆகியும் அவர் வரவில்லை.

"என்னடா இது ராகுகாலம் ஆரம்பிச்சிருச்சு, இன்னும் வரல... இனிமே வந்தா ராகுகாலத்துல எப்படி கதை சொல்ல ஆரம்பிக்கிறது?" என்று கவலையோடு காத்திருந்தோம்.

சரியாக 11 மணிக்கு ரிஷி கபூர் வந்தார். அப்போதும் தூக்கக் கலக்கத்திலேயே இருந்தார். "ராத்திரி லேட்டாயிருச்சி, சரியாத் தூங்கமுடியல... அதான்..." என்று சுலபமாக சொன்னார். பிறகு, "காஃபி சாப்பிடலாமா..?" என்றார். காபி வரவழைத்தோம். சாப்பிட்டார். பின்னர்,

இயக்குனர் பட்டு, ஜெய்சங்கர், சாவித்திரி, திரு.ஏவி.எம். ஆகியோர் 'புகுந்த வீடு' பட ஷூட்டிங் ஸ்பாட்டில்.

"கதை கேட்கலாம். சொல்லுங்க" என்றார். அப்போது மணி 11. சரியான ராகு காலம். அதனால் தயங்கிய நாங்கள், "இப்போ வேளை சரியில்லை. கொஞ்ச நேரம் போகட்டும். 12 மணிக்குப் பிறகு கதை சொல்ல ஆரம்பிக்கலாம்" என்றோம்.

"நோ... நோ... லஞ்சுக்கு நான் வேறு ஒரு இடத்துக்கு வர்றதா சொல்லிட்டேன். இப்போ நீங்க ஆரம்பிச்சாத்தான் ஒரு மணிக்கு முடியும். நான் லஞ்ச்சுக்குப் போக முடியும். கதையைச் சொல்லுங்க" என்றார்.

எங்களுக்கோ, "என்னடா இது, ராகு காலத்துல கதையைச் சொல்லச் சொல்லுகிறாரே! சரியா வருமா?" என்ற தயக்கத்தோடு, "சரி, நடக்கிறது நடக்கட்டும். எல்லாம் நல்லதுக்கேன்னு நெனைப்போம்" என்று ஆண்டவன் மேல் பாரத்தைப் போட்டு கதை சொல்ல ஆரம்பித்தோம். ஆனாலும் திருப்தி இல்லாமலேயே... சரியாக ஒன்றரை மணிக்கு கதை சொல்லி முடித்தோம்.

கதையைக் கேட்டவர், "கதை நன்றாக இருக்கிறது. ஓ.கே. என்றார். பிறகு, "ஷூட்டிங் எங்கே நடத்தப் போறீங்க?" என்று கேட்டார். "கதை வெளிநாட்டில் நடப்பதுபோல் இருப்பதால், பாங்காக்கில்" என்றோம்.

"பத்து நாளில் நான் மெட்ராஸுக்கு வருகிறேன். அப்போது பேசி முடிவு செய்யலாம்" என்று சொன்னார்.

"நீங்க கொஞ்சம் சீக்கிரமா ஓ.கே. சொல்லிட்டா, வெளிநாட்டுல நம்ம ஷூட்டிங் நடத்தறதுக்கு வேண்டிய ஏற்பாடுகளையெல்லாம் நாங்கள் கவனிக்க ஆரம்பிச்சிடுவோம்" என்றோம்.

"ஹீரோயினா யாரை போடலாம்னு இருக்கீங்க..? என்று கேட்டார் ரிஷி.

"கதை அமைப்புக்கு ஏத்த மாதிரி ஜெயசுதா என்ற நடிகை இருக்காங்க. தமிழ், தெலுங்கு மொழிகளில் அவங்க நடிச்சி ருந்தாலும் இன்னும் இந்தியில் நடித்ததில்லை. உங்களுக்கு பொருத்தமா இருப்பாங்க. நீங்க சரின்னு சொன்னா, அவங்க கிட்ட பேசி முடிச்சிடுவோம்" என்று சொன்னோம்.

"சரி, இன்னும் இரண்டு, மூன்று நாளிலேயே நான் மெட்ராஸ் வர்றேன். அப்போ அவங்கள நேர்ல பார்த்துட்டு சொல்றேன். அப்புறம் எனக்கு வேண்டிய காஸ்ட்யூம் எல்லாம் எடுக்கணும்.." என்றார்.

"உங்க மெட்ராஸ் விசிட்டுக்குப் பிறகு எல்லாவற்றையும் முடிவு செய்துவிடலாம்" என்று சொல்லி, அவரது மேனேஜரிடம் ஒரு பெரிய தொகையை அட்வான்ஸாகக் கொடுத்து விட்டு மெட்ராஸுக்கு திரும்பினோம்.

சொன்னபடி மூன்று நாளில் ரிஷி கபூர் சென்னை வந்தார். நமது ஏ.வி.எம். பேனரில் நடிக்கப் போகிறார் என்பதற்காக அவரைக் கௌரவிக்கும் வகையில் விருந்து ஒன்றை ஏற்பாடு செய்தோம். ஸ்டுடியோ வளாகத்தில் நடந்த அந்த விருந்து நிகழ்ச்சியில் 'தேவர் பிலிம்ஸ்' சாண்டோ சின்னப்பா தேவர், ஏ.எல்.எஸ். போன்ற திரையுலக பிரபலங்கள் எல்லாம் கலந்து கொண்டார்கள். விருந்து சிறப்பாக நடந்து முடிந்தது.

மறுநாள் எங்களின் அலுவலகத்துக்கு வந்த ரிஷி கபூர், ஹீரோயினை நேரில் பார்க்க வேண்டும் என்றார். ஏற்கனவே நாங்கள் ஜெயசுதாவிடம் ரிஷி கபூர் சென்னை வரும்போது அவரை நீங்கள் சந்திக்க வேண்டியிருக்கும் என்று சொல்லி வைத்திருந்ததால் அவரும் எங்கள் அழைப்பை எதிர்பார்த்துக் காத்திருந்தார்.

ரிஷி கபூர் எங்கள் அலுவலகத்திற்கு வந்ததைத் தெரிவித்ததும் அவர் உடனே புறப்பட்டு வந்தார்.

ஜெயசுதாவை ரிஷி கபூருக்கு அறிமுகம் செய்தபோது அவர், "நான் இவரிடம் கொஞ்சம் தனியாக பேச வேண்டும்" என்றார்.

'முரட்டுக்காளை' ஷூட்டிங்கில் ரத்தி, திரு.ஏவி.எம்.குமரன்.

"எதுவாக இருந்தாலும் எங்கள் முன்னாலேயே பேசலாம். பேசுங்க" என்றோம். அதைக் கேட்டுக் கொள்ளாமல், "இல்ல... சில விஷயங்கள இவங்ககிட்ட நான் தனியாத்தான் பேசணும். கொஞ்சம் வெளியில இருங்க" என்றார்.

இது எங்களுக்கு நெருடலாக இருந்தது. சரியாகப்படவில்லை. இருந்தாலும் இது நம்ம ஆபீஸ். ஜெயசுதா நம்ம பக்கத்துப் பொண்ணு. நம்மோட பெருமை அவருக்குத் தெரியும். தெலுங்குக்காரர்கள் பெரும்பாலும் இந்தியிலும் நன்றாகப் பேசி பழகியிருப்பார்கள். அதனால் ஜெயசுதா ரிஷி கபூரிடம் நல்ல முறையில் பேசுவார்" என்ற நம்பிக்கையில் நாங்கள் வெளியேறினோம்.

சுமார் 1 மணி நேரம் ஆகியிருக்கும். அவ்வளவு நேரம் என்ன பேசிக் கொண்டிருக்கிறார்கள் என்பது புரியாமல் நாங்கள் வெளியில் காத்திருந்தோம்.

பேசி முடித்து வெளியில் வந்தார்கள். ரிஷி கபூர் என்ன சொல்லப் போகிறார் என்று அவரை நெருங்கினோம். ஹீரோயின் ஓ.கேவா என்பது பற்றி அவர் எந்த வார்த்தையும் பேசவில்லை. "எனக்கு ஈவ்னிங் ஃபிளைட், அதுக்கு நான்

பாயும் புலி (1983) ரஜினி, ராதா.

ரெடியாகணும். அதனால மும்பை போனதும் என் முடிவு என்னன்னு சொல்லி அனுப்பறேன்" என்று அவசரமாகக் கூறிவிட்டுப் போய் விட்டார்.

ஜெயசுதாவிடம் "என்னம்மா சொன்னார் ரிஷி கபூர்?" என்று கேட்டோம்.

"என்னென்ன படம் பண்ணியிருக்கீங்க? இப்போ எந்தெந்த படத்தில நடிச்சிக்கிட்டிருக்கீங்க? என்றெல்லாம் கேட்டார். அப்புறம் இந்தப் படத்துக் கதையை உங்ககிட்ட சொன்னாங் களான்னார். நீங்க என்னை நேரில் பார்த்து ஓ.கே. சொன்ன பிறகு கதையை சொல்கிறோம். எதற்கும் ஒரு மாதத்திற்கு டேட்ஸ் பிளாக் பண்ணி வைக்கச் சொல்லியிருக்கிறார்கள்

சில்க் ஸ்மிதா மற்றும் ரஷ்யக் கலைஞர்களுடன் திரு.ஏவி.எம்.குமரன்.

என்று சொன்னேன். பிறகு, அவர் தான் நடிச்சிகிட்டிருக்கிற படங்களைப் பற்றி சொன்னார். இப்படியெல்லாம்தான் பேசினோம். வேறு எதுவும் பேசல. அவர் எழுந்து வெளியே வர ஆரம்பித்ததும், நானும் வெளியே வந்துவிட்டேன்" என்றார்.

சில தினங்களுக்குப் பிறகும் ரிஷி கபூரிடமிருந்து எந்தத் தகவலும் வரவில்லை. காத்திருந்து பார்த்த நாங்கள் மும்பையில் உள்ள எங்கள் மேனேஜரைத் தொடர்பு கொண்டு, அவரது கருத்தை அறிந்து தெரிவிக்கும்படி கூறினோம்.

உடனே எங்கள் மும்பை அலுவலக மேனேஜர் ரிஷி கபூரிடம் பேசிவிட்டு அதை எங்களிடம் தெரிவித்தார். "ஜெயசுதாவை அவருக்குப் பிடிக்கவில்லை" என்றார். "ஏன்..? என்று கேட்டோம்.

"ஒரு குதிரைக்கு முன்னால் கொள்ளு கொண்டு வந்து வைத்து விட்டு தின்னு... தின்னு... என்றால்.. தின்னுமா? அதுக்குப் பசி எடுத்தால்தான் தின்னும். அது போல நான் ஒரு குதிரை. என் முன்னால் நீங்களே ஒரு பெண்ணைக் கொண்டு வந்து நிறுத்தி இவள் தான் ஹீரோயின் என்றால்? என்னால் ஏற்றுக்கொள்ள முடியுமா? அந்தப் பெண்ணை எனக்குப் பிடிக்கவில்லை. அவருடன் சேர்ந்து என்னால் நடிக்க முடியாது" என்று ரிஷி கபூர் சொன்னதாக மேனேஜர் சொன்னார்.

"ஜெயசுதாவைப் பிடிக்கவில்லையென்றால் வேறு யாரை ஹீரோயினாகப் போடலாம் என்று கேட்டீர்களா" என்றோம்.

"கேட்டேன். அப்போது அவருடன் நடித்துக் கொண்டிருக்கும் ஒரு பெண்ணைச் சொன்னார். எனக்கு ஆச்சரியமாகப் போய்விட்டது. ஏனென்றால், அந்தப் பெண் அப்படியொன்றும் அழகாக இருக்கமாட்டார். சரி. அந்தப் பெண்ணைத்தான் ஹீரோயினாகப் போடவேண்டும் என்பதில் உறுதியாக இருக்கிறாரா என்றால், அதுவும் இல்லை. ஏதோ குழப்பத்தில் இருக்கிறார் போலிருக்கிறது. மாறி மாறி பேசுகிறார்" என்று எங்கள் மேனேஜர் சொன்னார்.

அவர் சொன்னதையெல்லாம் கேட்ட நாங்கள், ரிஷி கபூர் எங்களுடன் நேரில் பழகிய விதங்களையெல்லாம் சீர்தூக்கிப் பார்த்தோம். இது சரியாக வராது போலிருக்கிறதே என்று தோன்றியது. என்ன செய்யலாம் என்ற முடிவுக்கும் வர முடியவில்லை. அதனால் ரிஷி கபூருடன் எங்களுக்கு நேர்ந்த அனுபவங்களைப் பற்றியெல்லாம் எங்களின் அப்பாவிடம் தெரிவித்தோம். எல்லாவற்றையும் கவனமாகக் கேட்டுக் கொண்ட அப்பா, "இந்தப் படமே வேண்டாம். விடுங்கப்பா"

திரு.சிவாஜிகணேசன் ஏவி.எம்.குமரனுக்கு ஷீல்டு வழங்குகிறார். அருகில் கமலா தியேட்டர் திரு.வி.என்.சிதம்பரம்

என்று சொல்லிவிட்டு, ராஜ்கபூர் பற்றியும் அவருடன் தனக்கு ஏற்பட்ட அனுபவங்களைப் பற்றியும் எங்களிடம் பகிர்ந்து கொண்டார்.

"ராஜ்கபூரை வைத்து "சோரி.. சோரி" என்ற படத்தை எடுத்த போது படத்தில் பொம்மலாட்ட நிகழ்ச்சி ஒன்றைப் பார்த்துக் கொண்டிருக்கும் ராஜ்கபூரும், நர்கீஸூம் தங்கள் கற்பனையில் அவர்களே பொம்மைகள்போல் மாறி.. கை, கால்களை அசைத்து ஆடுவதுபோல் ஒரு டூயட் பாடல். கருப்பு வெள்ளையில் அந்தப் பாடல் படமாக்கப்பட்டு, அதனை எடிட்டிங் செய்து ப்ரிவ்யூ தியேட்டரில் ராஜ்கபூருடன் அமர்ந்து படம் பார்த்தோம். நன்றாக இருந்தது. அந்தக் காலத்தில் கருப்பு வெள்ளை படத்தில் பாடல்களை மட்டும் கலரில் எடுத்து வெளியிட்டு வருவது வழக்கமாக இருந்தது. இந்தப் பாடலையும் கலரில் எடுத்தால், இப்போது இருப்பதைவிட இன்னும் சிறப்பாக இருக்குமே என்றேன். உடனே ராஜ்கபூர், 'உங்கள் விருப்பம் அதுவானால் அப்படியே எடுக்கலாமே' என்றார். திரும்பவும் 'கால்ஷீட்' தந்து அந்தப் பாடலை எடுத்து முடிக்கும்வரை முழு ஒத்துழைப்புத் தந்தார். படம் நன்றாக வரவேண்டும் என்றால் தயாரிப்பாளரின் விருப்பத்திற்கு ஏற்றாற்போல் நடந்து கொள்வதுதான் ஒரு நடிகருக்குப் பெருமை என்பதன்படி நடந்து கொண்டவர் ராஜ்கபூர். அவர் ஒரு ஜென்டில்மேன். நம்ம கிட்ட எவ்வளவு மதிப்பும், மரியாதையும் வச்சிருந்தாரு! அவரு பிள்ளை இப்படியெல்லாம் நடந்துக்கிறது வருத்தமா இருக்கேப்பா. படம் முழுக்க இந்த ரிஷி கபூரை வச்சு எப்படி சமாளிப்பீங்க? சரியா வராது. விடுங்கப்பா" என்று தீர்க்கமாக சொல்லிவிட்டார்.

அப்பா கூறியதை முடிவாக ஏற்றுக் கொண்டு, அதுவரை ஆகியிருந்த செலவுகளைப் பற்றிக் கவலைப்படாமல் இந்தப் படத்தினால் ஆகப் போகும் செலவுகள் மிச்சம் என்ற மகிழ்ச்சியில், ரிஷி கபூர் நடிக்க நாங்கள் டைரக்ஷன் செய்து படம் தயாரிக்கும் எண்ணத்தை கைவிட்டோம்.

இந்தப் படத்தின் கதையை அவரிடம் சரியான ராகு காலத்தில் சொல்லத் துவங்குகிறபோதே, "என்னடா இதுஞ் ஆரம்பமே கோணலாக இருக்கிறதே" என்று எண்ணினோம். அந்த முதல் கோணலே முற்றும் கோணலானது.

உதிரும் நேரத்திலும் உதவிய உள்ளம்

அன்று வெள்ளிக்கிழமை. என் தந்தை காலையில் குளித்ததும் வழக்கம்போல் பூஜை அறைக்குச்சென்று சாமி கும்பிட்டார். பிறகு அவருடைய தந்தை ஆவிச்சி படத்திற்கு முன்னால் நின்று அவரை வணங்கிவிட்டு ஹாலுக்கு வந்து உட்கார்ந்தார்.

அவருக்கு இட்லியும், சட்னியும் பரிமாறினார் தாயார். அவர் சாப்பிட்டுக் கொண்டே ஆபீஸிலிருந்து வந்த கடிதங்களைப் பார்த்து பதிலெழுதவேண்டிய கடிதங்களைத் தனியாகப் பிரித்து ஒழுங்குபடுத்திக் கொண்டிருந்தார்.

ஒரு கடிதத்தை மட்டும் தாயாரிடம் கொடுத்து, "இதைப் பத்திரமாக எடுத்து வை. என்ன செய்ய வேண்டும் என்று பிறகு சொல்கிறேன்" என்றார். "இன்று காலை உங்கள் ரிப்போர்ட் வந்துவிடும் என்று டாக்டர் ரங்கபாஷ்யம் நேற்று கூறினார். அதனால் நாம் இப்பொழுது டாக்டரிடம் செல்ல வேண்டும்" என்று தாயார் கூறினார்.

எங்கள் தந்தையாருக்கு வயிற்றில் ஒரு கட்டி வந்து, சிறிது உடல் நலம் இல்லாமல் இருந்தார். டாக்டர் ரங்கபாஷ்யம் ஒரு 'பயாப்சி' செய்து 'லேபு'க்கு அனுப்பியிருந்தார். அந்த ரிப்போர்ட் தான் அன்றைக்கு வந்துவிடும் என்று டாக்டர் என் தந்தையை வரச் சொல்லியிருந்தார்.

பயாப்சி ரிப்போர்ட்டைப் பார்த்த டாக்டர் என் தந்தையிடம், ஒரு சின்ன ஆபரேஷன் செய்து அந்தக் கட்டியை எடுத்து

விடுவதாக கூறியிருந்தார். அதன்படியே அவரை டாக்டர் ரங்க பாஷ்யம் ஹாஸ்பிட்டலான 'ஸ்ரீரமணா சர்ஜிக்கல் கிளினிக்'கில் அனுமதித்து இரண்டு நாட்கள் அப்சர்வேஷனும் மேலும் சில பரிசோதனைகளும் செய்யப்பட்டன. மறுநாள் ஆபரேஷன் செய்வதாகத் திட்டமிடப்பட்டது.

மதியம் சாப்பாடு கொண்டுவந்த எங்கள் தாயாரிடம், "வீட்டில் என் கட்டிலுக்கு அருகில் புதிதாக வாங்கிய சோனி டேப் ரெக்கார்டர் இருக்கும். அதை எடுத்து வா" என்றார்.

"உங்களுக்கு உடம்பு சரியான பிறகு வீட்டிற்கு வந்து டேப் போட்டு பாட்டு கேட்கலாம், இப்பொழுது முதலில் மாத்திரை சாப்பிட்டுத் தூங்குங்கள்" என்று தாயார் சொல்ல,

"நான் சொல்வதை முதலில் செய். பிறகுதான் ஏன் சொன்னேன் என்று உனக்குப் புரியும்" என்றார்.

ஒரு மணி நேரத்தில் டேப் ரெக்கார்டர் கொண்டு வரப்பட்டது. ஆபரேஷனுக்கு வேண்டிய ஏற்பாடுகள் நடந்தன. அவரை ஆபரேஷன் தியேட்டருக்கு கூட்டிப்போக நர்ஸ் வந்தார்.

அவரிடம், "ஒரு நிமிஷம் நீங்கள் வெளியே இருங்கள்" என்று கூறிவிட்டு, நர்ஸ் வெளியே போன பிறகு டேப் ரெக்கார்டரில் ஒரு கேஸட்டைப் போட்டு அதில் எவ்வாறு ரெக்கார்டு செய்ய வேண்டும், எவ்வாறு ப்ளே செய்ய வேண்டும் என்ற விவரங்களைத் தானே பேசி அந்த கேஸட்டில் பதிவு செய்தார். எங்கள் தாயாருக்கு ஒன்றும் புரியவில்லை. பிறகு அதை டேப் ரெக்கார்டர் பாக்ஸில் போட்டு அவரே அதை மூடி என் தாயாரிடம் கொடுத்தார்.

பிறகு என் தாயாரிடம், "அன்று ஒரு கடிதம் கொடுத்தேனே, அந்தக் கடிதத்தில் ஒரு விலாசம் இருக்கிறது. அந்த விலாசத்துக்கு ஒரு மெசேஜரை போட்டு இந்த டேப் ரெக்கார்டரை கொடுத்தனுப்பு" என்றார்.

"இப்பொழுது அதற்கு என்ன அவசரம்? நீங்கள் குணமாகி வீட்டுக்கு வந்த பிறகு கொடுத்தால் என்ன?" எனக் கேட்டார் தாயார். "இல்லை! இல்லை இப்பொழுதே கொடுத்து விடுங்கள்" என்று சொல்லியிருக்கிறார் தந்தை.

அவர் சொன்னபடியே அந்த விலாசத்திற்கு டேப் ரெக்கார்டர் போய் சேர்ந்தது. எங்கள் தந்தைக்கு ஆபரேஷன் நடந்தது. ஆனால் அது சிறிய ஆபரேஷன் அல்ல. மறுநாள் தான்

அவருக்கு நினைவு வந்து எல்லோரையும் பார்த்தார். நினைவு வந்தவுடன் தாயாரிடம் அவர் கேட்ட முதல் கேள்வி,

"அந்த டேப் ரிக்கார்டர் போய்ச் சேர்ந்ததா?"

"அனுப்பி விட்டோம். ஆனால் அந்த நபரிடமிருந்து பதில் எதுவும் வரவில்லை" என்று தாயார் கூறினார்.

நடிகர்திலகம் சிவாஜிகணேசனின் பேச்சை ஆர்வத்துடன் கேட்கும் திரு.ஏ.வி.எம். தம்பதி.

இரண்டு நாள் கழித்து உடல்நிலை மோசடைந்து என் தந்தையார் காலமானார்.

அவர் இறந்த மறுநாள் ஒரு ஆட்டோவில் வயதான ஒருவர் ஒரு பெண்ணை கையைப் பிடித்து மெதுவாக வீட்டுக்கு அழைத்து வந்தார். அந்தப் பெண்ணின் கையில் அந்த டேப் ரிக்கார்டர் இருந்தது. அந்தப் பெண் கண் பார்வையற்றவர் என்பது அப்போது தெரிந்தது. எங்களிடம் அந்த பெரியவர்,

"இவள் என் பேத்தி. இவளுடைய பெற்றோர் விபத்தில் இறந்து விட்டனர். என் பாதுகாப்பில் படித்துக் கொண்டிருக்கிறாள். அவளுடைய வேண்டுகோளை ஏற்று பெரியவர் திரு. ஏ.வி.எம். அவர்கள் அவள் படிப்பிற்கு உதவியாக, இதை அவளுக்கு அனுப்பியிருக்கிறார். அவளுடைய காலேஜில் லெக்சரர் பாடங்களை விரிவுரை செய்யும்போது அதனைப் பதிவு செய்வதற்காக, தனக்கு ஒரு டேப் ரிக்கார்டர் வேண்டும் என்று ஏ.வி.எம். அறக்கட்டளைக்கு (AVM Charities) கடிதம் மூலம் கேட்டிருந்தாள். அந்தக் கடிதத்தைப் பார்த்த உங்கள் தந்தையார், டேப் ரிக்கார்டர் வாங்கி அதை எப்படி உபயோகிக்க வேண்டும் என்பதை தானே பேசி பதிவு செய்து அனுப்பியிருக்கிறார்" என்று அவர் சொன்னபோது எங்கள் எல்லோருடைய கண்களிலும் கண்ணீர் நிறைந்தது.

சென்னை மயிலாப்பூர் பாரதிய வித்யாபவனில் நடந்த திரு.ஏ.வி.எம். அவர்களுக்கான அஞ்சலி விழா நிகழ்வில் தமிழக கவர்னர் திரு.பிரபுதாஸ் பட்வாரி அவர்கள் ஏவி.எம்.குமரன் அவர்களுக்கு மாலை அணிவிக்கிறார்.

'நினைத்தாலே இனிக்கும்' பாடல் பதிவின் போது ஏவி.எம்.குமரனுக்கு பாடல் பற்றி விளக்குகிறார் இயக்குனர் கே.பாலசந்தர்

திரு. ஏவி.எம்., திரு.டி.எம்.சௌந்தரராஜன், திரு.கலைஞர் மு.கருணாநிதி

ஏவி.எம்.விவில் அறிஞர் அண்ணா, கலைஞர், ஏவி.எம்., ஏ.எல்.சீனிவாசன் ஆகியோர்.

'நினைத்தாலே இனிக்கும் பாடல் பதிவின் போது இயக்குனர் கே.பாலசந்தருடன் திரு. ஏவி.எம்.குமரன்.

கவியரசர் கண்ணதாசனின் உரையைக் கவனிப்பவர்கள் திரு.ஏவி.எம்., திரு.ஆர். வெங்கட்ராமன், திரு.காமராஜர் ஆகியோர்.

ஏவி.எம்.ராஜேஸ்வரி அம்மாள், சிதாரா, ஸ்ரீகாந்த், ஏவி.எம். கே.ஷண்முகம், ஏவி.எம்.குமரன் மற்றும் ராஜ் டி.வி.சகோதரர்கள் - ஆர்த்தி என்ற தொலைக் காட்சித் தொடரின் வெற்றி விழாவில்..!

முதல்வர் ஜெ.ஜெயலலிதா அவர்களுடன் திரு.ஏவி.எம்.குமரன்.

கலைஞர் மு.கருணாநிதி அவர்களுக்கு மாலை அணிவித்து மரியாதை செய்கிறார் ஏவி.எம்.குமரன்.

குறிப்புகளுக்காக....

குறிப்புகளுக்காக....

குறிப்புகளுக்காக....